D1770980

பி.உஷாதேவி

கன்னியாகுமரி மாவட்டத்தில் உள்ள சுசீந்திரத்தில் பிறந்தவர். தற்பொழுது நாகர்கோயிலில் வசிக்கிறார். தாய்மொழி மலையாளம். தமிழிலும் மலையாளத்திலும் சிறுகதைகள் எழுதுகிறார். மலையாளத்தில் இரண்டு சிறுகதைத் தொகுப்புகள் வெளியாகியுள்ளன. ஒரு நாவல் ஒன்று வெளியாக உள்ளது. தமிழில் வெளியாகும் இவரின் முதல் சிறுகதைத் தொகுப்பு இது.

தொடக்கக் காலத்தில் தீபம், கணையாழி இதழ்களில் நிறைய கவிதைகள் எழுதியிருந்தாலும் இப்பொழுது சிறுகதைகள் தொடர்ந்து எழுதி வருகிறார். ஆகாசவாணி, தூர்தர்ஷனில் கவிதைகள் வாசித்துள்ளார். தமிழிலிருந்து மலையாளத்திற்குக் கட்டுரைகள், சிறுகதைகள், நாவல் ஆகியவைகளை மொழிபெயர்த்துள்ளார்.

மத்திய அரசின் கைவினைப் பொருட்கள் வளர்ச்சி ஆணையகத்தில் கைவினைப் பொருட்கள் மேம்பாட்டு அதிகாரியாகப் பணியாற்றி பணிநிறைவு செய்துள்ளார்.

வெளியீடு - 57
ISBN: 978-93-82810-22-3

வீடு பள்ளத்தில் இருக்கிறது...
பி.உஷாதேவி

முதல் பதிப்பு : டிசம்பர் 2015 ● பக்கம் : 176
வடிவமைப்பு : எஸ்.மாரீஸ்
அட்டை வடிவமைப்பு : மணிகண்டன்
அச்சாக்கம் : மணி ஆப்செட், சென்னை.
விலை: ரூ. 140

Veedu pallaththil irukkirathu
P.Ushadevi
First Edition : December 2015 ● Pages: 176
Layout : S. Maries
Wrapper Design : Manikandan
Printing : Mani Offset, Chennai.
Price : Rs. 140

அகநி வெளியீடு	Akani veliyeedu
எண்.3, பாடசாலை தெரு	No.3, Paadasalai Street
அம்மையப்பட்டு	Ammaiyapattu
வந்தவாசி - 604408	Vandavasi - 604408
பேசி	98426 37637, 94443 60421
மின்னஞ்சல்	akaniveliyeedu@gmail.com

அகநி

வெளியீடு

வீடு பள்ளத்தில் இருக்கிறது...

பி.உஷாதேவி

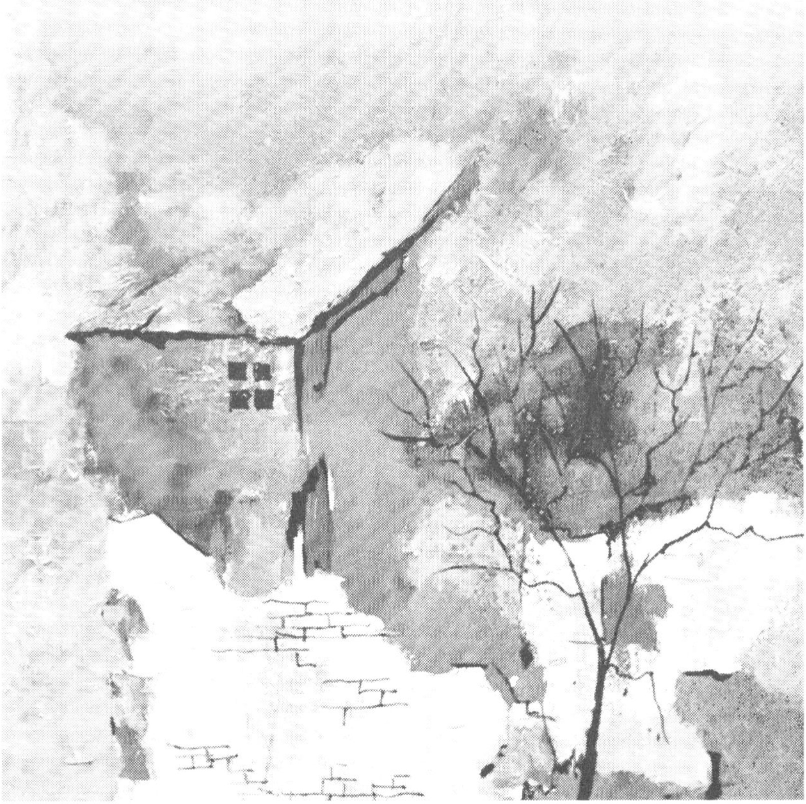

இந்நூல்
அன்பான என் குடும்பத்தினருக்கு...

குரலற்றவர்களின் குரல்...

வலுவற்றுப் புறக்கணிக்கப்பட்டுத் தேய்ந்து நொறுங்கிக் கொண் டிருக்கும் ஒரு இடைநிலை விளிம்பு நிலைச் சமூகக் கண்ணியின் துயர் தோய்ந்த குரல்கள் இக்கதைகள். உரத்துப் பேச இயலாத, மௌனப்படவும் முடியாத, மெலிந்த வலுவற்ற குரல்களின் ஏக்கப் பதிவுகள் இவை. காது கொடுத்துக் கவனிப்பவர்க்கு இந்த மெலிந்த குரல்களினுள்ளே சமூக உடைவுகளின், சிதைவுகளின் பேரோசைகளைக் கேட்க இயலும். இடிபாடுகளிடையே சிக்கி, நசுங்கி, உயிர் நலிந்து போனோரின் மெலிந்த முனகல்களைக் கேட்க இயலும்.

மனநிலை பிறழ்ந்தோரின் சுய பரிதாபங்களையும், அவர்களை முதுகில் சுமப்போரின் வலிகளையும், சுமைகளை இறக்க இயலாத சோகப் பெருமூச்சுக்களின் வெப்பங்களையும், இக்கதைகளினுள் உணரமுடியும். சுருங்கச் சொன்னால், பழைய மதிப்புகளைவிட்டு விலகவும் இயலாமல், புதிய மதிப்புகளை அணைத்துக் கொள்ளவும் முடியாமல், இவைகளின் இடையே கிடக்கும் காலப் பிளவுகளின் வலுவற்றச் சிம்புகளில் சிக்கித் தொங்கும் பரிதாபத்திற்குரியோரின் உள்ளுணர்வுகளை இக்கதைகளின் வழி உணரமுடியும். உதாரணத் திற்கு, 'குழலூதியின் நாட்குறிப்பு.'

பார்த்ததும் புரிந்துகொள்ளத்தக்க ஒருதளச் சித்திரங்கள் இந்தத் தொகுப்பில் எவையும் இல்லை. ஒவ்வொன்றும் பல அடுக்குகள் கொண்டவை. கூர்ந்து பார்க்கப் பார்க்க, உள் அடுக்குகள் விரியும். அடுக்குகளுக்குள்ளான உட்காட்சிகள் தெரியும். துயரங்கள், ஏக்கங்கள், இயலாக் குமுறல்கள், பெருமூச்சுகளில், மனம் விம்மும்...

பழையாற்றின் கரையில், பாறையில் உட்கார்ந்து பார்ப்பவருக்கு, மிதந்து செல்லும் பூக்களும், கழிவுகளும், அழுக்குகளும் தென்படும். கூர்ந்து பார்த்தால் அங்குமிங்கும் நீந்திக் கொண்டிருக்கும் மீன்களும்,

உயிரினங்களும் தெரியும். இன்னும் ஆழ்ந்து பார்த்தால், நகரும் மணலும், உறைந்த சேறும் தெரியும். இடம் பெயர இயலாமல் அவற்றின்மீது அசைந்து கொண்டிருக்கும் பாசிகளும், புற்களும் தெரியும். பார்க்கத் தெரிந்த மனங்களுக்கோ, அவற்றினுள்ளே புதைந்து கிடக்கும் தங்கள் வாழ்வும், வரலாறும்கூடத் தெரியும். இந்தக் கதைகளின் அமைப்பை இப்படித்தான் புரிந்துகொள்ள முடிகிறது, இல்லையில்லை உணர்ந்து, பெருமூச்செறிய முடிகிறது.

'வீடுபள்ளத்தில் இருக்கிறது' தான் கிட்டத்தட்ட எல்லாக் கதை களின் கதையும். வரலாற்றால் பள்ளங்களாக்கப்பட்ட முன்னாள் மேடுகள்தாம் இக்கதைகளின் எல்லா வீடுகளும். எல்லாப் பாத்திரங் களுமே குரல் இழந்தவை. வேர்கள் இழந்தவை. முணுமுணுப்பது தவிர, வேறு எதுவும் செய்ய ஆற்றலற்றவை. ஒவ்வொரு இழப் பிலும் ஏக்கத்தோடு பின்வாங்குபவை. விழுங்க வருபவைகளி லிருந்து தப்பித்து ஓட இயலாதவை.

பெண்வலியே பலகதைகளின் பொதுவலியாய்ப் பரவிக் கிடக்கிறது. மனப்பிறழ்வானவனுடன் தவிர்க்க இயலாமல் பிணைக்கப் பட்ட பெண்கள் ('குழலூதியின் நாட்குறிப்பு') காமவெறியர்களின் பாலியல் வன்கொடுமைக்குத் தங்கள் கள்ளங்கபடமற்ற சிறுமிகள் உள்ளாக்கப்படுவரோ என அஞ்சும் பெற்றவர்களின் துடிப்புகள், (காலமேதாயினும்) எல்லாவற்றையும் காட்சிகளாய்ப் பார்த்துக் கொண் டிருக்கும் வருங்காலச் சுமைதாங்கிகளான பெண் குழந்தைகள். இவர்கள்தாம் கதைமாந்தர்கள்.

இந்தக் கதைகள் பி. உஷாதேவியின் முதல் தொகுப்புக்கானவை என்பதை நினைக்க வியப்பாகத்தான் இருக்கிறது. தேர்ந்த கலை நுட்பத்தை அவர் எழுத்துக்களில் தெளிவாகக் காணமுடிகிறது. காட்சிச் சித்திரங்கள், உரையாடல்கள், பாத்திரங்களின் அசைவுகள் ஆகிய வற்றின் சேர்மானம் வாசகர் மனதில் வலுவான ஈர்ப்பை ஏற்படுத்தி, படைப்பின் உள்ளே வாசகரைக் கரைந்து அமிழ்ந்து போக வைத்து விடுகிறது.

தேடும்போது 'கடல்விளி', 'அபரிசிதன்டெ கைவிரல்', என மலையாளத்தில் இருதொகுப்புகளை ஏற்கனவே வெளியிட்டு அனுபவம் பெற்றவர் எனும் செய்திக் கிடைக்கிறது. திருவனந்தபுரம் ஆகாஷ்வாணியிலும், தூர்தர்சனிலும் கவிதை வாசிக்கும் பழக்கமும் அவருக்கு இருந்துள்ளது. தமிழிலிருந்து மலையாளத்திற்குச் சிறுகதைகளை மொழிபெயர்த்தும் வருகிறார்.

'தீபம், கணையாழி, உயிரெழுத்து' முதலிய இதழ்கள் அவரது படைப்புகளை வெளியிட்டிருக்கின்றன. ஆக இலக்கியப் பரப்பின் மிக நீண்ட அனுபவம் அவருக்கு இருக்கிறது.

இன்னும் நெருங்கி விசாரிக்கும்போது, இவருடைய அண்ணா பேராசிரியர் பாலமோகன் தம்பி நாடறிந்தக் கல்வியாளர், மார்க்சிய அழகியல் கோட்பாட்டாளர், தன்னை அறியாமல் என்னையும் மார்க்சியத் திசையில் நெறிப்படுத்திய ஆசான் என்பவையெல்லாம் மனதில் மின்னுகின்றன.

'மஞ்சாடியும் பலாவும்' என்னும் கதை, தான் வசிக்கும் வீட்டைவிட்டு வெளியேறவேண்டிய சூழலில் தவிர்க்கவியலாமல் மாட்டிக் கொள்ளும் ஒருவரின் மன அதிர்வுகளைச் சொல்லுகிறது. வீடு என்பது முழு வாழ்வின் குறியீடு. வாழ்வுணர்வுகளின் அதை இழப்பதென்பது பழைய வீட்டை இழக்கும் சோக மனதுக்கே புரியும்.

'மூவர்' கதை வாழும் மனிதர்களை இழந்துவரும் வீட்டின் உணர்வுகளைக் கலாபூர்வமாக வெளிப்படுத்துகிறது. வீட்டில் தனிமைப்பட்டுக் கிடக்கும் ஆன்மாவின் ஏக்கம், அதைத் தாங்கிய சோபாவின் ஏக்கம், அங்கேயுள்ள இதரப் பொருட்களின் ஏக்கம் என எல்லா ஏக்கங்களும் மொத்தமும் ஆன்மாவின் ஏக்கமாகக் கதையில் எப்படி உயிர் பெறுகிறது.

கதகதத்துப் பொங்கும் உலகின் நடுவே, கவனிப்பாரின்றி ஏங்கி ஒடுங்கும் இன்னொரு உலகம் எல்லையற்ற மனிதநேயத்தோடு இக்கதையில் திறந்து காட்டப்படுகிறது.

இக்கதை மட்டுமல்ல, படைப்பாளர் உஷாதேவியின் கிட்டத் தட்ட எல்லாக் கதைகளுமே நெருக்கடிக்குள்ளாகிப்போன இன்றைய உலகில் தனித்துவிடப்பட்டு மூழ்கிக் கொண்டிருக்கும் வலுவற்ற மென்மையான மனித உயிர்களின் கதைதான். மனிதஉயிர்கள் மட்டு மல்ல, அந்த மனித உயிர்களைச் சூழ்ந்துள்ள மொத்தத்தின் கதை யும்தான் அது.

சில தேர்ந்த சொற்களால் ஒரு முழு வாழ்க்கையையும் வாசகர் மனதில் விரிய வைக்கும் 'கணினித் தொடுதல்' போன்ற லாவக விரிவு இவர் கலைநேர்த்தியின் உச்சம். நான் அறிந்தவரையில் தமிழ்ச் சிறுகதைப் படைப்புலகில் இது மிகமிக அபூர்வம். ஆழ்ந்துணர்ந்து அனுபவித்தத் தனிமைச் சோகத்தால் மட்டுமே வெளிப்படுத்த இயலுகிற சோகம் இது. பொங்கும் மானுடத்தினுள்ளே புதைந்து கிடக்கும் இச் சோகம், பொதுச் சமூகப் புறக்கணித்தலின் பெருந்துயரம். காலத்தின் துயரம். இத்துயரத்தின் விரிவுகளே உஷாதேவியின் கதைகள்.

உஷாதேவியின் இந்த அபூர்வக் கதைகள் இன்றைய தமிழ் இலக்கியச் சூழலில் நல்ல வரவு. கதைகளில் சில தமிழ் இலக்கிய வரலாற்றில் நிலைத்து நிற்கும் ஆற்றலுள்ளவை என்பது என் கணிப்பு. எழுத்தாளர் உஷாதேவிக்கு என் நல்வரவு.

மணிகட்டிப் பொட்டல்,   **பொன்னீலன்**
கன்னியாகுமரி - 629 501.   11-12-2015

சிறு இழை...

வெறுமை மிகுந்த பொழுதுகளானாலும் சரி, வேலை நிறைந்த நேரங்களானாலும் சரி, மிகச் சின்னதாக ஒரு கதைப்பொருள் எங்கிருந்தாவது என் மனதில் தோன்றிவிடும். சில நேரம் நினைவடுக்குகளிலிருந்து யாராவதோ அல்லது ஏதாவதோ வெளியே வந்து காத்திருப்பதுபோல் தோன்றும். பார்வையில் படுவதும் பேச்சில் கிடைப்பதும் மனதைத் தொடுபவையுமாக சிறு சிறு விஷயங்கள் அவ்வப்போது எழுதத் தூண்டும்.

வார்த்தைகள் மிகவும் பிரியத்துடன் என்னிடம் வரும்போது எழுதத் துவங்குவேன். சில நேரங்களில் சொற்கள் என்னை விட்டு விலகிப்போய் விடுவதும் உண்டு. அவை மறுபடியும் என்னிடம் வந்த பின் எழுதுவேன். மகிழ்ச்சி கொஞ்சமாகவும் வலிகளும் வருத்தங்களும் நிறையவாகவும் இருக்கும் வாழ்க்கையைப் பார்த்து செய்வதறியாது நிற்கும் மனங்களின் இயலாமையின் ஆழத்தை வார்த்தைகளில் கொஞ்சமாகத்தான் கொண்டு வர முடிகிறது.

ஒரு சில நிகழ்வுகள் ஒருவர் காண்பதுபோல் இன்னொருவர் காண்பதில்லை. பார்வையின் கோணம் மாறுபடுவதுபோல் சிந்தனையும் மாறுபடும். ஜெயித்து விட்டவர்களிடம் போய் 'ஹாய்' சொல்லி கைகுலுக்கி வந்த பின்பு தோற்றவர்களிடம் போய் கை பிடித்து ஆறுதலாக இருக்க வேண்டும் என்ற எண்ணத்தை செயல்படுத்துவதிலும் பல பிரச்சினைகளுண்டு.

அவரவர் சுமைகளை அவரவர்தானே சுமக்க வேண்டும் என்கிற வேதனை கலந்த முணுமுணுப்புக்கள், நிராகரிப்பின் வலியும் தனிமையின் வெறுமையும் கொண்ட முதுமையின் பெருமூச்சுக்கள், தனியாக ஆகிவிட்டவர்களுக்கு மீதமிருக்கும் வாழ்க்கையை எண்ணிப்

பார்க்கும்போது தோன்றும் பயம், அன்பற்ற சூழலில் இருப்பவர்களது அன்புக்கான ஏக்கங்கள், இருள் சூழ்ந்து வரும் வேளையில் மின்மினியின் ஒளியாக சுயமாக முடிவெடுத்து எதிர்நீச்சல் போடத் தூண்டும் தன்னம்பிக்கை தரும் தைரியம், எப்படியோ போகட்டும் என்று விட்டுவிடாமல் அன்புடன் அணைத்துக் கொண்டு செல்லும் மனதின் சகிப்புத்தன்மை என பலவித கதைப்பொருட்களின் சிறு இழை கிடைக்கப்பெறும்போது நான் அதை விரிவுபடுத்தி எழுத முயற்சி செய்கிறேன். வேலை நிமித்தமாக ஓர் ஊரில் இருந்தபோது அந்த வீடு தாழ்வான பகுதியில் இருந்தது. பக்கத்தில் குப்பைத் தொட்டியும். அப்படி, வீடு பள்ளத்தில் இருக்கிறது கதை உருவாயிற்று. இப்படியும் சில.

நீண்ட நாட்களாக ஓர் ஓரமாக வைக்கப்பட்டிருந்த இந்தச் சிறுகதைகள் ஒரு தொகுப்பாக வெளிவரக் காரணமாக இருந்த கவிஞர் அ.வெண்ணிலா அவர்களுக்கு என்னுடைய நன்றி. இந்தத் தொகுப்புக்கு முன்னுரை எழுதித் தந்த எழுத்தாளர் பொன்னீலன் அவர்களுக்கும் நன்றி. இதில் உள்ள நான்கு சிறுகதைகளை வெளியிட்ட உயிர் எழுத்து இதழுக்கும் அதன் ஆசிரியருக்கும் நன்றி. எல்லாவற்றுக்கும் மேலாக கடவுளுக்கு மிக்க நன்றி.

பி.உஷாதேவி

வீடு பள்ளத்தில் இருக்கிறது...

நானும் அவனும் சில குறிப்புகளும்	13
வீடு பள்ளத்தில் இருக்கிறது	21
குழலூதியின் நாட்குறிப்பு	28
மரத்தூள் பொம்மை அச்சு	40
ஆடுகுதிரையும் ஊஞ்சலும்	54
மஞ்சள் நிற ப்ளாஸ்டிக் கயிறு	66
ஒளிந்துகொள்ள ஓரிடம்	79
மஞ்சாடியும் பலாவும்	89
கீழ்ப் படிக்கட்டில் ஜானா	98
காலமேதாயினும்	109
பனிக்கூடாரம்	117
ஒளி வரும் வழி	126
சின்ன மீன்கள்	136
மூவர்	147
அங்கும் இங்கும் நடக்கின்ற பூனைகள்	157
மாயனின் பாலை	165

நானும் அவனும் சில குறிப்புகளும்

நானும் அவனும் சேர்ந்துதான் புத்தகம் எழுதத் தீர்மானித்தோம். ஆனால் எழுதத் துவங்குவதற்கே நீண்ட நாட்களாயிற்று. பலநாள் சர்ச்சை களுக்கும் விவாதங்களுக்கும் பிறகு, ஒருநாள் இருள் கவியும் சந்தியா காலத்தில் லேசாக மழை தூறிக்கொண்டிருந்த வேளையில் நானும் அவனும் முதல் அத்தியாயத்தை எழுத ஆரம்பித்தோம். பாதி எழுதிவிட்டு படித்துப் பார்த் தோம். நிறைய அடித்தல் திருத்தல்கள் வேண்டியிருந்தன. நான் சில நேரம் மௌனம் சாதித்து என் எதிர்ப்பைத் தெரிவித்தேன். அவன் கண்டுகொள்ளாமல் மேலும் எழுதினான். ஒரு சில பக்கங்களில் அவன் எழுதியிருந்ததைப் பார்த்தால் தன்னை மிகுந்த அறிவாளியாகக் காட்ட வீண் சிரமம் எடுத்துக்கொண்டதுபோல் தெரிந்தது. பாப்லோ நெருதாவின் கவிதைகளையும் ஒரு வங்காள நாவலின் மலையாள மொழிபெயர்ப்பான 'கிருஷ்ணகாந்தனின் மரணபத்திரம்' எனும் புத்தகத்தையும் மொழிபெயர்க்க முயற்சி செய்தான் என்று அவன் எழுதியதை நான் எதிர்த்தேன். 'பொய் கூடாது எழுத்தில்' என்று நான் சத்தம் போட்டுக் கூறியதால் அடுத்து வந்த சில நாட்கள் எழுத்து நிறுத்தப்பட்டுவிட்டது.

பின்னர் சமாதானமாகி மீண்டும் எழுத ஆரம்பித்தோம். 'நெட்டூர் பெட்டியும் பாட்டியும்' என்ற தலைப்பில் என் பாட்டி எனக்காகச் சேர்த்துவைத்த தங்க நகைகள், கல்பதித்த நகைகள் பற்றியெல்லாம் எழுதினேன். அந்த நகைகளில் பலதும் விற்கப்பட்டுவிட்டதைப் பற்றியும் ஏதோ கொஞ்சம் மீதம் இருப்பது பற்றியும் எழுதினேன். தேக்கு மரத்தில் செய்யப்பட்டு பித்தளை உலோகத்தால் அலங்கார வேலைப்பாடுகள் செய்த நெட்டூர் பெட்டியை பாதுகாப்பது பற்றி யெல்லாம் எழுதினேன். நகைமீது விருப்பமற்ற எனக்கு எப்போதாவது அது உதவும் என்று பாட்டி சொன்னதையும் எழுதினேன். அப்பொழு தெல்லாம் அவன், 'ஆன்மாக்கள் பாடும் பாடல்கள்' என்று சொல்லி ஒரு அத்தியாயம் துவங்கியிருந்தான். வார்த்தைகளைக் கோர்த்துக் கோர்த்து ஒன்றும் புரியாதபடிக்கு அவன் எழுதியதை என்னவென்று கேட்டபோது 'ஆன்மாக்களின் பாட்டு இப்படித்தான் இருக்கும். யாருக்கும் புரியாது' என்று கூறினான். 'யாருக்கும் புரியாதது உனக்கு மட்டும் எப்படிப் புரியும்' என்று நான் வினவினேன். 'அதுதான் நான்'

என்று கூறி என்னை அற்பமாகப் பார்த்தான். நான் பேனாவை மூடி வைத்தேன். அவனும் பேனாவை மூடினான். 'ஆன்மாக்கள் பாடும் பாடல்கள்' பாதியில் நின்றுவிட்டது. பின்னர் எழுதிக்கொள்ளலாம் என்று நினைத்தோ என்னவோ சில தாள்களை வெற்றாக இணைத்து வைத்தான். பின்னர் 'பண்டோராவின் பெட்டி' என்று தலைப்பிட்டு அவன் யோசித்துக்கொண்டிருக்கையில் 'உன் கடந்த கால வாழ்க்கையில் பண்டோராவின் பெட்டி எங்கே வந்தது? கதையில் கலப்படம் கூடாது' என்றேன். அவன் பேசாமலிருந்தான்.

இப்படியே, பேசியும் பேசாமலும் எழுதியும் எழுதாமலும் நாட்கள் கடந்துபோக, ஒரு நாள் நானும் அவனும் நதிக்கரைக்குச் சென்றோம். நதி அகலமாக ஓடிக்கொண்டிருந்தது. அவன் என்னை நதியில் இறங்கச் சொன்னான். நான் தயங்கினேன். 'இந்த நதி நீர் சுவையாக இருக்கும். தேன் போல இனிக்கும்' என்று சொல்லி என்னை ஊக்குவித்தான். என் கையை ஸ்பரிசித்து 'வா இறங்கலாம்' என்று அழைத்தான். நான் உடன் இறங்கவில்லை. கரையில் நின்றுகொண்டு நதியின் பலவித மாற்றங்களைக் குறித்துச் சிந்தித்தேன். மழைக் காலத்தில் நதி கரைபுரண்டோடி கரையோரக் கிராமங்களை அழித்து விடுமோ, கோடையில் வற்றி வறண்டு நூலாக ஓடுமோ, ஆழம் நிறைய இருக்குமோ, இந்த நதியின் ஓட்டத்தை எப்படி நம்புவது என்றெல்லாம் பலவாறு சிந்தித்துப் பின்னர் அவன் வற்புறுத்த வற்புறுத்த 'நதிநீர் கசக்காது' என்று என்னிடம் நானே பல தடவை சொல்லிச் சொல்லி நதியிலிறங்க என்னைத் தயார்ப் படுத்திக்கொண்டேன்.

இதற்கிடையே, அதுவரை எழுதிய பக்கங்களை எங்கெங்கே எப்படி எப்படி இணைக்க வேண்டும் என்பது குறித்து நானும் அவனும் பல தடவை சர்ச்சைகள் செய்த பின்னும் ஒன்றும் முடிவாகவில்லை. அப்படியிருக்கும்போதுதான் அருணா முரளீதரன் குறுக்கிட்டாள். அருணா தன் பெரிய பெரிய விழிகளை மேலும் விரித்து கை ஜாடைகளுடன் பேசும்போது நானும் அவனும் ஆவென்று பார்த்துக்கொண்டிருப்போம். அருணா சில அத்தியாயங்கள் குறித்து ஒரு சில திருத்தங்கள் சொன்னாள். நான் அதை ஏற்க மறுப்பதாக இரகசியமாக அவனிடம் சொன்னேன். அவன் பேசாமலிருந்தான். நான் எழுதிய பல அத்தியாயங்களை நான் அருணாவுக்குக் காட்டவுமில்லை. பின்னர் ஒரு நாள் பனி விழத்துவங்கியிருந்த பொழுதில் அருணா புருவையும் யயாதியையும் குறித்து ஒரு கவிதை சொன்னாள். கண்களை மூடி வித்தியாசமான ஒரு ராகத்தில் கவிதை பாடும் அவளையும் கவிதையையும் நானும் அவனும்

வியப்புடன் ரசித்துக்கொண்டிருந்தோம். இந்த அருணாவின் தலையில் எப்படி இந்த மாதிரி சிந்தனைகள் தோன்றுகின்றன. அதை எப்படி இவளால் கவிதையாக வடிக்க முடிகிறது என்று நான் வியப்புடன் கூறினேன். ஆனால் அதையே அவன் மறுபடியும் மறுபடியும் சொன்னபோது அருணாவை எனக்கு சற்றுப் பிடிக்காமல் போனது.

இளங்காலைகளில், இருபக்கமும் வரிசையாக மரங்கள் நிற்கும் சாலையில் நடந்தும் ஓடியும் உடற்பயிற்சி செய்தும் ஓய்ந்துபோய் சாலையோரத்துக் கல்லில் உட்கார்ந்தும், நானும் அவனும் பேசும்போது, அருணா பற்றிய பேச்சு குறுக்கிட்டுக்கொண்டே இருந்தன. நான் மேடை நாடகங்கள், இந்தியாவில் பௌத்தமதம் பரவிய காலம் குறித்தெல்லாம் பேச முற்பட்டபோது அவன் ஆர்வமுடன் கலந்துகொள்ளவில்லை. அவன் பேச ஆரம்பிக்கும்போது நான் பேச்சைத் தவிர்த்தேன். இதுபோன்ற குறியீடுகளால் எனக்கு அருணாவைப் பிடிக்கவில்லை என்று அவனுக்கு உணர்த்த முயன்றேன்.

ஒரு நாள் கோவிலில் வைத்து அருணாவைக் கண்டேன். நாங்கள் பேசிக்கொண்டே குளத்தருகே வந்தபோது அவனைக் கண்டோம். இரவு ஏழு மணியாயிருக்கும், சட்டென்று கரண்ட் போயிற்று. நாங்கள் குளத்தில் மேல்படிக்கட்டில் அமர்ந்தோம். அருணா மெல்லிய குரலில் 'மாலைப் பொழுதின் மயக்கத்திலே ஓர் கனவு கண்டேன் தோழி' என்ற திரைப்படப் பாடலைப் பாடினாள். பாடலின் மெட்டை சற்றே மாற்றியிருந்தாள். உயர்ந்த ஸ்தாயியில் போகாமல் மிகவும் நிதானமாக, வார்த்தைகளுக்கிடையே நிறைய இடைவெளி விட்டு சோகம் நிரம்பிய குரலில் அவள் வித்தியாசமாகப் பாடினாள். இருட்டும் நிசப்தப் பின்னணியும் பாட்டும் என்னையும் அவனையும் கட்டிப்போட்டிருந்தது. பாட்டு முடிந்த பிறகும் நாங்கள் மௌனமாகவே இருந்தோம். எனக்கு அருணாவைப் பார்க்க வியப்பாகவும் சற்றே பயமாகவும் இருந்தது. சட்டென்று கரண்ட் வந்ததும் நான் அவனது முகத்தைக் கவனித்தேன். அவன் ஒன்றும் பேசாதிருந்தான். என்ன ஒரு குரல்... என்று நான் பல தடவை சொன்னேன். ஆனால் அடுத்த நாள் காலை ஓடிவிட்டு வந்து கல்லில் உட்கார்ந்ததும் அவன் அந்தப் பாட்டை அருணா முரளீதரன் பாடிய அதே மெட்டில் பாடியபோது என்னால் ரசிக்க முடியவில்லை. மட்டுமல்ல எனக்கு அருணாவைப் பிடிக்காமலும் போயிற்று. காலையில் ஓடும்போது அருணா வரமாட்டாள். சாயங்காலம் வாக்கிங் முடித்து அவள் வீடு திரும்பும்போது, சில நாள் நூலகத்தில் வைத்துப் பார்ப்பதுண்டு. அவளது பெரிய பெரிய விழிகளையும் கை ஜாடை

காட்டியுள்ள பேச்சையும் ரசிக்கும் அவன், வரும் நாட்களில் ஒரு நாள், ‘உனக்கு சின்னக் கண்கள், நிறமும் சுமார்தான். உயரமாக ஆனால் மெலிந்து குச்சிபோல இருக்கிறாய்’’ என்றெல்லாம் சொல்லிவிடுவானோ என்று பயந்தேன். நான் என் நீண்ட கருங்கூந்தலை பின்னலிடாமல் காற்றில் பறக்கவிட்டு அவன் முன் நின்றேன். அருணாவுக்குத் தோள் வரைக்கும்தான் தலைமுடி. மறுபடியும் ஒரு நாள் நதியில் இறங்குவது குறித்து பேச்சு வந்தபோது நான் ஒத்துக்கொண்டேன். எல்லோருடைய ஒப்புதலோடு நானும் அவனும் திருமணம் செய்து கொண்டோம். வேறு ஊருக்குச் சென்றோம்.

சில நாட்களுக்குப்பின் நானும் அவனும் பழைய தாள்களைத் தேடிப்பிடித்து தொடர்ந்து எழுத ஆரம்பித்தோம். அந்த வாடகை வீட்டில் இருந்த ஒரு சௌகரியம், காற்றும் வெளிச்சமும் தாராளமாக வரும் ஒரு ஸிட் அவுட்... அங்கே உட்கார்ந்து எழுதுவது மிகவும் வச தியாக இருந்தது. நான் ஒரு தரம் அம்ருத்ஸர் கோயிலுக்குச் சென்றபோது ஏற்பட்ட அனுபவங்கள் பற்றியும் ஃபீனிக்ஸ் பறவையின் கடைசிக்கால மனநிலை பற்றியும் எழுதினேன். பல வண்ணங்களில் ஆடைகள் அணிந்து வலம் வரவேண்டுமென்று ஆசைப்படுகின்ற, வெள்ளிக்கிழமை இரவுகளில் என் அறையின் ஜன்னல் கதவுக்கு வெளியே உலாவுகின்ற நிழலுருவங்கள் குறித்து எழுதினேன். ஆனால் என் அம்மாவின் அன்பு, திறமை, அழகு, என் அப்பாவின் கம்பீரம், அறிவு, குறித்தெல்லாம் நான் எழுதிய பக்கங்களை அவன் கண்டுகொள்ளவில்லை. அதை நான் அறிந்தபின் எழுத்தை நிறுத்திவிட்டேன். அவன் அப்பாவின் கண்டிப்புப் பற்றி பக்கம் பக்கமாக எழுதினான். அத்துடன் சமூக நலக்காடுகள் பற்றியும் கட்டுரை எழுதினான். கதை நடுவே கட்டுரை எப்படி வந்தது என்று கூறி அதைச் சேர்க்க நான் மறுத்தேன். பின்னால் பல நாட்கள் நானும் அவனும் எழுதாமலிருந்தோம்.

மற்றுமோர் இருள் கவியும் சந்தியா காலத்தில் லேசாகப் பெய்துகொண்டிருந்த மழையில் நனைந்துகொண்டே கடைவீதியில் நடந்து சென்று ஆறுமாதக் குழந்தை போன்று சட்டையெல்லாம் அணிந்த, தொப்பி வைத்த மொட்டைத்தலை குழந்தை பொம்மையை வாங்கிக்கொண்டு வந்தோம். வீட்டிற்கு வந்த உடனே ஸ்டோர் ரூம் இருட்டில் கிடந்த மர ட்ரேயை சுத்தமாகக் கழுவி காயவைத்து, ப்ளாஸ்டிக் வயரில் ஒரு வகையான பின்னலிட்டு ட்ரேயில் நான்குப் பக்கங்களிலும் இணைத்து ஊஞ்சல்போல் செய்தேன். அதை சாப் பாட்டு மேஜையின் அருகே தொங்கவிட்டேன். வெள்ளை ஸாட்டின்

துணியால் பாவாடைபோல் செய்து ட்ரேயைச் சுற்றி கட்டி குழந்தை பொம்மையை அதன்மேல் உட்கார வைத்தோம். சில நாட்களில் உடைமாற்றி படுக்க வைத்தோம். காலண்டரில் நாள் பார்த்து பெயர் சூட்டு விழா நடத்தி 'ராகுல்' என்று பெயரிட்டு, ஐஸ்கிரீம் வாங்கி அதில் ஆப்பிளும் மாம்பழமும் நறுக்கிப் போட்டு நானும் அவனும் சாப்பிட்டோம். சாப்பாட்டு மேஜையை கடந்து செல்லும்போது ஊஞ்சலை ஆட்டிவிடுவது வழக்கமாக மாறிற்று. ஊஞ்சலின் மேல் சிறு சிறு மணிகள் கட்டிய சிறுயானை பொம்மை ஒன்றை கட்டிப் போட்டேன். அந்தக் குழந்தை பொம்மையும் மணிச்சத்தமும் எந்தவித குறுக்கீடுகளுமற்ற ரம்மியமான சூழலும் எல்லாம் மனதை நிரப்பின. அப்போது எனக்கும் அவனுக்குமிடையே சின்னக் கண்ணன் வந்தான். பின்னர் வாழ்க்கையே மாறிப்போய் விட்டது. எழுத்து சுத்தமாக நின்று போயிற்று. எனினும் நேரம் கிடைத்த போதில் அவ்வப்போது எழுதிய பக்கங்களை இணைத்து பத்திரமாக ஒரு நீலப்பெட்டியில் எடுத்து வைத்தேன். எப்போதாவது கண்ணனின் குறும்புகள் பற்றி சில பக்கங்கள் நானும் அவனும் எழுதினோம். அவ்வளவுதான்.

சிறிது காலத்துக்குப்பின் நானும் அவனும் எழுதுவது பற்றி மீண்டும் விவாதித்தோம். எழுத்தில் எந்த மாதிரியான பொய்யும் கூடாது என்று நான் பிடிவாதமாகக் கூறினேன். அவன் முனகுவதுபோல் 'உம்' என்றான். கடந்த கால அனுபவங்கள் குறித்து எழுதி வருகையில் கலப்படம் செய்தான். 'ஆன்மாவின் பயணங்கள்' பற்றி விரிவாக எழுதத் துவங்கினான். தெரியாத விஷயத்தை எழுதுவதே அவனுடைய வேலையாயிற்று. நான் பல வரிகளையும் திருத்தினேன்.

கடைசியில் ஆன்மாவின் பயணங்கள் எனும் அத்தியாயம் துண்டு துண்டாக்கப்பட்ட சிலபல வாக்கியங்களுடன் நின்று போனது. நானும் அவனும் பேனாவை மூடி வைத்துவிட்டு மௌனமாக இருந்த சில நாட்களில் ஒரு நாள் அருணா முரளீதரன் மீண்டும் பேச்சில் நுழைந்தாள். ஒரு காலையில் ரேடியோ வைத்தபோது அதில் கவிதை கேட்டது.

காலம் வேகமாகப் போகிறது
வசந்த காலம் வேகமாகப் போகிறது
ஒரு சிறு நட்சத்திரமும் வானிலிருந்து
என்னைப் பார்த்து கதை சொன்னதில்லை
ஒரு சிறு பூங்கொத்தும் ஜன்னல் வழியே பார்த்து
ஒரு பெயர் சொல்லி என்னை கிண்டலடித்ததில்லை

தூக்கமற்ற இரவுகளில் நான்
உயிரின் உயிரே என்று பாடியதில்லை
பாடப்படவும் யாரும் இருந்ததுமில்லை
காலம் வேகமாகப் போகிறது

என்றெல்லாம் வரிகள் உள்ள கவிதை முடிந்தபோது அருணா முரளீதரன் என்று பெயர் சொல்லப்பட்டது. அன்று முழுவதும் நானும் அவனும் அருணாவைப் பற்றித்தான் பேசினோம். முப்பத்தி நான்கு வயதில் கல்யாணமாகாமல் நிற்கும் அருணாவை நினைத்து நான் வருத்தப்பட்டேன். எனக்கு அவளைப் பார்க்க வேண்டும்போல் தோன்றியது. ஆனால், இந்த எண்ணத்தை அவனும் சொன்னபோது நான் மௌனமாக இருந்துவிட்டேன். 'உயிருக்குயிரானவன் நீ' என்று சொல்ல அவளுக்கு ஓர் ஆண் கிடைக்க வேண்டும் என்று நினைத்துக்கொண்டேன்.

இப்படியிருக்கையில் 'ஒரு கருத்தரங்கில் கண்டேன்' என்று சொல்லி அவன் அருணாவை அழைத்து வந்தான். அதே ஊரில் குடியிருப்பதாகச் சொன்னாள், அருணா சற்றுநேரம் பேசிவிட்டுச் சென்று விட்டாள். பின்னர் அவள் வரவேயில்லை என்றாலும் நான் சின்னக் கண்ணனின் பள்ளி அருகே வீடு பார்த்துப் போக வேண்டும் என்றும் இந்த வீட்டில் நிறைய எலிகள் உண்டென்றும் அந்த எலிகளைப் பிடிக்கப் பாம்புகள் வருமென்றும் கூறி அவனை பயமுறுத்தி அருணா இல்லாத ஊருக்கு வீடு பார்த்துச் சென்றுவிட்டேன். அவனும் ஒன்றும் பேசாமல் ஒத்துழைத்தான். பின்னர் அருணா குறித்து ஒரு வார்த்தை கூட நானும் அவனும் பேசிக்கொள்ளவில்லை. ஆனாலும் எப்போதாவது நினைவில் வந்து போவாள். இப்போது ஏன் அவளைப் பற்றி நினைத்துக்கொண்டிருக்கிறேன் என்று எனக்குப் புரியவில்லை.

யாருமற்ற தீவில் வசிப்பதுபோல் நானும் அவனும் மட்டும் இருக்கும் நேரமும் வந்தது. சின்னக் கண்ணன் பெரியவனாகி, குடும்பமாகி தூரத்தில் சென்றுவிட்ட பின் ஒரு நாள் எழுத்தைத் தொடர்வதுபற்றி நாங்கள் பேசினோம். எனக்கோ அவனுக்கோ எழுதுவதில் எந்த உற்சாகமும் தோன்றவில்லை. நானும் அவனும் பல வாடகை வீடுகளில் மாறி மாறி குடியிருந்த போதிலும் தனியாக ஒரு நீலப்பெட்டியில் குடைப்பனை நாரில் நெசவு செய்து தயார் செய்யப்பட்ட ஃபைல் ஒன்றில் பத்திரப்படுத்தி வைத்திருந்த தாள்களை எடுத்து அவ்வப்போது பார்த்துக்கொள்வேன். எழுதுவது சிரமமாக இருக்கிறது. கைவிரல்களும் தோள்பட்டையும் வலிக்கிறது. எழுத ஒன்றுமில்லாதது போலவும் இருக்கிறது. பொழுது விடிகிறது. வெயில்

படர்கிறது. அல்லது மழையோ, பனியோ, குளியல், சாப்பாடு, மருந்து, மாத்திரை, பலவித வலிகள் என்று நாட்கள் போகின்றன. தூங்கியும் விழித்துக் கிடந்தும் இரவும் போகிறது.

சின்னக் கண்ணனும் குடும்பமும் வந்து ஓரிரு வாரங்கள் தங்கிவிட்டுச் செல்லும்போது, அவர்களது அறையில் நானும் அவனும் சென்று அவர்கள் விட்டுச்சென்ற எதையும் கலைக்காமல் பார்த்துக்கொண்டு சும்மா இருப்போம். சித்திரப் புத்தகம், ரிப்பன், தலையில் வைக்கும் கல் பதித்த க்ளிப், ஒரு துப்பட்டா, டீ ஷர்ட் என்று பரவிக் கிடப்பவைகளைப் பார்ப்போம். அவர்களது வாசனை போய்விடுமோ என்று நினைத்து ஜன்னல்கள் திறக்கமாட்டோம். சிலநாட்களுக்குப் பின் எல்லாம் அடுக்கிச் சீராக்கி வைப்போம். பின்னர் ஒருவரை ஒருவர் பிடித்துக்கொண்டு மாடிப்படிகளிறங்கி வருவோம்.

இப்போது சொந்தமாக வாங்கிய வீட்டின் மொட்டை மாடியில் செயர்போட்டு உட்கார்ந்து முன்னால் தெரிகின்ற நிலத்தை இரண்டாகக் கிழித்துக்கொண்டு செல்லும் ரயில் தண்டவாளங்களையும் மலைகளையும் பார்த்துக்கொண்டிருக்கையில் கடந்த காலத்தில் சிரிப்பும் மகிழ்ச்சியும் கண்ணீரும் துயரமும் வலியும் வேதனையும் திரைப்படம் போன்று என் முன் விரியும். சொன்னால் அவனுக்கு அதையெல்லாம் கேட்கும் பொறுமைகூட இல்லை. காலையில் வரும் பத்திரிகைகளை இரவு வரை படித்து அவன் பொழுதைப் போக்குகிறான்.

நீலப்பெட்டியில் குடைப்பனை நாரால் நெசவு செய்து தயாரிக்கப்பட்ட ஃபைல் கவரில் பாதுகாத்து வைத்திருந்த தாள்களை எடுத்து 'ஆரம்பத்திலிருந்தே படிக்கலாம்' என்று கூறி அவனிடம் கொடுத்தேன். ஒரு நாள் அவன் புரட்டிப் பார்த்துவிட்டு பலபக்கங்களிலும் அட்சரங்களைக் காணவில்லை என்றும் வெறும் வெள்ளைத் தாளாகத் தெரிகிறது என்றும் சொன்னான். நானும் பார்த்தேன், சில வெற்றுத் தாள்கள் இருந்தன. சில பக்கங்களில் நீர்த்துளி விழுந்து கலைந்ததுபோல் இருந்தன. சில பக்கங்களில் என்னென்னவோ எழுதப்பட்டிருந்தது.

என் வருத்தம் கண்டு என் கன்னத்தில் தட்டி அவன் சொன்னான். 'நேற்றைக் குறித்து எழுதியவை தொலைந்து போகட்டும். இன்றைக் குறித்து நாம் எழுதலாம். நிம்மதியாக இரு, பாஸ்ட் இஸ் பாஸ்ட்.' நான் 'சரி' என்றேன்.

'நீ க்யாஸ் அடுப்பில் பால் வைத்துவிட்டு காக்காய்க்கு சாதம் கொடுக்கப்போய் விடுகிறாய். அது பேராபத்தில் கொண்டு விடுமென்று

உன் மூளை உனக்குச் சொல்வதில்லையே. வாசல் கதவை திறந்து வைத்துக் கொண்டு பூஜையறைக்குள் நுழைந்து கதவைச் சாத்திக் கொள்கிறாய்.

பால்க்காரியின் பெண்ணின் பெயரையும் சுய உதவிக்குழுத் தலைவியின் பெயரையும் மாற்றிச் சொல்கிறாய். சொன்னதையே மீண்டும் மீண்டும் சொல்கிறாய். எனக்கு காபி தந்துவிட்டு சற்று நேரத்தில் மறுபடியும் காபியுடன் வருகிறாய். வா... டாக்டரைப் பார்க்கலாம்' என்று கூறி என்னை அவன் இங்கே அழைத்து வந்துள்ளான்.

இப்பொழுது என் அருகே கிழத்தோற்றத்தில் காணப்படும் அவனும் அவன் தோள் சாய்ந்து வெள்ளைச் சுவர்களை வெற்றுப் பார்வையோடு பார்த்துக்கொண்டிருக்கும் நானும் என்ன புத்தகம் எழுத முடியும். கால் முட்டியிலிருந்து பாதம் வரை உள்ள வீக்கத்துடன் லேசாக நொண்டியபடி நடக்கும் அவனும், மறந்தும் நினைத்தும் குழம்பும் நானும் எப்படி புத்தகத்தை முடிக்க முடியும். இருந்தாலும் அவன் சொன்னதுபோல் 'நேற்றைப் பற்றி எழுத வேண்டாம். இன்றைப் பற்றி எழுதலாம்' என்று மறுபடியும் சொல்லி நானும் அவனும் வீட்டுக்குப் போய் எழுதத் துவங்க வேண்டும் என்று முடிவெடுத்தோம்.

●

வீடு பள்ளத்தில் இருக்கிறது

பெரிதாக, இரைச்சலுடன் பெய்து கொண்டிருந்த மழை நின்று விட்டது. ஆனாலும் தூறல் விழுந்து கொண்டுதானிருக்கிறது. தெருவில் நடந்து போனால் நிச்சயம் நனையும். எப்படி தண்ணீர் பிடிக்கப்போவது என்று கவலைப்பட்டுக் கொண்டே பிளாஸ்டிக் குடத்தை இடுப்பில் வைத்துக்கொண்டு நின்ற நீலாவிடம் ''மழை விடட்டும் அப்பறம் போலாம்'' என்று மாமியார் சிவாமி சொன்னதும் நீலா திண்ணையில் அப்படியே உட்கார்ந்து கொண்டாள்.

பக்கத்து மாந்தோப்பின் உள்ளே கொஞ்சம் நடந்தால் கிணறு உண்டு. வற்றாத கிணறு. அங்கிருந்துதான் சமைக்கவும் குடிக்கவும் எல்லாம் தண்ணீர் எடுக்கவேண்டும். மாந்தோப்பைச் சுற்றிப்போனால் குழாய் உண்டு. எப்போது தண்ணீர் வரும் என்று சொல்ல முடியாது. வீட்டுக்குப் பின்னால் உள்ள கிணற்றில் நீர் குறைவாக இருப்பது மட்டுமல்ல உபயோகமற்றும் இருக்கிறது. என்னவோ துர்நாற்றம் வீசுகிறது. அடிக்கடி மாந்தோப்புக்குப் போய் தண்ணீர் பிடிக்க வேண்டியுள்ளது. பெரிய ஒரு பாரல் வாங்கவேண்டும். பக்கட்டுகள் வாங்க வேண்டும். நான்கைந்து நடை தண்ணீர் எடுத்து நிரப்பிவிடலாம் என்றால் ஒன்றும் நடக்கமாட்டேன் என்கிறது. ஒரே ஒரு அண்டா மட்டும்தான் உள்ளது. அதில் நிரப்பும் நீர் சீக்கீரமே தீர்ந்து போய்விடுகிறது. மேலும், உடனே போய் நீர் எடுக்க முடியாது. நேரம் காலம் பார்க்கவேண்டும். அந்த மாந்தோப்பில் சீட்டாட்டம் நடந்துகொண்டிருக்கும். மூன்று நான்கு குழுக்களாக பிரிந்து ஆட்டம் நடக்கும்போது அது வழி போவது சரியாகாது. அதில் சில பேர் போதையில் வேறு இருப்பதாகவும் தோன்றும். மாந்தோப்பு முதலாளி சில வருடங்களுக்கு முன் மரங்களில் ஒன்றிரண்டை விட்டுவிட்டு மீதியெல்லாம் வெட்டிவிட்டார். பின்னர், மரவள்ளிக்கிழங்கு நட்டார். பார்த்துக்கொள்ள உறவுக்காரரான சாமியப்பனையும் வைத்தார். அவனுக்குப் படுக்க சின்னதாய் ஒரு குடிசையும் கட்டினார். இரண்டு வருடங்களாக அங்கே ஒன்றுமில்லை. முதலாளி வெளிநாட்டிலிருக்கிறார். மேலும் மாந்தோப்பில் ஒரு சில மரங்கள் நிற்குமிடத்து நிழலில் சீட்டாட்டம் நடக்கிறது. நிறைய இடம் காடு பிடித்துக் கிடக்கிறது. குடிசையில் சாமியப்பன் இல்லை.

முருகேசு தன்னைக் கல்யாணம் பண்ணி இங்கே கொண்டு வந்த போதிருந்த நிலைமை நீலாவின் நினைவில் வந்தது. அப்போது

வீட்டின் எதிர்ப் பக்க நிலம் தரிசாகக் கிடந்தது. ஆனால், வீடும் நிலமும் ஏறக்குறைய ஒரே நேர்கோட்டில்தான் இருந்தது. திண்ணையில் உட்கார்ந்து நீலாவுக்கு தலைவாரி பின்னலிட்டுக் கொண்டே சிவாமி அத்தை சொன்னதையெல்லாம் நீலா நினைத்துப் பார்த்தாள். ''இந்த வீட்டை வாங்குறதுக்கு எவ்வளவு கஷ்டப்பட்டோம் தெரியுமா. முருகேசுக்கு அப்பா எங்கிட்ட, ''வீட்டுக்குப்போய் பணம் வாங்கிட்டு வா, பணம் வாங்கிட்டு வான்னு'' நை நைன்னு தினம் சொல்லிக் கிட்டிருப்பாரு. மாமனாரும் மாமியாரும் கூடச் சேந்துக்கு வாங்க. சாப்பிடாத கொள்ளாத தினக்கும் ஒரே சண்டை. வீட்டுக்குப்போனா எடுத்துக் குடுக்க அங்கென்ன மரமா காச்சிருக்கு? சல்லிசு விலைக்கு இடம் கெடக்குது, இப்ப வாங்கினாதான் உண்டு. எத்தனை நாளைக்குத்தான் வாடக வீட்ல இருக்கிறதுன்னு சொல்லி ஒரே சண்டை. பின்ன, என் வீட்டுக்குப் போய் ''பணம் வாங்கி வான்னு தொரத்தி விட்டுட்டாங்கன்னு'' சொல்லி அழுதேன். எங்க வீட்ல எப்படியோ பணம் புரட்டிக் குடுத்தாங்க. எங்கக்கா கூட சண்டைக்காரப் புருஷன்கிட்ட மல்லுக்கட்டி கொஞ்சம் பணம் குடுத்தா. அதெல்லாம் வச்சுதான் இந்த எடத்தை வாங்கினோம். முருகேசு அப்பா அவரு வீட்லேர்ந்து கொஞ்சம் பணம் கொண்டாந்தாரு. எப்படியோ கடன உடன வாங்கி இந்த வீட்டைக் கட்டினோம். அப்பல்லாம் இப்படியா இருந்தது. கதவெ தொறந்தா பச்சப்பசேல்னு வயலு. நல்ல ஜிலு ஜிலுன்னு காத்து. பின்பக்கம் வாய்க்கால் ஒன்னு. நெறயத் தண்ணி. முருகேசு வும் தங்கச்சியும் சின்னப்பிள்ளைகளா இருக்கச்சில நான் கண்ணே காவலேன்னிட்டிருப்பேன். துணி தொவைக்க, பாத்திரம் கழுவன்னு எல்லாத்துக்கும் வாய்க்கா தண்ணிதான். முற்றத்துக் கிணத்துல நிறைய நல்ல தண்ணி. பைப்புத் தண்ணி பிடிக்கப் போகவே வேண்டியதில்ல. பக்கத்துல வீடும் நெறய கெடயாது. இப்ப இப்படி இருக்கு.''

இப்போது அங்கே அடுக்குமாடிக் கட்டடம் வந்துள்ளது. அங்கே தோண்டின மண்ணையெல்லாம் இந்த வீட்டுக்கு முன்னால் கொட்டி சாலை போட்டு உயரப்படுத்தியுள்ளார்கள். வீடு பள்ளத்தில் ஆகிவிட்டது. இரண்டு மூன்று கற்கள் பதித்து, படிபோல் செய்ய வேண்டியதாயிற்று. நிலத்தைக் கிழித்துக்கொண்டு ரயில் கூவிப் போவதை சரியாகக் காண முடியாது. மழைக்காலத்தில் கற்படிகளில் கால் வைத்துத் தண்ணீர்க் குடம் சுமந்து இறங்குவது கஷ்டமான காரியமாக இருக்கிறது. காற்றும் தண்ணீரும் தாராளமாக இருந்த கடந்தகால நினைவுகளில் சற்றுநேரம் அமிழ்ந்து கிடந்தாள் நீலா.

''அம்மா ... பாரும்மா ... எலி ... செத்த எலி...'' கூவிக்கொண்டே முத்து ஓடிவந்து நீலா பக்கத்தில் ஒண்டிக்கொண்டு உட்கார்ந்தான். அவன் முகத்தில் அருவருப்பு நிறைந்திருந்தது. அவன் விரல் நீட்டிய இடத்தில் ஒரு செத்த எலியை காக்கா கொண்டு போட்டிருந்தது.

முத்துவின் குரல் கேட்டு என்ன என்றபடி சிவாமி அத்தை வருவார்களோ என்று நினைத்து நீலா உள்ளே பார்க்க, அத்தை உள்ளிருந்து திண்ணைக்கு வந்தாள். செத்த எலியைக் கண்டதும் முகத்தைச் சுளித்தவாறே பேச ஆரம்பித்தாள்.

''இதுதான் இப்ப பெரிய தொந்தரவு. அடுக்கு மாடிக் கட்டடங்கள் வந்ததோ போகட்டும், அந்த வீட்டுக் குப்பையெல்லாம் போட இங்கதான் எடம் கெடச்சுதாக்கும். யாரோ ஒரு மவராசன் வண்டில போறபோக்கில ஒரு குப்பப் பையை விசிறியெறிஞ் சிட்டுப் போனான். அது நம்ம வீட்டுப் பக்கம் வந்து விழுந்து கிடந்தது. அப்புறம் ஒவ்வொருத்தரா குப்பப் பையை விசிற ஆரம்பிச்சான். கொஞ்ச நாள்ல இதுவே குப்பப் போடற எடமாப் போச்சு போ. யாரும் இங்கக் குப்ப போடக்கூடாதுன்னு சொன்னால் யாரு கேக்க. காலேல ஏழு மணிக்குக் கடை தொறக்கப்போற முருகேசு ராத்திரி வந்து குளிச்சு சாப்பிட்டுத் தூங்கினான்னா அவ்வளவுதான். ஒரு நா நான் வழியை மறிச்சு நின்னுக்கிட்டு இங்கே குப்பப் போடக்கூடாதுன்னேன். சில வண்டிங்க நிறுத்தாமப் போச்சு. ஒரு வண்டி 'போய் கேசு குடு, போ...ன்னிச்சு.' இன்னொரு வண்டில வந்த ஒரு மீசைக்காரர், 'இது புறம்போக்கு நிலம், உனக்கு பட்டா இருக்கா'ன்னு கேட்டு சிரிச்சாரு. எப்படியோ தெரியல, கொஞ்ச நாளிலெ ஒரு குப்ப லாரி வந்து குப்ப அள்ளிக்கிட்டுப் போக ஆரம்பிச்சுது. ஞாயிற்றுக்கிழமை மட்டும் வராது. காத்துல துர்நாற்றம் வீசிக்கிட்டே இருக்கும். கிணத்துத் தண்ணியும் உபயோகமில்லாமப் போச்சு. இதுபோல நாய் காக்கால்லாம் எதுனாம் கொணந்து போடவும் செய்யுது.

இதே வீட்டில் தானும் இருந்து கொண்டு இதையெல்லாம் கண்டு கொண்டும் பாதிப்புக்கு உள்ளாகியும் இருக்கிறோம் என்று தெரிந்தாலும் சிவாமி அம்மா என்னமோ மூன்றாம் பேரிடம் சொல்வதுபோல் சொல்லிக் கொண்டிருக்க நீலாவும் தலையை ஆட்டிக் கேட்டுக் கொண்டிருந்தாள். இந்த எடத்தை வித்துட்டு வேற எங்காச்சும் போனா என்ன என்ற கேள்வியை உள்ளுக்குள்ளேயே வைத்துக் கொண்டாள். முன்னொரு தரம் அதைப்பற்றி லேசாகக் கோடு காட்டியபோதே

சிவாமி அத்தை எரிந்து விழுந்தாள். ''இந்த வீட்டை வித்துட்டுப் போய் மாளிக வீட்டை வாங்கி அங்கன இரு. முருகேசு பலசரக்குக் கடையை வித்துட்டு உங்களுடனே வரட்டும். ரெண்டு பேரும் பிள்ளையுமா நடுத்தெருல போய் நில்லுங்க'' என்றாள். அடிக்கடி முருகேசு அப்பா இந்தத் திண்ணையில்தான் உக்காந்துக்கும். அந்த ஜன்னலை திறந்து வச்சுட்டுத்தான் படுத்துத் தூங்கும். இந்தக் கிணத்தடிலதான் வாழ மரம் நடும் என்று சிவாமி அத்தை சொல்லுவார். இந்த மாதிரி நினைவுகளை விட்டு வேறெங்கும் போக அவருக்கு இஷ்டமில்லை போலும். நீலா பெருமூச்செறிந்தாள்.

முருகேசுவுக்கும் இந்த இடத்தை விட்டு எங்கும் போக இஷ்டமில்லை என்றுதான் நீலாவுக்குத் தோன்றுகிறது. முருகேசுவுக்கு நீரிழிவு நோய் உள்ளது. அடிக்கடி மருந்து சாப்பிட வேண்டியதாயிருக்கும்.

பொதுவாகவே நோஞ்சலான உடம்புதான். பருத்திக் கொட்டை யும் புண்ணாக்கும் அளந்து கொடுக்கவும் கணக்குப் பார்க்கவும் தெரியும். முருகேசுவின் அப்பா பலசரக்குக் கடையாக நடத்தினார். இப்போது பலசரக்கு என்று சொல்ல ஒன்றுமில்லை. பருத்திக் கொட்டையும் புண்ணாக்கும் வாங்க யாரும் வருவதில்லையே, அரிசி பருப்பு போன்றவைகள் வாங்கி விற்கலாமே என்று சொன்னால் டவுனில் ஒரு பெரிய ஸூப்பர் மார்க்கட் வந்துள்ளது என்கிறார். நீலா நேரம் கிடைக்கும்போதெல்லாம் அரிசி வற்றல், வடாம் செய்து சின்னக் கவரில் வைத்து கடையில் விற்பனைக்கு வைப்பாள் பருத்திக் கொட்டைப் புண்ணாக்கு மூட்டைகள் ஒருபக்கமிருக்க கல்லா பக்கத்து ஷெல்பில் அவைகள் இருக்கும். மத்தியானம் முருகேசுவுக்குச் சாப்பாடு கொண்டு போய்க் கொடுத்து அவர் சாப்பிட்டு முடிக்கிற வரை அங்கே இருக்கும்போது கவர்களை எண்ணிப் பார்ப்பாள் நீலா. அடிக்கடி அப்பளமும் செய்து விற்பனைக்கு வைப்பாள். முருகேசு சந்தோஷப்படுவான். எந்தக் காரியமானாலும் அம்மா வேண்டும். நீலா வேண்டும். அப்பேர்ப்பட்ட ஒருவர் ஊர்விட்டு ஊர் போய் பிழைப்புத் தேடுவதெல்லாம் நடவாத காரியம் என்று நீலா விட்டுவிட்டாள்.

நீலா நிமிர்ந்து அடுக்குமாடி வீடுகளைப் பார்த்தாள். மேலே பார்க்கும்போது கட்டடங்கள் நகருவதுபோல் தோன்றிற்று. பின்பக்க பால்கனிகளில் துணி துணியாக தொங்குகிறது. அநேகமாக எல்லா ஜன்னல்களும் சாத்தப்பட்டுதான் இருக்கின்றன. நீலா மெதுவாக எழுந்தாள். பார்த்துக்கொண்டே இருந்தால் இருட்டாகிவிடும்.

இருட்டிவிட்டால் மாந்தோப்புக் கிணற்றில் நீர் பிடிக்கப் போக முடியாது. தோப்பு வழியில் ஊர்வன ஏதாவது இருக்கக்கூடும். முன்னொரு நாள் இப்படித்தான் இருட்டும் நேரம் அது வழி போனபோது பைப்பு வேலை பார்க்கும் மாரியப்பனும் பால்ராஜூம் ஒரு மரத்தில் சாய்ந்து நின்று கொண்டிருந்தார்கள். அவர்கள் போதையில் இருப்பதாகப் பட்டது. அவர்கள் கண்ணில் படாமலிருக்க வேலிப்பக்கமாக நடந்ததும் அங்கே ஒரு பாறாங்கல் மேல் பாம்பு ஒன்று ஊர்ந்து போனதும் விழுந்தடித்து ஓடிவந்ததும் எல்லாம் நீலாவின் நினைவில் வந்தன. அன்று சிவாமி அத்தை வெட்டவெளியில் கையை நீட்டித் திட்டினாள். ''இந்தப் பயலுவளுக்குச் சீட்டாடவும் தண்ணியடிக்கவும் ஒரு தோப்பு கெடக்குது, சுத்திச் சுத்தி இடம் வாங்கினவுங்க இதையும் வாங்கி வீடு கட்டப்போறானுவ அப்பத்தான் தெரியும்'' என்று என்னென்னவோ சொன்னாள். அங்கேயும் வீடுகள் வந்து விட்டால் நிலைமை இன்னமும் கஷ்டமாகிவிடுமே என்று நீலா கவலைப்பட்டாள்.

நீலா இரண்டடி வைப்பதற்குள் அடுக்கு மாடிக் கட்டடத் தின் பின்னாலிருந்து ஜமிலாவும் தங்கரதியும் வருவது நீலாவின் கண்ணில் பட்டது. நீலா சட்டென்று திரும்பி ஒருபக்கச் சுவரோரமாக ஒதுங்கிக் கொண்டாள். இருவர் கையிலும் உப்பலான பெரிய பைகள் இருக்கின்றன. அவர்கள் அடுக்குமாடி வீடுகளில் காலை முதல் மாலை வரை வேலை செய்கின்றனர். நிறையப் பேர் அங்கெல்லாம் வேலை செய்கிறார்கள். அவர்களுக்கு நல்ல சம்பளம் கிடைக்கிறது. ஜமிலா வேலை செய்யும் வீட்டில் ஒரு தாத்தாவும் பாட்டியும் மட்டும் இருக்கிறார்களாம். அவர்களது இரு மகன்களும் வெளிநாட்டிலிருந்து வந்தபோது ஜமிலாவுக்கு நிறைய துணிமணிகள், பணம் எல்லாம் தந்து ''எங்க அம்மா அப்பாவை நல்லா பாத்துக்கணும்'' என்று சொல்லிச் சென்றார்கள் என்று ஜமிலா சொன்னாள்.

தாத்தா பாட்டிக்குத் தயாரித்துத் தரும் நல்ல உணவு வகைகள்தான் தானும் சாப்பிட்டு குழந்தைகளுக்கும் எடுத்துக்கொண்டு வருவாளாம். முன்புபோல் பழைய சாதம் ரசம் எல்லாம் அறவே கிடையாதாம். தங்கரதியும் நிறையச் சொன்னாள். அவள் வேலை பார்க்கும் வீட்டில் உள்ள செல்வாக்கு மிகுந்த பெரியவரை காண வருபவர்கள் கொண்டு வரும் ஆப்பிள், ஆரஞ்சு போன்ற பழங்களில் ஒரு பங்கு அவளுக்கும் கிடைக்கும் என்பாள். ஒரு சில வருடங்கள் முன்பு வரை நீலாவிடம் பழைய புடவைகள் கேட்டு வாங்கி உடுத்திக் கொண்டு தூரத்திலிருக்கும் வீடுகளில் வேலைக்குச் சென்றவர்கள் ஜமிலாவும் தங்கரதியும். இப்போது

அவர்கள் நல்ல நல்ல புடவைகள் கட்டிக்கொண்டு மைக்ரோவேவ் அவனில் சமைப்பது பற்றியும் வாஷிங் மெஷினில் எந்த ரகத்துணிகள் போடலாமென்பது குறித்தும் பேசும்போது நீலாவுக்கு வியப்பாக இருக்கும். இரண்டு அறைகள் மட்டுமுள்ள ஓட்டு வீடுகளில்தான் குடியிருக்கிறார்கள் என்றாலும் அவர்கள் நடை உடை பாவனைகள் எல்லாம் உயர்மட்ட மனிதர்களதுபோல் இருக்கிறது.

நீலாவுக்கு என்னவோ இப்போதெல்லாம் அவர்களுடன் பேசப் பிடிப்பதில்லை. அவர்கள் பேச்சில் அடிக்கடி ஐஸ்க்ரீம், பிஸா, பர்கர், நூடுல்ஸ் போன்ற வார்த்தைகள் எல்லாம் அடிபடுகிறது. அவர்களுடைய குழந்தைகள் இவைகள்தான் வேண்டும் எனக் கேட்கிறார்கள், என்பதை பெருமையாகச் சொல்கிறார்கள். அதையெல்லாம் முத்து கேட்டுவிடக் கூடாதே என்று நீலா கவலைப்படுவாள். பருத்திக் கொட்டையும் புண்ணாக்கும் விற்கும் முருகேசுவின் குழந்தைக்கு குச்சி ஐஸே பெரிய விஷயம்தான். ஜமிலாவும் தங்கரதியும் வீட்டைக் கடந்து சென்று விட்டார்களா என்றறிய நீலா மெதுவாக எட்டிப் பார்த்தாள். இருவரும் போகவில்லை. பாலத்துப் பக்கமுள்ள ருக்குமணியிடம் பேசிக் கொண்டு நிற்கிறார்கள்.

நீலாவுக்குச் சலிப்பாக இருந்தது. கிணற்றில் நீர் வற்றாதிருந்தால் இந்தக் கஷ்டம் உண்டா, இருக்கிற நீரில் துர்நாற்றம் வீசாதிருந்தால் இந்தக் கஷ்டம் உண்டா, கிணற்றுப்பக்கம் குப்பை கொட்டாதிருந்தால் இந்தக் கஷ்டம் உண்டா என்றெல்லாம் தனக்குத்தானே முனகிக் கொண்டாள். காற்றில் துர்நாற்றம் வீசிக்கொண்டே இருக்கிறது. இருள் வரப்போகிறது. முருகேசுக்கு இதொன்றும் தெரியாது. தெரிந்தாலும் ஒன்றும் செய்யப்போவதில்லை. தன்னால் செய்யமுடியாத ஒன்று இருந்தால் அது சரியில்லை அல்லது செய்ய முடியாதது என்கிற மாதிரி பதில் சொல்வார். சொன்னவனையே திருப்பிக் கொள்கிற மாதிரி ஒரு பதிலாக இருக்கும். "முத்து சொன்னாலே கேக்கமாட்டேங்கிறான்" என்றால் "நீ வளர்க்கிற லட்சணம் அப்படி" என்று சொல்வார். "இந்த தடவ வாங்கின பருப்பு நல்லாவேயில்ல. வேகவே மாட்டேங்குது" என்றால் "உனக்குப் பருப்பு வேக வைக்கத் தெரியல" என்று சொல்வார். பல சமயங்களில் இந்தக் குப்பைத் தண்ணீர் கஷ்டம் என்பது குறித்துப் பேசுவது கேட்கவே இஷ்டமில்லாத மாதிரி வேறேங்கோ பார்த்துக் கொண்டிருப்பார். பருத்திக் கொட்டையும் புண்ணாக்கும் மட்டும்தான் நினைவில். கடையை பெரிசு பண்ணலாமென்பதெல்லாம் சிந்தனையிலேயே இல்லை. எனக்கு உடம்பு முடியல முடியல என்று

முனகிக்கொண்டே யாருக்காகவோ என்னவோ செய்வதுபோல் காலையில் போய் இரவு திரும்புகிறார். பேசுவது மிகவும் குறைந்து போய்விட்டது. பாலத்துப் பக்கம் மாட்டுப் பண்ணையும் மேற்குத் தெருவில் ஒரு சில வீடுகளும் உள்ளதால் ஏதோ வியாபாரம் நடக்கிறது. வீடு பட்டினியில்லாமல் போகிறது. ஆனால் வீட்டில் யாருக்காவது நோய் வந்து மருந்து வாங்க நேர்ந்தால் அவ்வளவுதான். இப்படி இருந்தால் போதுமா என்றால் 'போதுமென்ற மனமே பொன் செய்யும் மருந்து' என்பார். வரவர பேச்சே குறைந்துதான் போய்விட்டது. பேச ஒன்றுமில்லாதது போலவும் இருக்கிறது. சிரிக்கவும் மறுத்து, பேச வும் மறுத்து எங்கோ வெறித்துப் பார்த்துக் கொண்டிருக்கும் இந்த முருகேசுவின் இயல்பே அதுதான். ஞாயிற்றுக்கிழமையும் கூட கடையைத் திறந்து வைத்துக் கொண்டு சாலையைப் பார்த்துக் கொண்டு உட்கார்ந்திருக்கிறார்.

இதென்ன உப்புச் சப்பற்ற வாழ்க்கை. செக்கு மாடுபோல் ஒரே கோட்டில் சுற்றிக்கொண்டு இதென்ன வாழ்க்கை. நீலா குப்பைகளைப் பார்த்தாள். இரண்டு நாய்களும் சற்று தூரத்தில் சில கோழிகளும் நின்றன. பார்த்துக் கொண்டேயிருக்கும்போது அங்கே நிறைய நாய்களும் பன்றிகளும் கரப்பான்பூச்சிகளும் எலிகளும் பெருச்சாளிகளும் அந்தக் குப்பைகளைக் கிளறி கீழ்மேலாக போடுகின்றன என்று அவளுக்குத் தோன்றியது. ப்ளாஸ்டிக் பைகள் கடித்துக் குதறப்பட்டு உள்ளேயிருந்த பைகள் வெளியே சிதறிக்கிடந்தன. நாய்களும் பன்றிகளும் அவள் வீடு நோக்கி நடந்தும் ஓடியும் வருவதுபோல் தோன்ற அவள் தலையைக் குலுக்கி நன்றாகப் பார்த்தாள். இரண்டு நாய்கள் ஒவ்வொரு திசையில் சென்று கொண்டிருக்க குப்பை மட்டும் அங்கே இருந்தது. ஜமிலாவும் தங்கரதியும் போய்விட்டார்கள். நீலா ஒரு பெருமூச்சுடன் முன் திண்ணையில் வந்து குடத்தை எடுத்துக்கொண்டு கற்களில் கால் பதித்து மேலே ஏறி நின்று திரும்பி வீட்டைப் பார்த்தாள். வீடு பள்ளத்தில் இருக்கிறது; வாழ்க்கையும்தான் என்று எண்ணிக்கொண்டே குடத்துடன் நடக்க ஆரம்பித்தாள்.

●

குழலூதியின் நாட்குறிப்பு

மாடியறை ஜன்னல் வழியாக வெளியே தெருவை வேடிக்கைப் பார்த்துக் கொண்டிருந்தான் சிவராமன். ஊரில் திருவிழா நடந்து கொண்டிருக்கிறது. அடுத்த நாள் காலையில் பெரிய தேர் ஒன்றைப் பக்தர்கள் ஒருசேர இழுத்து நான்கு தெருக்கள் சுற்றி வந்து கோயில் வாசலில் நிப்பாட்டுவார்கள். தேர்த்திருவிழா காண நிறைய மக்கள் வந்து கொண்டிருக்கிறார்கள். நவநீதா வருவாளா என்று அவனுக்குத் தெரியவில்லை. 'நவநீதா வருவாளா' என்று அவன் சற்று உரக்கக் கேட்டான். அந்தக் கேள்வி காற்றில் கரைந்து போயிற்று.

பல வண்ணங்களில் பல உருவங்கள் உள்ள பலூன்கள் ஒரு குச்சி மேல் வைத்து ஒருவன் விற்றுக்கொண்டிருப்பதை சிவராமன் கவனித்தான். கூட வந்த பெரியவர்களிடம் அடம் பிடித்து குழந்தைகள் பலூன் வாங்கிச் செல்கின்றனர். பலூன் வாங்க இயலாத குழந்தைகள் ஆசையுடனும் ஏக்கத்துடனும் பார்த்துக் கொண்டு நிற்கின்றனர். பார்த்துக் கொண்டிருக்கும்போதே பலூன்காரன் நகர்ந்துவிட்டான். அந்த இடத்தில் ஐஸ்க்ரீம் வியாபாரி ஒருவன் வந்து விட்டான். அங்கே சற்று நிழலான இடம். கையில் சிறிய ஊது குழல்போல் ஒன்றை வைத்துக் கொண்டு ஒருவன் சிறு கிண்ணத்து சோப்பு நீரில் நனைத்து ஊதுகிறான். வண்ண வண்ணக் குமிழிகள் மிதக்கின்றன. குழந்தைகள் ஆரவாரத்துடன் அதன் பின்னால் போகின்றனர்.

சிவராமன் தேடுவது இவர்கள் யாரையுமல்ல. அவனுக்குக் காணவேண்டியது குழலூதியை. நல்ல கறுப்பு நிறத்தில் எண்ணெய் தடவியதுபோல் தோல் மினுமினுவென்றிருக்க, பளீரென்ற சிரிப்புடன் ஒளிரும் கண்களுடன் இருப்பானாம் அவன். ஒரு தோல்ப் பை நிறைய சிறிதும் பெரிதுமான புல்லாங்குழல்கள் வைத்திருப்பானாம். ஒரு சிகப்புத் துண்டைத் தலையில் கட்டியிருப்பானாம். அவன் புல்லாங்குழல் ஊதுவதைக் கேட்க இனிமையாக இருக்குமாம். இதெல்லாம் நவநீதா சொல்லித்தான் சிவராமனுக்குத் தெரியும். அவனைத்தான் சிவராமன் தேடுகிறான். விழாக்காலங்களில் அவன் புல்லாங்குழல் விற்றுக் கொண்டு வருவானாம். ஊர் ஊராகப் போய் திருவிழாக் காலங்களில் குழலூதுவதும் விற்பதும்தான் அவன் வேலையாம். நவநீதா அவனைப் பற்றிக் கூறுகையில் சிவராமனுக்கு அவனைக் காண வேண்டும் போலிருக்கும்.

அவனது தோல்ப் பையுடன் சேர்த்து இன்னொரு ஜோல்னாப்பை உண்டென்றும் அதில் ஓய்வு பெற இருக்கும் கமலம் டீச்சர் பற்றி கமலம் அம்மா என்றெழுதி ஒரு நிலா வரைந்து பக்கத்தில் நிலவைக் காட்டும் விரலொன்றையும் சிறு கிண்ணத்தில் ஏதோ பொருள் வைத்தது போலும் வரைந்து வைத்துள்ளானாம். இதை நவநீதா சொன்னவுடன் சிவராமன் கேட்டான்.

'உன்னைப் பற்றி எழுதியுள்ளானா?' அதற்கு அவள் 'இருக்கலாம், யாருக்குத் தெரியும்' என்று அலட்சியமாகச் சொல்லிவிட்டுப் போனாள். அப்போது அவளது இதழ்களின் ஓரத்தில் மெலிதாக ஒரு சிரிப்பு எட்டிப் பார்த்ததோ என்று அவன் சந்தேகப்பட்டான். அதனாலேயே தான் அவன் குழலூதியைத் தேட ஆரம்பித்தான். அந்த நாட்குறிப்பு காணவேண்டும் என்று ஆசைப்பட்டான். குழலூதியின் நாட்குறிப்பு என்ற சொற்கள் கூட நவநீதா சொன்னதுதான்.

ஒரு நாள் சிவராமன் மிகவும் அடம்பிடித்த போது நவநீதா அவனைப் பக்கத்து ஊர்த் திருவிழாவுக்கு அழைத்துச் சென்றாள். அங்கே திருவிழாக் கடைகளுக்குள் வளையல், அலங்காரப் பொருட்கள் என்று அவள் மும்முரமாக இருக்க, அவன் குழலூதியைத் தேடிக்கொண்டு நடந்தான். மினுமினுவென்று தோலுள்ள கறுப்பான, தலையில் சிவப்புத் துண்டால் கட்டின, குழலூதியை எங்கும் காணவில்லை. பதிலாக அழுக்கான உடையுடன் கலைந்தத் தலையும் தாடியும் மீசையுமாக ஒரு நீள்குச்சி மேல் நிறைய சிறுசிறு புல்லாங்குழல்கள் வைத்துக் கொண்டு விற்றுக்கொண்டிருந்த ஒருவன் கண்ணில்பட்டான். அவன் அந்தக் குச்சியை ஒரு வீட்டுச்சுவர் மேல் சாத்தி வைத்து விட்டு ஒரு சந்தை நோக்கிப் போன போது சிவராமன் ஓடிப்போய் அந்தக் குச்சியின் பாதியில் ஆணியடித்து மாட்டியிருந்த ஓர் அழுக்கான பையை மெதுவாகத் திறந்து பார்த்தான். அதற்குள் ஓர் அழுக்குத் துண்டு மட்டுமே கிடந்தது.

அவன் ஏமாற்றத்துடன் நடந்து நவநீதாவைத் தேடிக் கண்டுபிடித்து, 'வா போலாம், வா போலாம்' என்று சொல்லி அவசரப்படுத்தினான். 'வா வான்னு அவசரப்படுத்தி இங்க வந்ததும் தேர் கூட பார்க்காது போலாம் போலாம்னு அவசரம்' என்று முணுமுணுத்துக் கொண்டே ஆட்டோவில் ஏற்றி வீட்டுக்கு வந்து விட்டாள் நவநீதா. அவள் வந்ததும், 'வெளியே கூட்டிப்போகாதேன்னா கேக்க மாட்டேங்கறயே நீ' என்று முணுமுணுத்த அப்பாவைப் பார்த்து சிவராமன் நினைத்தான், 'சரிதான் நவநீதாவை வெளியே கூட்டிக்கொண்டு போகக்கூடாது தான்.'

சிவராமன் முடிந்த மட்டும் கழுத்தை நீட்டி எட்டிப்பார்த்தான். அது ஒரு சின்ன ஜன்னல். அந்தச் சின்ன ஜன்னல் வழியாகக் காணும் காட்சிகள் கொஞ்சமாகத்தான் இருக்கின்றன. சிகப்புப் புடவை உடுத்தி ஒருவன் பின்னால் நடந்து போகும் பெண்ணை உற்றுப் பார்த்தான். நவநீதாவோ என்று சந்தேகப்பட்டு, பின்னர் அவளல்ல என்று தெரிந்ததும் சமாதானமாகி விட்டான்.

ஹைநெக் ஜாக்கெட் போட்டு நீள் கூந்தலை ஓர் உருண்டையாகப் பின்கழுத்தில் வருமாறு கொண்டைப்போட்டு, கஞ்சி போட்ட காட்டன் புடவை உடுத்திக்கொண்டு அவள் வெளியே தெருவில் நடந்து செல்லும் போது அவளைச் சிலபேர் திரும்பியும் பார்ப்பார்கள். 'அதனால்தான் அவளை வெளியே விடாமல் ஒன்றாவது ஜன்னல் கம்பி மீது கட்டி வைத்தேன். அது புரியாமல் எல்லோரும் என்னைத் திட்டினார்கள்' என்று பழசை நினைத்து வருத்தப்பட்டான்.

கொரியர் கொண்டுவரும் சங்கரநாராயணன் இன்டலிஜன்ட் என்று நவநீதா சொன்னாள் என்பதற்காக நவநீதாவைப் பெஞ்சு மேல் நிற்க வைத்து 'சங்கரநாராயணன் தத்தி என்று சொல்லு சொல்லு' என்று நிர்பந்தித்துக் கொண்டிருந்தபோது அப்பா வெளியே சென்றிருந்தார். 'அப்பா அப்பா' என்று சத்தம் கேட்டு, கையில் புசுபுசுவென்று நரைத்த ரோமத்துடன் எதிர்வீட்டு வெங்கிட்டு மாமா ஓடிவந்து அவளை பெஞ்சி மேலிருந்து கீழே இறங்கச்சொல்லி, 'கொஞ்சநேரம் என் வீட்டுல போயி உக்காரு. அங்க மாமி இருக்கா' என்று நவநீதாவின் கையைப் பிடித்து அழைத்துச் சென்றார். நடந்ததைக் கூறி கண்ணைத் துடைத்தாள் நவநீதா. போகிறப் போக்கில் வெங்கிட்டு மாமா, 'ஆமாமா... நீதான் இன்டலிஜன்ட். சங்கரநாராயணன் தத்தி' என்று சொன்னார். சிவராமனுக்கு மிகவும் மகிழ்ச்சியாக இருந்தது. ஆனால், நவநீதா அதை ஒப்புக்கொள்ளவில்லையே என்று நினைத்து அவனுக்கு வருத்தமாக இருந்தது. அத்துடன் தான் தத்தியா, இன்டலிஜன்டா என்பது குறித்து சந்தேகமும் வந்தது.

ஜன்னல் வழிக் காட்சியில் மறுபடியும் ஒரு பெண் நவநீதா சாயலில் தென்பட்டாள். இவள் பச்சைப்புடவை உடுத்தி, பின் கழுத்து இறக்கி வெட்டின ஜாக்கெட் போட்டு, கொண்டையில் பூ சுற்றிக் கொண்டிருந்தாள். அவளிடம் பேசிக்கொண்டு நின்றவனைப் பார்க்க சிவராமனுக்கு இதயம் படபடத்தது. கறுப்பு உடம்பு. அவன் நன்றாக உற்றுப் பார்த்தான். அந்தப் பெண்ணும் சற்றே திரும்பினாள். அது

நவநீதா இல்லை. நவநீதா கறுப்பென்றோ வெளுப்பென்றோ சொல்ல முடியாத நிறத்தில் பட்டவள். நெடுநெடுவென்ற உயரமும் பெரிய கண்களும் கொண்டவள்.

நவநீதாவைப் பெண் பார்க்கச் சென்றதை நினைவு கூர்ந்தான் சிவராமன். அன்று அவள் மஞ்சள் பட்டுப்புடவையில் தலைநிறைய மல்லிகைப்பூ வைத்துக் கொண்டு 'பண்டு ரீதி கோலே' என்று பாடினாள். புதிதாகக் கிடைக்கப்போகும் பொம்மையைப் பார்ப்பதுபோல் அவன் பார்த்துக் கொண்டிருந்தான் என்று பின்னர் அவள் சொன்னதும் அவனுக்கு நினைவில் வந்தது.

'அம்மா அப்பா இல்லாத பொண்ணு. நீங்க தான் இனிமே அவளை பார்த்துக்கணும்' என்று அவள் மாமா கைப்பிடித்துக் கொடுத்ததும் 'அவன் ரொம்ப சாது. சிலநேரம் புத்தி மட்டோன்னுகூட நமக்குத் தோணும். ஆனா அப்படியெல்லாம் இல்ல. ரொம்ப சாது' என்று அவன் மாமா சொன்னதும் அப்பா எதுவும் காதில் விழாதவர்போல் காரை பெயர்ந்து விழுந்த சுவரை கவனமாகப் பார்த்துக் கொண்டிருந்ததையும் சிவராமன் நினைத்துப் பார்த்தான்.

ஜன்னல் காட்சிகளைப் புறக்கணித்துவிட்டு அறைக்குள் திரும்பிப் பார்த்தான். அங்கே இரண்டு கட்டில்கள் அருகருகே கிடந்தன. அவனது கட்டிலில் படுக்கை விரிப்புகள் கலைந்து கிடந்தன. அவளது கட்டில்மேல் அழகாக விரிக்கப்பட்ட இளம் நீலநிற விரிப்பு சுருக்கமில்லாமல் கிடந்தது. அவன் கண்களை இடுக்கி உற்றுப்பார்த்தான். ஓர் ஆள் படுத்து எழுந்திருந்தது போல் சிறிதும் பெரிதுமான அடையாளங்கள் தெரிந்ததுபோல் அவனுக்குத் தோன்றியது. அவன் ஆச்சரியப்பட்டான். அவள் எப்பொழுது வந்து படுத்தாள். எப்பொழுது எழுந்து போனாள் என்றே தெரியவில்லை. முன்பெல்லாம் ஒரே கட்டில்தான் அங்கே கிடந்தது. ஆனால், இரவில் அவன் காலால் உதைக்கிறான் கைகளைத் தூக்கித் தூக்கி அவள் மேல் போடுகிறான் என்றெல்லாம் சொல்லிப் பக்கத்து வீட்டு ரங்கனையும் ராஜாவையும் உதவிக்குக் கூப்பிட்டுக் கீழே அறையில் கிடந்த ஒரு கட்டிலையும் தூக்கி வந்து மாடியில் போட்டாள் நவநீதா.

சிவராமன் கண்களைக் கசக்கிக் கொண்டு மறுபடியும் பார்த்தான். அங்கே நவநீதா ஒரு பக்கமாகத் திரும்பிப் படுத்திருக்கிறாள். அவளது நீண்ட கூந்தல் இளம் நீல படுக்கை விரிப்பில் அவிழ்ந்து கலைந்து கிடக்கிறது. வெள்ளை நிற இரவு உடையில் ஒரு சிற்பம் போல் படுத்துக் கிடக்கிறாள்.

‘இவளை அந்த சங்கரநாராயணனோ, குழலூதியோ கொண்டு போய் விடுவார்களோ என்று பயந்துதான் நான் இவளை ஜன்னலின் இரண்டாவது கம்பியில் கட்டி வைத்தேன்’ என்று அவன் மெதுவாக முணுமுணுத்தான். தெருவில் ஆரவாரத்துடன் ஓடும் குழந்தைகளின் சத்தத்தால் கவனம் கலைந்து தெருவைப் பார்த்துவிட்டு மறுபடியும் கட்டிலில் பார்த்தான். கட்டில் மேல் இளம் நீலப்படுக்கை விரிப்பு மட்டும் கிடந்தது. சுருக்கமே இல்லாமல் காணப்பட்டது. முந்தின நாள் அவள் படுத்துக்கிடந்த அடையாளம் கண்டதும் சற்றுமுன் அவளே சிற்பம் போல் படுத்துக்கிடந்ததுமான காட்சிகள் அவன் தலைக்குள் சுழன்று கொண்டிருந்தன. எது நிஜம், எது பொய் என்று அவனால் பிரித்தெடுக்க முடியவில்லை. அவனுக்குத் தலை வலித்தது. மிகவும் பாரமாக உணர்ந்தான். அவன் தலையைப் பிராண்டினான்.

சற்று நேரம் கண்மூடி இருந்துவிட்டு மறுபடியும் ஜன்னல் காட்சி களுக்குத் திரும்பினான். வெயில் கொளுத்திக் கொண்டிருக்க, தெரு அதிக ஜன நடமாட்டமில்லாமல் இருந்தது.

அவன் சற்றே திரும்பிப் பக்கத்து மேஜை மீது வைத்திருந்த புல்லாங்குழலை எடுத்தான். வாயோடு சேர்த்து வைத்து ஊத ஆரம்பித்தான். அவனது கண்கள் மெதுவாக மூடிக்கொண்டன. மூடிய கண்களிலும் அவனது உணர்வுகளிலும் புல்லாங்குழலின் இனிமையான இசை நிரம்பி வழிந்தது. அறையெங்கும் பரந்த இசை அதன் நான்குச் சுவர்களிலும்பட்டுஅதன்அலைகள்அங்கிருந்தபடுக்கைவிரிப்புகளையும் மற்றச் சாமான்களையும் தொட்டுத்தடவி அந்த அறையை அழகானதாக மாற்றிற்று. காரை பெயர்ந்த சுவர்களும் ஒட்டடை தொங்கிக்கிடக்கும் ஓட்டுக் கூரையும் மறைந்துபோய் பளிச்சென்ற வண்ணத்தில் மின்னும் சுவர்களும் அதில் ஏதோ வடஇந்திய இல்லத்தின் படத்தில் கண்டது போல் வண்ணச்சித்திரங்களும் காணப்பட்டன. ஒளியாலும் வண்ணத் தாலும் நிரப்பப்பட்ட அந்த அறையில் நடுநாயகமாக நவநீதா மஞ்சள் சிவப்பு வண்ணங்களில் அலங்காரம் மிகுந்த உடைகளை அணிந்து ஒப்பனையில் மின்னும் முகத்துடன் இளம் நீலப் படுக்கை விரிப்பின் மேல் ஒரு சிறந்த ஓவியம் போல் வீற்றிருந்தாள்.

‘என்னடா இது. பீ...பீன்னு ஒரே சத்தம். சின்னப் பையனாட்டம் என்ன பண்றே அங்கே?’

மாடிப்படிகளின் கீழே நின்று அப்பா மாடி நோக்கிக் கத்துவது அவன் காதில் விழுந்தது; அவன் சட்டென்று கண்திறந்து

புல்லாங்குழலைக் கீழே போட்டான். அது உருண்டு சென்று கட்டிலின் அடியில் மறைந்தது. அவனுக்கு அப்பா மேல் கோபம் கோபமாக வந்தது. நான் நவநீதாவைக் கண்டு கொண்டிருந்தேனே, அப்பா அந்தக் காட்சியை மறைத்துவிட்டாரே என்று முணுமுணுத்துவிட்டு, பழையபடி காரை பெயர்ந்த சுவரையும் ஒட்டடை தொங்கும் ஓட்டுக்கூரையையும் பார்த்து முகத்தைத் திருப்பிக்கொண்டான்.

பெண் பார்த்து விட்டு வந்த அன்று அப்பாவிடம் பேசியதை நினைத்துப் பார்த்தான்: அன்று அவனுக்குக் கவலையாக இருந்தது. 'என்னடா' என்ற அப்பாவிடம் 'அப்பா எனக்கு டீச்சர் வேண்டாம். எனக்கு பதினாறாம் வாய்ப்பாடு தெரியாது' என்றான். அப்பா சிரித்தார். பின்னர், 'அதுக்கென்ன இப்போ, அவ வரதுக்குள்ள கத்துக்கோ. உங்கம்மா போனப்புறம் நல்ல சாப்பாடுங்கறதே மறந்து போச்சு. அவ வரட்டும் அவளுக்கும் வேறேது கதி' என்றார்.

கல்யாணம் முடிந்து இந்த வீட்டுக்கு வந்ததும் நவநீதா மட்டும் இருந்த ஒரு தருணத்தில் அவளிடம் சிவராமன், 'எனக்கு பதினாறாம் வாய்ப்பாடு தெரியாது' என்று இரகசியமாகச் சொன்னான். அவள் பெரிய கண்களை இன்னும் அகலமாக்கி ஒரு கணம், ஒரே கணம் அவனைப் பார்த்துவிட்டு, 'தெரியலேன்னா போவுது. இப்ப என்ன' என்றாள். அவனுக்கு அவளை மிகவும் பிடித்துப்போனது. கேட்டுக்கொண்டு வந்த உறவுக்காரப் பெண்மணி, 'ஆமா, மீதியெல்லா வாய்ப்பாடும் தெரிஞ்ச மாதிரி தான்' என்றாள்.

ஹைநெக் ஜாக்கெட் போட்டு பின்கழுத்தின்கீழ் பெரிய உருண்டையாகக் கொண்டை போட்டு, காட்டன் புடவை உடுத்தி அவள் பள்ளிக்குச் செல்வதைக் காண அவனுக்குப் பயமாக இருக்கும். 'அவள் சுமாராகத்தான் இருக்கிறாள். நிறமும் பெரிய வெளுப்பில்லை. கண் மட்டும் ஆளைக் கட்டிப் போடுவது போல் இருக்கிறது. மற்றபடி சுமார் தான்' என்று பல தடவை சொல்லிச் சொல்லி தன்னைத் தேற்றிக் கொண்டான்.

முருகன் கோவிலில் வரிசை விளக்குகளுக்கு எண்ணை ஊற்றிக்கொண்டே கிச்சாமி விளக்குகளுக்குத் திரிபோடும் ராமனிடம் நவநீதா கேட்கும்படி, 'போயும் போயும் இவன் தான் கிடைச்சானா' என்றானாம். அதற்கு அவள் 'அவருக்கும் யாராவது வேணுமில்லையா முருகா' என்று முருகன் விக்கிரகத்திடம் சொன்னாளாம். இதை அப்பாவிடம் பக்கத்து வீட்டு ரங்கன் சொன்ன போது அப்பா

மின்கம்பி மேல் உட்கார்ந்திருந்த காகத்தை மிகக்கவனமாகப் பார்த்துக்கொண்டிருந்தார். பின்னர் உள்ளே திரும்பி ஜன்னலோரம் உட்கார்ந்து சிறுசிறு கிளிஞ்சல்களை உபயோகித்துப் பொம்மைகளும் சிறுசிறு அலங்காரப் பொருட்களும் செய்து கொண்டிருந்த சிவராமனைப் பார்த்தார். வேகவேகமாக 'கருமமே கண்ணாகி' வேலை செய்து கொண்டிருந்த சிவராமன் எதையுமே கவனிக்கவில்லை. எப்படியும் சாயங்காலத்துக்குள் கிட்டத்தட்ட இருநூறு ரூபாய்க்கான பொருட்கள் செய்துவிடுவான். ரங்கன்தான் கிளிஞ்சல்களை சப்ளை செய்வது, செய்து முடிக்க முடிக்க கூலி கொடுத்து எடுத்துக் கொண்டு போய் கடைகளில் போடுவது எல்லாம். சிலநாள் இரவு வெகுநேரம் வரை கூட சிவராமன் உட்கார்ந்து வேலை செய்வான். அப்பாவும் நவநீதாவும் கூடவே உட்கார்ந்து விலைப்பட்டியல் போடுவார்கள். லேபிள் ஒட்டுவார்கள். இருவருக்குமே சாய்வான அழகான கையெழுத்து. சிவராமன் எழுதினால் ஒன்றுமே புரியாது.

'இவனைப் பார்த்தா யாராவது ஏதாவது சொல்ல முடியுமா, எல்லாம் அந்த சைக்கிளிலிருந்து கீழே விழுந்து தலையில அடி பட்டப்புறம் தானே இப்படி.'

'எப்ப குணம் மாறும்னு யாரு கண்டா' ரங்கன் முணுமுணுத்தான்.

நவநீதாவின் மாமா வந்து, 'என்னங்க, அவனுக்கு அமாவாசை பௌர்ணமிக்கெல்லாம் உடம்புக்கு வருமாமே. எங்கக்கிட்ட மறச்சிட் டீங்களே' என்ற போது நவநீதா தான் குறுக்கிட்டு,

'ஒன்னுமில்லை மாமா. யாருக்குத்தான் உடம்புக்கு வராம இருக்கு' என்றாள்.

' மாமா, நான் தரவேண்டிய வெள்ளிப் பாத்திரம், நகை எல்லாம் இன்னும் இரண்டு மாசத்தில...' என்று இழுத்த போது,

'ஒன்னும் வேண்டாம்' என்று சொல்லி விட்டார் அப்பா. மாமா நிம்மதியாக ஊருக்குப் போனார்.

நவநீதா அக்கறையுடன் அவனை ஆஸ்பத்திரிக்கு அழைத்துச் செல்வாள். அவன் 'உனக்கு என்ன பண்ணுது உடம்புக்கு. தலையை வலிக்குதா' என்று கேட்பான்.

'ஆமாம். தலை ஒரே வலி. வாங்க ஆஸ்பத்திரி போவோம்' எனும் போது அவனும் கிளம்புவான்.

எதிர் வீட்டு வெங்கிட்டு மாமாவிடம் நவநீதாவுக்கு உடம்பு சரியில்லே. ஆஸ்பத்திரிக்கு அழச்சிட்டுப் போறேன் என்பான். அங்கே டாக்டர் அவனை செக் பண்ணும்போது ஏனோ பேசாமல் ஒத்துழைப்பான். டாக்டர் நவநீதாவையும் செக் பண்ணுவதாகப் பாவித்து ஏதாவது வைட்டமின் மாத்திரை எழுதிக் கொடுப்பார். அதையெல்லாம் கொண்டு வந்து வெங்கிட்டு மாமாவிடம் காட்டி, 'அவளுக்கு வேற யாரிருக்கா, அவ மாமாவெல்லாம் திரும்பியே பாக்கறதில்லை' என்பான்.

மேலும் 'அவளை நல்லாப் பார்த்துக்கணும்னா நான் தெம்பா இருக்கணுமில்லையா, அதுதான் எனக்கும் மாத்திரை' என்றும் சொல்வான்.

நாலாவது வீட்டு சுந்தர் நவநீதாவைப் பார்க்கவென்றே அவ்வப்போது வீட்டைக் கடந்து செல்கிறான் என்று ரங்கன் சொன்னபோது சிவராமன் நவநீதாவை மூன்றாவது ஜன்னல் கம்பியில் கட்டிப் போட்டான். அவளை அவிழ்த்து விட்டுக்கொண்டே, 'நீ ஏன் கட்டறதுக்கு ஒத்துக்கறே' என்று அவளிடம் கேட்டார் அப்பா. 'இல்லன்னா அவருக்கு பயமா இருக்குமே' என்றாள் அவள்.

'ஏன்டா இப்படி பண்றே' என்று அப்பா அவனிடம் கேட்ட போது, 'வேற எப்படி இவளெ பாதுகாக்கறது' என்று சொல்லி சிவராமன் ஓவென்று அழுதான்.

இதையெல்லாம் நினைத்துக்கொண்டே மேஜைமீது வைத்திருந்த, பக்கத்து வீட்டு ப்ரியாக்குட்டி கொஞ்ச நாட்கள் நவநீதாவிடம் ட்யூஷனுக்கு வந்த போது போட்டுவிட்டுப் போன பழைய நோட் புக்கெடுத்து பிரித்தான். எழுதப்படாத பக்கங்களில் பென்ஸிலால் எழுத ஆரம்பித்தான்.

'நான் தான் குழலூதி. இதுதான் குழலூதியின் நாட்குறிப்புப் புத்தகம்.'

'நிலா காய்கிறது. காட்டில் அந்த மலர் மணம் பரப்பி நிற்கிறது.'

வேறொன்றும் எழுத வரவில்லையென்பதால் சற்று நேரம் யோசித்துவிட்டு பென்ஸிலைக் கீழே வைத்தான். மிகவும் வெறுமையாக உணர்ந்தான்.

அவனது சிந்தனை நவநீதாவைச் சுற்றிச்சுற்றி வந்தது. பள்ளியில் சிலநேரம் ஏதாவது ஒரு டீச்சர் வரவில்லையென்றால் அந்த வகுப்பு

மாணவர்களை அழைத்துக்கொண்டு நவநீதா காம்பவுண்டு சுவரோரமாக நிற்கும் மேஃப்ளவர் மரத்தடிக்குச் செல்வாளாம். பாட்டு, கதை என்று சில நேரம் போகுமாம். அவளோ மாணவர்களில் யாராவதோ பாடும் போது வெளியே நின்று குழலூதி புல்லாங்குழல் இசைப்பானாம். ரொம்ப அருமையாக இருக்குமாம் என்றெல்லாம் நவநீதா சொல்வது அவனைப் பயமுறுத்தியது.

அவன் அப்பாவிடம் குழலூதியைக் குறித்தும் நாட்குறிப்பு குறித்தும் சந்தேகம் கேட்டான்.

'அடப்போடா. ஒரு புல்லாங்குழல் வியாபாரி டயறில என்ன எழுதுவான். எவ்வளவு வரவு எவ்வளவு செலவுன்னு எழுதுவான். வேறென்ன எழுதுவான்' என்று அலட்சியமாகச் சொல்லி விட்டார். அவனுக்குச் சமாதானமாகவில்லை. கமலம் டீச்சர் குறித்து எழுதியது போல் நவநீதா குறித்து எழுதியிருப்பானோ, என்ன எழுதியிருப்பான் என்று யோசித்து யோசித்துப் பார்த்தான்.

கொரியர் கொண்டுவரும் சங்கரநாராயணன் வேறு வேலை கிடைத்துப் போய்விட்டான் என்று தெரிந்ததும் சிவராமன் சமாதான மாகி விட்டான். நாலாவது வீட்டு சுந்தர் மேற்படிப்புக்காக வெளியில் சென்று விட்டான் என்று தெரிந்ததும் அவனுக்கு மிகவும் ஆசுவாசமாக இருந்தது. எனினும் நவநீதா தான் வரக்காணோம். அநேகமாக பௌர்ணமிக்கு முன் வரும் நாட்களில் வந்து விடுவாள். மோர்க்குழம்பு, உருளைக் கிழங்கு வறுவல் எல்லாம் பண்ணி சாப்பாடு போடுவாள். அப்போதெல்லாம் அவளைப் பார்க்கப் பாவமாக இருக்கும். அவளைப் பார்க்க ஏதோ கவலையில் இருக்கிறாள்போல் அவனுக்குத் தோன்றும்.

ஒரு நாள் சிவராமன் அவளிடம், 'இதபாரு நவநீதா, உனக்கு உடம்புக்கு ஒன்னுமில்லை. ஏதுனா இருந்தாலும் மருந்தெல்லாம் வாங்கித் தந்து நான் சரி பண்ணிட மாட்டேனா. நீ ஏன் கவலைப்படறே' என்றான். அவள் கண்ணீர் வழிய அவன் கைகளைப் பிடித்துக்கொண்டாள். திண்ணையில் தெருவை வேடிக்கைப் பார்த்துப் பொழுதைப் போக்கிக் கொண்டிருந்த அப்பாவும் இதைக்கேட்டுக் கண்களைத் துடைத்துக் கொண்டார். கீழே அப்பாவின் பேச்சுக்குரல் கேட்டு சிவராமன் கவனித்தான்.

'அவ வருவாளா. பௌர்ணமி வருதே'

'எல்லாம் வருவா பாவம், அன்னிக்கு இவன் ஸ்டோர் ரூமில போட்டு கதவை வெளியே பூட்டப்போனதிலேருந்து அவளுக்கு ரொம்ப

பயமாயிருச்சு. நல்லவேளை பென்ஷன் பணம் கொஞ்சம் எடுக்கலாம்னு பாங்குக்குக் கிளம்பின நான் மூக்குக் கண்ணாடி எடுக்கத் திரும்பி வீட்டுக்கு வந்து பார்த்தா மாடிப்படி கீழே இருக்கிற சின்னூண்டு ஸ்டோர் ரூமுக்குள்ள அவளைத் தள்ளி அவன் கதவெ பூட்டப் பார்க்கிறான். நல்லவேளை' அப்பா இன்னும் என்னவோ சொல்கிறார்.

சிவராமனுக்குத் தலை வலித்தது. தலை மிகவும் பாரமாக இருப்பதாக உணர்ந்தான். தலை முடிகளுக்கிடையே விரல் விட்டுப் பிராண்டினான்.

'நவநீதா வருவாளா' அவன் மறுபடியும் உரக்கக் கேட்டான். அந்தக் கேள்வி ஜன்னல் வழியே பறந்து வெளியே சென்று காற்றோடு கரைந்து போயிற்று.

அவள் வந்துவிட்டுப் போய் ஒரு நாளா ஒரு வாரமா என்றெல்லாம் யோசித்துப் பார்த்தான். வீடு வெறிச்சென்றிருக்கிறது. அவனது நினைவுகளில் வீடு நிறைய ஆட்கள் நிறைந்திருந்தனர். அம்மா, அப்பா, தாத்தா, பாட்டி, அத்தை, மாமா இன்னும் பல உறவுகள் என்று ஒவ்வொருவரையும் ஞாபகப்படுத்தி ஒவ்வொரு விரலாகத் தொட்டு எண்ணினான். பத்துக்கப்புறம் விட்டுவிட்டான். இப்போது, 'அப்பா ஒன்னு, நான் இரண்டு, நவநீதா மூணு' என்று உரக்கச் சொன்னான்.

நவநீதா இந்த வீட்டுக்குள் எங்கோ ஒளிந்து கொண்டிருக்கிறாள். இளம் நீலப்படுக்கை விரிப்பில் படுத்த அடையாளம் தெரிகிற மாதிரி இருக்கிறது. ஆக அவள் இங்கே எங்கோ இருக்கிறாள். மாடிப்படிகளின் கீழ் சின்ன ஸ்டோர் ரூமில் அவள் ஒளிந்து கொள்ள வாய்ப்பில்லை. ஏனென்றால் சில தினங்கள் முன்பு அப்பா அதன் கதவைப் பெயர்த்தெடுத்துக் கொல்லைப்பக்கம் கொண்டு வைத்துவிட்டார். இப்போது ஒரு பழைய படுக்கை விரிப்பை திரை போல் தொங்கவிட்டுள்ளார்.

'அதுக்குள்ள என்ன தங்கமா வச்சிருக்கு? பழைய பாத்திரங்கள் தானே. இதெல்லாம் போதும்' என்றார் அப்பா.

அப்பா சில நாள் வெளியே போய் விடுகிற நேரம் ரங்கனின் அப்பா வாசல் திண்ணையில் உட்கார்ந்திருப்பார். நவநீதா சமையலறையில் கம்பிகள் பொருத்திய கதவை உட்பக்கம் பூட்டிவிட்டு வேலைகள் செய்வாள். ஜன்னலோரம் உட்கார்ந்து கிளிஞ்சல் பொருட்கள் செய்யும் சிவராமன் எதையும் கவனிப்பதில்லை. ஆனால், கம்பிக்கதவு வழியே

அவளைக் காணும்போது 'இவளை எதுக்காக இப்படி பூட்டிப் போடுகிறார் அப்பா, பாவம்' என்று நினைத்துக்கொள்வான். ஆனாலும், கிளிஞ்சல் பொருட்கள் மட்டும் எந்தக் குறையுமில்லாமல்தான் அவன் கைகளிலிருந்து வந்தன.

நவநீதாவை மாடிப்படிக்குக் கீழே அடைத்துக் கட்டின சிறு அறையில் ஏன் போட்டு அடைக்கப் பார்த்தாய் என்று அப்பா சிவராமனிடம் கேட்ட போது அவனுடைய ஞாபகத்தில் எதுவுமே இல்லை என்றாலும் அவன் யோசித்துப் பார்த்துவிட்டு,

'இவளை யாரும் கிட்நாப் பண்ணிவிடாமலிருக்கத்தான்' என்றான்.

'என்னை யாரும் கிட்நாப் பண்ணமாட்டாங்க' என்று சிரித்தாள் நவநீதா.

'பண்ணினா நான் என்ன பண்ணுவேன். நான் நோஞ்சானா இருக்கேனே' என்று கவலையோடு சொல்லிக்கொண்டு தன்னுடைய ஒல்லியான கைகால்களைப் பார்த்துக்கொண்டான்.

'அதுக்கென்ன நான் தான் பலசாலியா இருக்கேன்லா. எனக்கு கராட்டே தெரியும். சிலம்பம்கூட கொஞ்சம் தெரியும்' என்று சொல்லி கலகலவென்று சிரித்த நவநீதாவைப் பார்த்து அவன் ஆச்சரியப்பட்டான். அப்பாவும் சிரித்துக் கொண்டே 'தைரியமா இரு' என்றார்.

இருந்தாலும் அந்தக் குழலூதியின் எண்ணம் அவ்வப்போது வந்து அவனை எரிச்சலடையச் செய்தது. சங்கரநாராயணனைப்போல, சுந்தரைப்போல அவனும் எங்காவது போய்விட்டால் நிம்மதியாக இருக்கலாமே என்று நினைத்தான்.

'சாப்பிட வரலையாடா...' அப்பா மாடிப்படியின் கீழிருந்து கூப்பிட்டார். அவன் 'உம்' என்று முனகிக்கொண்டு அசையாதிருந்தான். வெளியே கொளுத்திக் கொண்டிருந்த வெயிலை வெறுமையாகப் பார்த்தான். தெரு வெறிச்சென்று கிடந்தது. அவன் தலைமுடிக்குள் விரல் விட்டுப் பிராண்டினான்.

சட்டென்று பலமாக வீசிய காற்று ஜன்னல் வழி உள்ளே நுழைந்து மேஜை மீதிருந்த நோட்புக்கைப் பிரித்தது. சிவராமன் அதைக் கையிலெடுத்துப் புரட்டிப் பார்த்தான். ஏதாவது எழுதலாம் என்று யோசித்தான். ஒன்றும் எழுதத் தோன்றாமல் அசுவாரசியமாகப் புரட்டிக்கொண்டே இருந்தான். நான்கைந்து வெற்றுத்தாள்களைப்

புரட்டியதும் ஒரு பக்கத்தில் சாய்வான கையெழுத்தில் என்னமோ எழுதியிருந்தது. இது வரையில் நாம் பார்க்கவில்லையே என்றெண்ணிக் கொண்டு ஆச்சரியத்துடன் படித்தான்.

'குழலூதி தன் வியாபாரத்தை முடித்து விட்டு காசிக்குச் சென்றுவிட்டானாம். இனி அவன் இந்தப் பக்கமே வரப்போற தில்லையாம். காசியில தான் இருக்கப்போறானாம். போவதற்குமுன் இவன் தெருவோரத்தில் காய்ந்த சருகுகள் சேர்த்து நெருப்புமூட்டி குளிர் காய்ந்து கொண்டிருந்தபோது ஒரு டயறியைப் புரட்டிப் பார்த்தானாம். அதில் கமலம் அம்மா, நிலவு, கிண்ணம் நிலவைக் காட்டும் கை என எழுதியும் வரைந்தும் வைத்திருந்தது தவிர ஒரு சில வரவு செலவு கணக்குகள் மட்டும் தான் இருந்தனவாம். சற்று நேரம் டயறியைப் புரட்டிப்பார்த்து விட்டு அதை நெருப்பில் போட்டு விட்டு போய் விட்டானாம்.'

அவன் மறுபடியும் மறுபடியும் அதையே படித்தான். எங்கோ ஒரு பனிமலை உருகி உருகி நீராய் வழிந்து ஆவியாய்ப் போனது.

'சாப்பிட வாடா...' அப்பா மறுபடியும் அழைத்தார். அவன் எழுந்தான், அவனுக்குத் தலையைப் பிராண்ட தோன்றவில்லை. ஆனால், தலைபாரம் மட்டும் அப்படியே இருந்தது. அவன் கீழே இறங்கினான்.

மேஜை மீது பக்கத்துத் தெரு மாமி மெஸ்ஸிலிருந்து கொண்டு வந்த சாப்பாடு வைக்கப்பட்டிருந்தது. நவநீதா வந்தால் சேர்ந்து சாப்பிடலாமே என்றெண்ணி, 'நவநீதா வருவாளாப்பா' என்று அப்பாவைக் கேட்டான்.

'இன்னிக்கு வரதா சொல்லியிருக்கா, வந்துடுவா' என்றார் அப்பா. அவனுக்கு அவளை உடனே காணவேண்டும் போல் தோன்றியது. சாப்பாட்டறைக்குச் செல்லாமல் அவன் வாசல் திண்ணைக்குச் சென்று அவள் வரும் வழி பார்த்து உட்கார்ந்து கொண்டான். வேறு வழியின்றி அப்பாவும் கூடவே உட்கார்ந்து கொண்டார்.

●

மரத்தூள் பொம்மை அச்சு

வெளியே பகலும் வெளிச்சமும் இன்னும் கொஞ்சம் மீதியிருந்தது. ஆனால் உள்ளேதான் இருளின் நிழல் படிந்து கிடந்தது. முன்பக்கத்து திண்ணையைக் கடந்தால் தெரியும் சிறிய அறையில் ஓரளவு வெளிச்சம் உள்ளது. அடுத்த அறையில் இருட்டுதான். பின்பக்க வாசலில் ஒரு பக்கக் கதவை திறந்து வைத்திருப்பதால் அங்கே சற்றே வெளிச்சம் தெரிகிறது. மற்றபடி மெலிதான இருட்டை உள்வாங்கி சன்னமாக மூச்சு விட்டுக் கொண்டிருக்கிறது இந்த வீடு என்று எனக்குத் தோன்றுகிறது.

இப்போது வீடா அல்லது நாங்கள் மூவருமா சுவாசத்தை உள்வாங்கி வெளியே விட்டுக் கொண்டிருக்கிறோம் என்று என்னிடம் நானே கேட்டுக் கொண்டேன். ஏன் இந்த வீடு இப்படி இருக்கிறது. உயிரேட்டமற்ற ஒரு கட்டடம் போல் இது ஏன் இவ்வளவு மௌனத்தைத் தாங்கி கொண்டிருக்கிறது. செய்வதற்கு வேறொன்றுமில்லாததனால் தான் இப்படி கனமான மௌனத்தைத் தாங்கிக் கொண்டிருக்கிறதோ, என்றெண்ணிக் கொண்டேன்.

இங்கே பேச்சில்லை. இருந்தாலும் கொஞ்சமாகத்தான். சிரிப்பில்லை இருந்தாலும் கொஞ்சமாக, அதுவும் குழந்தை கண்ணனின் சிரிப்புதான். சுவாமிநாதனிடம் இன்றைக்கு முக்கியமாக இதைப் பற்றி பேச வேண்டுமென்று நான் தீர்மானித்துக் கொண்டேன்.

முன்னறை ஜன்னல் படிமேல் நான் இருப்பதால் அடுத்த அறையில் நான்குக் கதவுகள் கொண்ட பழைய கால ஜன்னலுக்குப் பின்னால் ஒரே ஒரு கதவை திறந்து வைத்துக் கொண்டு சுவர் சாய்ந்திருக்கும் கமலா சித்தி என் கண்ணில் பட்டாள். இன்று மாலையில் தான் தலைக்குக் குளித்தாள் போலும். நீண்ட தலைமுடி விரித்து விடப்பட்டுள்ளது. அங்கே ஜன்னலுக்குப் பின்னால் காற்றும் வராது. தலைமுடியும் காயாது. மின்விசிறியும் அந்தப் பக்கம் இல்லை. எவ்வளவு நேரம் வேண்டுமென்றாலும் தரையையோ சுவரையோ வெறித்துப் பார்த்துக்கொண்டு அவளால் இருக்க முடியும். முன்னெல்லாம் அம்மா ஏதாவது சொல்வாள். இப்போது ஒன்றும் சொல்வதில்லை என்றல்ல, அம்மா யார் காதிலும் படாதபடி முணுமுணுப்பாள், அல்லது தனக்குத்தானே பேசிக்கொண்டு அழுவாள்.

பி.உஷாதேவி 41

கமலா சித்தி எப்பொழுதாவதுதான் அழுவாள். முகம் எப்போதும் இறுக்கமாகவே இருக்கும். ஏதோ ஒரு தப்பு பண்ணிவிட்டேன். அதற்கான தண்டனை இது. அதை மறுப்பேதுமின்றி ஏற்றுக்கொள்கிறேன் என்கிற பாவனைதான் முகத்தில் தெரியும். இப்போது அவள் இருக்கும் ஜன்னல் பக்கத்து மூலையில் உடைத்து போடப்பட்ட மரத்தூள் பொம்மைகள் கிடக்கின்றன. கை, கால், தலை என்று அங்கங்கள் வேறுபட்டு போன பொம்மைகளின் மெலிதான அழுகுரல் கேட்பதுபோல் எனக்குத் தோன்றுகிறது.

பின்பக்கத்துப் படிக்கட்டில் அம்மா இருப்பதும் இங்கிருந்து பார்க்கும் போது தெரிகிறது. என்னமோ யோசனையிலிருக்கிறாள் போலும், நிறைய கண்ணீரை அம்மா விழிகளில் வைத்துள்ளாள். எப்போது கண்ணீர் பெருகி வரும் என்று சொல்ல முடியாது. இப்போதெல்லாம் நானோ சித்தியோ ''ஏன் அழறே'' என்று கேட்பதில்லை. முன்பொருதரம் நான் கேட்ட போது ''அழுவதற்கு சுதந்திரம் வேணும்'' என்றாள் அம்மா. அப்பா இருந்தபோது அந்தச் சுதந்திரம் இல்லாமலிருந்ததோ என்னவோ... அழுவதற்கு ஏன் சுதந்திரம் கொடுக்கக் கூடாது என்று நானும் சுவாமிநாதனும் பேசிக் கொண்டோம்.

ஏழெட்டு மாதங்களுக்கொரு முறை கொஞ்சம் தேங்காய், வேர்க்கடலை, நெல்லிக்காய் எல்லாம் எடுத்து வரும் கிட்டா சித்தப்பா சென்ற தடவை வந்தபோது தன்னுடன் படித்து இப்போது டாக்டராக இருக்கும் ஹரிஹரனையும் அழைத்து வந்தார். அம்மா இருவரையும் பார்த்து மிகவும் இயல்பாக சிரித்துக் கொண்டாள். உபசரித்தாள். ரொம்ப சினேகமாக பேசினாள். என்னிடம் மெதுவாக, கிட்டாவுக்கும் உங்கப்பாவுக்கும் கிட்டதட்ட ஒரே ஜாடை என்றாள். பின்னர் தரையை, கூரையை, சுவரை எல்லாம் வெறித்துக் கொண்டு பேசாமல் இருந்தாள். அவள் அழ ஆரம்பித்து விடுவாளோ என்று பயந்து, நான் சிடுக்கு விழுந்த சிவப்பு நூல் கண்டை எடுத்து அம்மா கையில் தந்தேன். அம்மா சிக்கலை அவிழ்க்க ஆரம்பித்தாள். குன்றிமணிகள் வைத்திருந்த சிறு கிண்ணத்தையும் பல்லாங்குழிப் பலகையையும் எடுத்துப் பக்கத்தில் வைத்தேன். டாக்டர் சில மாத்திரைகள் எழுதிக் கொடுத்தார். எனக்கும் சித்திக்கும் கூட எழுதினார். அம்மா இப்போது இரவில் நன்றாகத் தூங்குகிறாள். நான் மாத்திரை சாப்பிடுவதில்லை. சித்தி சாப்பிடுகிறாளா என்று தெரியவில்லை.

கிளம்பும் போது டாக்டர், ''பாஸ்ட் ஈஸ் பாஸ்ட், தைரியமா இருங்க'' என்றார்.

''தைரியம் எங்குக் கிடைக்கும் சந்தோஷத்துக்கு என்ன இருக்கு சிரிக்கிறதுக்கு என்ன இருக்கு'' என்பன போன்ற கேள்விகள் நான் கேட்க ஆரம்பித்ததும் கிட்டா சித்தப்பா டாக்டர் ஹரிஹரனுடன் வெளியே போய்விட்டார். என்னுடைய எட்டு வயது பையன் கண்ணன் சிரித்தான்.

கமலா சித்தி எதையும் கண்டு கொள்வதில்லை. சம்பந்தமில்லாத மாதிரி இருப்பாள். கமலா சித்திக்கு வட்டமான முகம். நல்ல நிறம். கண்கள் நீளமாக இருக்கும். அமைதியான பார்வையுடன் முன்னெல்லாம் வளைய வந்து கொண்டிருந்தாள். இவளை நல்ல இடத்துல கொடுக்கணும் என்று அப்பாவும் அம்மாவும் வரன் பார்த்துக் கொண்டிருந்தனர்.

ஒரு நாள் நானும் சித்தியும் கோயிலில் விளக்குப் பூஜைக்கு போனோம். நான் முன்னதாகவே கிளம்பி தபால் சிபாய் ரகுராமனின் எட்டாவது வகுப்புப் படிக்கும் பெண்ணுக்கு கணக்குச் சொல்லித்தர பிள்ளையார் கோயில் பக்கத்துச் சந்திலிருக்கும் அவர் வீட்டுக்குச் சென்று விட்டேன். சித்தி வந்து பிள்ளையார் கோயில் பக்கத்தில் நிற்பதாகச் சொல்லியிருந்தாள். நான் கணக்குச் சொல்லிக் கொடுத்துவிட்டு வெளியில் வந்தபோது பிள்ளையார் கோயில் பக்கத்து சந்தில் இருட்டாக இருந்தது.

சித்தி அங்கே பிள்ளையார் கோயில் சுவரோரமாக நின்றிருக்க இருட்டு சந்திலிருந்து திடீரென வெளிப்பட்டார் சுப்பிரமணி. சித்தியிடம் பக்கத்தில் நின்று பேசுவதை நான் இருட்டில் நின்று கேட்டேன்.

''உனக்கு வயசு போய்ட்டே இருக்கே கமலா?''

''வயசு அதும் பாட்டுக்குப் போவுது, இப்ப என்ன?''

''இல்ல, உனக்கும் ஒரு குடும்பம் வேண்டாமா, உனக்கும் ஏக்கங்கள் இருக்குமே'' பிள்ளையார் கோயில் மின் விளக்கின் ஒளி அவர் முகத்தில் பட, முகம் ஒரு மாதிரியாக இருந்தது.

''அதனால்'' சித்தி கேட்டாள்.

''அது நான் சொல்லணுமா'' என்று சொல்லி சுப்பிரமணி கமலா சித்தியின் தோளில் கை வைத்து ஒரு விதமாக சிரிக்க, கமலா சித்தி பையிலிருந்து கையில் கிடைத்த தாம்பாளத்தை எடுத்து ஓங்கினாள்.

''வீட்டுக்குள் ராமலட்சுமி அக்கா, மேலத் தெருவுல சுமதி அக்கா, ஜோசியம் பாக்கப்போன எடத்துல ஒன்னு. அதெல்லாம் போரலை போல'' என்ற கமலா சித்தி அடிக்குரலில் கத்த நான் இருட்டிலிருந்து

வெளிப்பட்டு, ''வா சித்தி போலாம்'' என்று கமலா சித்தியின் கை பிடித்து வேகவேகமாக நடக்க ஆரம்பித்தேன். சந்து இருட்டில் யாரோ சிரிக்கும் சத்தம் கேட்க சுப்பிரமணி விடுவிடென்று நடப்பதை நான் திரும்பிப் பார்த்து தெரிந்து கொண்டேன்.

வங்கியில் வேலைப் பார்க்கும் ஒருவரது ஜாதகம் கமலா சித்தியின் ஜாதகம் இரண்டையும் அப்பா பார்த்துக் கொண்டிருந்த போது அந்தப் பையனுக்கு ஒரு விபத்து ஏற்பட்டு விட்டதென்றும், ஆஸ்பத்திரியில் இருப்பதாகவும் தெரிய வந்தது. கமலா சித்தி பயந்தாள். ஒரு வாரம் கழித்து தரகர் வந்து அப்பாவிடம் இரகசியமாக, ''கமலாவுக்குக் கல்யாணம் ஆனாலும் சீக்கிரமே வைதவ்யம் ஏற்படும்னு சொல்றாங்களே'' என்று இழுத்தார். அப்பா சத்தம் போட்டு, ''எவன்டா சென்னான் அப்படி, நான் பார்த்த ஜோசியர் யாரும் இப்படி சொல்லையே'' என்றார். எப்படியோ அக்கம்பக்கத்து எல்லாம் இது பரவிற்று. வரன் வருவது குறைந்தது.

''எதுக்கு ஜாதகமெல்லாம், மனப்பொருத்தம்தான் வேணும்'' என்று நான் உரக்கச் சொல்லிக் கொண்டு நடந்தேன். யாரும் என்னை ஒரு பொருட்டாகவே மதிக்கவில்லை. எனக்கு அப்போது பதினெட்டு முடிந்து விட்டிருந்தது.

தரகரை வழியில் கண்டபோது மறித்து, ''என்ன மாமா இது'' என்றேன்.

''வைதவ்ய தோஷம்னு சொல்றாம்மா'' என்றார்.

''இதை யார் பரப்பினான்னு உனக்குத் தெரியும்.''

''அதெல்லாம் எனக்குத் தெரியாதும்மா நான் வரேன்'' என்று சொல்லி சைக்கிளில் ஏறி போய்விட்டார் தரகர் மாமா.

''உங்கப்பா அம்மா எனக்குக் கொடுத்தப் பொறுப்பு. இதை நல்ல எடத்தில கொடுக்கணும். அதும் காலா காலத்திலேயே செய்யணும்னு நெனச்சேன். இப்படி இருக்கே'' என்று அப்பா அம்மாவிடம் மறுகினார். நாட்கள் செல்ல செல்ல வரன் வருவது சுத்தமாக நின்று போய்விட்டது. இரண்டு நாள் ஜுரத்தில் அப்பா திடீரென கண்ணை மூடினார். சித்தியின் வயது ஏறிக்கொண்டே இருந்தது.

''ஒருவரது ஜாதகம் இன்னொருவர் ஆயுசை பாதிக்கும் என்பதெல்லாம் எப்படி சரியாகும். எல்லாம் அந்த ஆளோட வேலை''

என்று நான் பயத்துடன் பொருமிக் கொண்டிருந்த ஒரு மழை நேர மாலையில் சித்தி மெதுவாகச் சொன்னாள்.

''ஒருத்தரது வாழ்வுக்கு வளம் சேர்க்கவோ அல்லது நாசம் பண்ணவோ யாரோ ஒருத்தர் எங்கிருந்தோ வந்து சேருவார். இதெல்லாம் ஒரு வித லிங்.''

'நான் எனக்கு ஜாதகம் பார்க்க வேண்டாம். அதைக் கிழித்துப்போட்டு விடு' என்று அம்மாவிடம் சொன்னேன். அம்மா 'போடி பைத்தியம்' என்று மட்டும் சொன்னாள். அப்போதெல்லாம் அம்மா சுவரையோ கதவையோ வெறித்துக் கொண்டிருக்க ஆரம்பிக்கவில்லை.

கமலா சித்தி கண்ணில் மையிட்டு ஓரமாக வால் எழுதிக்கொண்டு நீளமாக சிவப்பு பொட்டு வைத்துக் கொண்டு நீள் கூந்தலை பரப்பி கீழ்ப்பக்கம் ஒரு முடிச்சு போட்டுக் கொண்டு நடப்பதையெல்லாம் விட்டு விட்டாள். சும்மா பின்னலிட்டுக் கொண்டோ, கொண்டை போட்டுக் கொண்டோ வீட்டுக்குள் முடங்கினாள். கோயில் செல்வதைக் கூட குறைத்தாள். ''ஏம்மா'' என்றதற்கு, ''இன்னும் கல்யாணமவலையான்கிற ஒரே கேள்வி தான் எங்கேயும்'' என்றாள்.

கல்யாணம் ஒன்று தான் எல்லாவற்றையும்விட மேலானது என்று யார் சொன்னது. கல்யாணம் பண்ணிக்காமல் இருந்தால் என்ன என்பன போன்ற என் கேள்விகளுக்கு யாரும் பதில் சொல்லவில்லை.

நான் டீச்சர் ட்ரையினிங் முடித்து வேலைக்கு முயற்சி செய்துக் கொண்டிருந்த நேரம். மேலத் தெரு தாமரை உதவிக்குழு அங்கத்தினர்களுக்குக் கைவினைப் பொருள் செய்வதற்கான பயிற்சி அளிக்கிறார்கள் என்று சொல்லி சித்தியுடன் படித்த சரோஜாக்கா வந்து அழைக்க நானும் அம்மாவும் வற்புறுத்த கமலா சித்தி பயிற்சிக்குச் செல்ல முற்பட்டாள்.

அங்கே தான் கமலா சித்தி அனந்த மூர்த்தியை சந்தித்தாள். அனந்த மூர்த்தி ஒரு டிசைனர். நன்றாக சித்திரம் வரைவார். அவர் போடும் அம்மன் படங்களில் அருள் பொங்குகிற மாதிரி இருக்கும். மரத்தூள், சாக்குப் பொடி, பெவிகால் எல்லாம் உபயோகித்து அச்சில் போட்டு பொம்மைகள் செய்வார். ப்ளாஸ்டர் ஆஃப் பாரிஸில் கிருஷ்ணன் ராதை பொம்மைகள் செய்வார். நன்றாக நாட்டுப்புறப் பாடல்கள் பாடுவார். அழகாக பூ தையல் செய்வார். இவைகளில் ஒரு சில விஷயங்கள் கற்றுக் கொடுப்பதற்காக அவர் சுய உதவிக் குழுவிற்கு வந்தார். கனிவான

பேச்சும் "நான் பாத்துக்கறேன்" என்கிற மாதிரி பாவனையும் தான் கமலா சித்தியை ஈர்த்திருக்க வேண்டும். அனந்த மூர்த்தி குறித்துப் பேச்சு வரும்போது சித்தியின் முகத்தில் சிவப்பு பரவுவதை நான் கவனித்துள்ளேன். பேசும் போதும் நினைக்கும் போதும் என்னுடைய முகத்திலும் சிவப்பு பரவும்படி செய்யும் ஒருவர் வேண்டும் என்று நான் நினைக்க ஆரம்பித்தேன். ஆனால் சித்திபோல் நான் அழகில்லை என்ற உண்மை என்னை ஏமாற்றமடையச் செய்தது. நான் அது போன்ற எண்ணங்களை துரத்தி விட்டு விட்டேன்.

கமலா சித்தியும் அனந்த மூர்த்தியும் தெரு திருப்பத்தில் நின்று பேசுவது தெருவில் பேச்சாயிற்று. கல்யாணமான பின் எப்போதாவது மட்டும் வரும் கன்கா சித்தி ஊரிலிருந்து வந்தாள். வந்த உடன் கத்த ஆரம்பித்தாள்.

"என்னடீது, அவன் கல்யாணமானவனாமில்லே" கமலா சித்தி ஒன்றும் பேசவில்லை.

"இதுக்கு வேற ஒரு பேரு சொல்லவா"

"அதில்ல இது" கமலா சித்தி முணுமுணுப்பாகச் சொன்னாள்.

"அப்புறம் நீ ஏன் பேரைக் கெடுத்துக்கறே" என்று சொல்லி என்னையும் அம்மாவையும் கூட சத்தம் போட்டாள்.

"எல்லாம் பார்த்துகிட்டுச் சும்மா இருக்கீங்களா" என்றாள். ஒன்றும் பதிலளிக்கவில்லை. மறுபடியும் கனகா சித்தி, "சும்மா சும்மா செல்லுல பேசறியாமே, நம்பரை டெலிட் பண்ணிடு" என்று உபதேசித்தாள்.

நான் தான் "கமலா சித்திக்கு சந்தோஷம்னா" என்று இழுத்தேன்.

"இதெல்லாம் சந்தேஷமில்லடீ"

"சும்மா பேசத்தானே செய்கிறாங்க" என்றேன் நான் மறுபடியும்.

"பேச்சு எங்கே போய் நிக்கும்னு உனக்குத் தெரியாது, நீ பேசாதே" என்று கத்திவிட்டு, "உன் விதியை நீ தான் அனுபவிக்க வேண்டும். அதை திருத்த முயலாதே" என்று சொல்லாமல் சொல்லி விட்டு கனகா சித்தி கிளம்பிப் போனாள்.

பயிற்சி முடித்து விட்டுப் போன அனந்த மூர்த்தி இரண்டு மாதத் திற்கொரு முறை வந்து சுய உதவிக் குழுவினர் செய்தப் பொருட்களை

வாங்கிச் சென்றார். அவரது அறிவுரைப் படி கமலா சித்தி வீட்டு திண்ணையின் ஒரு பக்கம் அடைத்துக் கட்டி கடை போல் செய்து அவளும் அம்மாவும் நானும் செய்யும் பொருட்களை வைத்தாள். அக்கம்பக்கத்து கல்யாணங்களுக்கு ஆரத்தி தட்டுக்கள் செய்து கொடுத் தாள். கொலு சமயங்களில் நிறைய பொம்மைகள் செய்தாள். பக்கத்து கடையிலிருந்து வரும் பூ தையல் ஆர்டர்கள் எடுத்து செய்து கொடுத் தாள். கமலா சித்திக்கு வருமானம் வந்தது. ஊரிலிருக்கும் பேச்சை சற்றே மறந்தவளாக இருந்தாள். அவள் சந்தோஷமாக இருப்பதாக எனக்குப் பட்டது.

அனந்த மூர்த்தி பாடும் ஒரு நாட்டுப்புற பாடலை ஒரு நாள் கமலா சித்திப் பாடினாள். நான் ஒரு எவர்ஸில்வர் தட்டில் கரன்டியால் தாளம் போட்டேன். அம்மா புன்முறுவலுடன் பார்த்துக் கொண்டிருந்தாள். அப்போதுதான் வீட்டு வேலைகளில் உதவி செய்ய வரும் வேலாயி அந்தச் சேதி கொண்டு வந்தாள். அனந்த மூர்த்தி மாரடைப்பால் இறந்து விட்டார் என்று வேலாயி தெரிவித்தாள். பின்னர் ஸன்ஷேடுகளில் சேர்ந்து கிடந்த காய்ந்த இலைகள் குப்பைகள் யாவற்றையும் சுத்தம் பண்ண வேலாயியுடன் வந்த அவள் கணவனிடம் மெதுவாக, ‘தாலி கட்டியிருந்தா இதுக்கு முன்னயே’ என்று முணுமுணுத்ததை நான் கேட்டேன். எனக்கு ஒரே குழப்பமாக இருந்தது.

ஜாதகம் பார்க்க வேண்டாம் என்று நான் சொன்னதைக் காதில் வாங்காமல் கிட்டா சித்தப்பாவும் அம்மாவும் மாமா பையனான சுவாமிநாதன் ஜாதகமும் அப்பா படத்தின் முன் வைத்து எடுத்து சர்ச்சை செய்தனர். இரண்டு ஜாதகமும் பொருத்தமிருக்கிறது என்பதால் என்னைக் கூப்பிட்டு இருவரது ப்ளஸ் மைனஸ் குறித்து சொன்னார்கள். ‘உன் இஷ்டம்’ என்றார்கள்.

யோசித்துப் பார்த்து கிட்டத்துச் சொந்தமான சுவாமிநாதன் போதும் என்று நானே முடிவெடுத்துக் கொண்டேன். ஏனென்றால் என் தலைவிதிப்படி தானே காரியங்கள் நடந்து கொண்டிருக்கின்றன. விதி என்னிடம் வந்து சுவாமிநாதன் வேண்டும் என்று சொல் என்றது. அம்மாவோ சித்தியோ கிட்டா சித்தப்பாவோ இருவரில் ஒருவரை தேர்ந்தெடுத்தாலும் நான் சரி என்று தான் சொல்லியிருப்பேன். அவர்களிடம் நான் பேச்சு கொடுத்துப் பார்த்தேன். உன் இஷ்டம் என்று ஒரே வார்த்தையில் எல்லோரும் சொல்லிவிட்டனர். சீட்டு குலுக்கிக் போட்டுப் பார்க்கலாம் என்று கூட எனக்கு ஒரு தரம் தோன்றியது.

இப்படி குழம்பிக்கொண்டிருந்த ஒரு நாளில் பாங்க் போய்விட்டுத் திரும்பி வருகையில் சன்னதித் தெரு ஜகதா பேச்சுவாக்கில் சரவணன் குறித்துச் சொன்னாள். கோயில் பக்கத்துப் பழைய கல்மண்டபத்தில் நண்பர்களுடன் உட்கார்ந்து அரட்டையடிக்கும்போது சரவணன் அந்த வழியாக போகும் இளம் பெண்களுக்கு மார்க் போடுவானென்றும் எனக்கு நாற்பது மார்க் போட்டுள்ளான் என்றும் தெரிவித்தாள். எனக்குச் சட்டென்று அழுகை வந்தது. எப்போதும் இரண்டு ஜடை போட்டுக்கொண்டு நடக்கும் வாணிக்கு அறுவது மார்க் என்று ஜகதா சொன்னதும் எனக்கு அழுகையை அடக்க முடியவில்லை.

'ஸோ வாட்' என்று கூலாகச் சொல்லிவிட்டு ஜகதாவிடம் விடைபெற்றுக் கொண்டு வெயில் கொளுத்திக் கொண்டிருந்த அந்த மத்தியானத்தில் வேகவேகமாக நடந்து பிள்ளையார் கோயில் பின்பக்கம் திறந்து கிடந்த கேட் வழியாக நந்தவனத்துக்குள் நுழைந்து சிவப்பு, வெள்ளை அரளிப்பூக்கள் பறிக்கும் பாவனையில் நின்றேன். நான் நல்ல நிறமில்லை. ஒல்லியாக இருந்தேன். உயரமும் சற்று அதிகம் தான். நான் மாநிறமா கறுப்பா என்று அடிக்கடி கண்ணாடியிடம் கேட்டுக் கொள்வேன். நந்தவனத்து சிமெண்ட் தொட்டியில் தேங்கிக் கிடந்த நீரில் என் முகத்தைப் பார்த்தேன். கண்கள், மூக்கு, வாய், கன்னம், காது, தாடை எல்லாம் உன்னிப்பாகப் பார்த்தேன். என் கண்ணீர் தொட்டித் தண்ணீரில் விழுந்து கொண்டிருந்தது. நாற்பது கூட தேறாது என்று எனக்குத் தோன்ற என்னைக் கட்டுப்படுத்திக் கொண்டு வீட்டுக்குத் திரும்பினேன்.

வழியெல்லாம் யோசித்துக் கொண்டே நடந்தேன். சரவணன் நல்ல சிவப்பு. ஒரு நாள் ஏதோ விசேஷத்தின் போது அவனைக் கண்டது என் ஞாபகத்தில் வந்தது. க்ளீன் ஷேவ் பண்ணி மீசையில்லாது வேஷ்டி சட்டை அணிந்து நின்ற அவன் பார்க்க நன்றாக இருந்தான். அவன் நல்ல வசதியானவன் கூட. அவன் வீட்டில் பெரிய பெரிய அறைகள். முன் அறையில் பெரிய ஊஞ்சல். அதன் மேல் சிவப்பில் ஜரிகை பூக்கள் போட்ட விரிப்பு போட்டிருந்ததும் என் ஞாபகத்தில் உள்ளது. நிலைப்படிகளுக்கு மேலே சிவப்பு, மஞ்சள், பச்சை, நீலம் என்று கலர் கலராக கண்ணாடி பதித்திருந்தது.

சுவாமிநாதன் வீடு எங்கள் வீடு போல் தான். வீட்டுக்கு வந்து கிட்டா சித்தப்பாவிடம் சுவாமிநாதனை எனக்கு பார்க்கலாம் என்று சொல்ல அம்மாவிடம் சொன்னேன். அம்மா அப்பாவின் படத்தைப் பார்த்தாள். இப்படியாகும் என்று யாரும் நினைக்கவில்லை.

நான் பெருமூச்சுடன் சற்றே அசைந்து உட்கார்ந்தேன். குழந்தை கண்ணன் வரும் நேரமாகிறது. யார் எழுந்து மின்விளக்கு போடுவார்கள். யார் பூஜை மாடத்தில் விளக்கேற்றுவார்கள் என்றெல்லாம் யோசித்துக் கொண்டு நான் சும்மா உட்கார்ந்திருதேன். அம்மா பின் படிக்கட்டில் தான். சித்தி ஜன்னல் கிட்ட. வெளியே இருள் கவிழ்ந்திருந்தது. வீட்டுக்குள் மேலும் இருட்டு.

இந்நேரத்தில் யாராவது பேசிக்கொண்டும் சிரித்துக் கொண்டும் குறுக்கும் நெடுக்கும் நடந்தால் நன்றாக இருக்கும் என்று எனக்குத் தோன்றியது. இப்போதெல்லாம் கண்ணன் அவ்வளவாகப் பேசுவதில்லை. பள்ளி முடிந்து டியூஷனுக்கு போய் விட்டு விளக்கு வைக்கும் நேரம் வருவான். சாப்பிட்டு விட்டு பள்ளியில் நடந்தவற்றை என்னிடம் சொல்லுவான். நான் ஆரம்பத்தில் உம் கொட்டி கேட்டுக் கொண்டிருப்பேன். பின்னா 'உம்' நின்றுவிட 'என்னமாம் தரையில என்ன இருக்குன்னு இப்படி உத்து பாக்கறீங்க' என்று கேட்டு விட்டு எழுந்து சித்தியிடமோ அம்மாவிடமோ போய்விடுவான். அங்கேயும் சரியில்லை என்று தோன்றினால் தனியாக உட்கார்ந்து படம் வரைய ஆரம்பித்து விடுவான். நான் சுவாமியிடம் பேசிக் கொண்டிருக்கும் நேரமெல்லாம் 'அம்மா அப்பா கிட்டெ கேட்டுவிட்டு எனக்கு ஒரு கேம் ஸி.டி. வாங்கிக் கொடுங்க' என்று சொல்லிவிட்டு நகர்ந்து விடுவான். அதென்னவோ சுவாமி மற்றவர் கண்களுக்குத் தெரியாமலே இருக்கிறார். எனக்கு அது ஏனென்று புரியவில்லை.

அறையில் சாம்பிராணிப் புகை வாசனை மெதுவாக பரவி வரும்போது எனக்குப் புரிந்து விடும் சுவாமி தான் வருகிறார் என்று. முன்னர் வெளியூரில் வேலைப் பார்த்துக் கொண்டிருந்த சுவாமியை பார்க்க வேண்டுமென்று எனக்குத் தோன்றும் போது நான் சுவாமியின ஒரு சட்டையை எடுத்துப் போட்டுக் கொள்வேன். இப்போதெல்லாம் வெள்ளையில் வெளிர்நீல கோடுகள் போட்ட சட்டை தான் அடிக்கடி போடுகிறேன். சுவாமிக்கு விருப்பமான சட்டைகளுள் அதுவும் ஒன்று.

நான் விடுமுறை நாட்களில் என்றாவது அந்தச் சட்டை எடுத்து போட்டுக் கொள்ளும் போது அம்மாவோ சித்தியோ முன் வாசல் கதவை சாத்தி தாழிட்டு விடுவார்கள். யாரும் அப்படி இங்கே வருவதெல்லாமில்லை. பால்க்காரன் கீரைக்காரி, வேலாயி எல்லாம் தான் வருவார்கள். ஒரு நாள் நான் வேலை பார்க்கும் ஆரம்பப் பள்ளியின் தலைமை ஆசிரியரிடம் போய் பூட்டிக் கிடக்கும் நூலகத்தின் சாவி

கேட்டேன். 'எதுக்கும்மா' என்று கேட்டார் சந்தேகத்துடன். 'ஓஜா போட் பற்றித் தெரிஞ்சிக்கணும்' என்றேன். அந்த மாதிரி புக்ஸெல்லாம் இங்கே கிடையாது என்று சொல்லி விட்டு என்னை ஒரு விதமாக பார்த்துக் கொண்டு ஒரு இருநூறு பக்க நோட்புக் எடுத்து என்னமோ எழுதுகிற மாதிரி தன்னை பிஸி ஆக்கிக் கொண்டார். அன்றே மதியம் நேரம் கிடைத்த போது அவர் அறைக்குச் சென்று அவரில்லையென்று தெரிந்துகொண்டு அந்த இருநூறு பக்க நோட்புக்கை புரட்டிப் பார்த்தேன். மீனா டீச்சர் என்று தலைப்பிட்டு, இன்றைய தேதி போட்டு, ஓஜா போட் கேட்டார்கள் என்று எழுதியிருந்தது. அதன் முன் கோடில் மணியடித்தப் பின்னும் வீட்டுக்குக் கிளம்பவில்லை, கரும்பலகையை பார்த்துக் பொண்டிருக்கிறார் என்று தேதி போட்டு எழுதியிருந்தது. மேலும் படிப்பதற்குள் மூன்று 'பி' நந்தினி டீச்சர் வந்துவிட்டதால் நான் சாக்பீஸ் எடுத்துக் கொண்டுக் கிளம்பிவிட்டேன்.

பின்னர் ஒரு நாள் மறுபடியும் நூலகத்தின் சாவி கேட்டேன். 'வூடு' குறித்துத் தெரிஞ்சிக்கணும் என்றேன்.

"போங்கம்மா, நீங்க வேற அதெல்லாம் இங்கே கெடையாது. தெனாலி ராமன் கதைகள் எல்லாம் இருக்கு. படிக்கிறாயா என்றார். பின்னர் மெதுவாக, "கடவுளை வேண்டிக்கம்மா" என்றார். இருநூறு பக்க நோட்டை எடுத்து எழுதவும் ஆரம்பித்தார்.

இப்போது என்னிடம் கட்டாயமாக விடுப்பு எடுத்துக் கொள்ளும்படி சொல்லி ஒரு மாத விடுப்புக்கு விண்ணப்பம் வாங்கி யுள்ளார். எங்கள் கிராமத்துப் பக்கம் இதே நிர்வாகத்தினர் மற்றொரு பள்ளி நடத்துகிறார்கள். அங்கே மாற்றி விடுவதாக வேறு சொல்லி யிருக்கிறார்.

திடீரென வீட்டில் எல்லா மின்விளக்குகளும் எரிய ஆரம்பித்தன. எல்லா அறைகளிலும் வெளிச்சம் பரவிற்று. சித்திதான் எழுந்து லைட் போட்டுவிட்டு கண்ணன் வருகிறானா என்று பார்க்க வசதியாக ஒரு பக்கமாக அமர்ந்திருக்கிறாள். அம்மாவும் வேறு இடத்தில் இருக்கிறாள். வீடு இப்போதும் மௌனத்தில்தான். நாங்கள் எல்லோரும் கலகல வென்று பேசி சிரித்துக் கொண்டு வளைய வந்த காலம் வெகு தூரத்தில் நிழல் போல் தெரிவதாக எனக்குத் தோன்றியது.

வேலாயி தான் நிறைய பேசுவாள். அவள் வருகின்ற நேரம் கலகலப்பாக இருக்கும். ஊர் விவகாரம், காய்கறி விலை, அடுத்த வீட்டு வம்பு எல்லாம் விலாவாரியாகச் சொல்லிக் கொண்டே இருப்பாள்.

அவளுக்கு யாராவது ஒருத்தர் கேட்டுக் கொண்டிருந்தால் போதும். உம் கொட்ட வேண்டுமென்று கூட எதிர்பார்க்க மாட்டாள். கை பாட்டுக்கு வேலை செய்ய வாய் பேசிக் கொண்டே இருக்கும். அவளது பேச்சும் நடமாட்டமும் கால் கொலுசின் ஜல்ஜல் சத்தமும் சிரிப்பும் எல்லாம் வீட்டுக்குள் நிறைந்து எங்கும் வெளிச்சம் நிரம்பி வழிவதாகத் தோன்றும். குழந்தை கண்ணனை கொஞ்சிக் கோண்டே இருப்பாள். முன்னெல்லாம் அவனை அடிக்கடி இடுப்பில் தூக்கி வைத்துக் கொள்வாள். அப்பா போன பின் அம்மா, நான், சுவாமிநாதன், கமலா சித்தி, குழந்தை கண்ணன், வேலாயி எல்லோரும் குறுக்கும் நெடுக்கும் நடந்து கொண்டும் வேலைகள் செய்துக் கொண்டும் பேசிக்கொண்டும் இருந்த காலத்தை வீடும் நினைத்துக் கொண்டிருக்கும் என்று எனக்குத் தோன்றியது.

இந்த வீட்டை விட்டு போவதென்றால் கஷ்டமாக இருக்கிறது. கிட்டா சித்தப்பா சென்ற மாதம் வந்தபோது வேலாயி இரகசியமாக, ''ஊருக்குக் கூட்டிப்போயிருங்க ஐயா. மூணு பேரும் சும்மா இருக்கிற மாதிரி இருப்பாங்க. எப்ப மூடு மாறும்னு சொல்ல முடியாது. இப்ப கொஞ்சநாளா மீனாம்மா சரியா சாப்பிடறதோ தூங்கறதோ இல்லன்னு தோணுது. ஸ்கூல்ல பெரிய ஐயா, ''வந்தா வந்திட்டுப் போட்டும். சம்பளம் கரக்டா குடுத்திடுங்க. வீட்ல இருந்தா இன்னும் கஷ்டமா இருக்கும்னு சொன்னாரு'' என்றாள். பள்ளி நிர்வாகி வீட்டிலும் அவள்தான் வேலை பார்க்கிறாள். என் பெயரில் சுவாமிநாதன் ஓரளவு பணம் போட்டுள்ளார். நான் வேலை பார்க்கிறேன். பின் எதற்காக எனக்குச் சும்மா சம்பளம் தர வேண்டும் என்று சொல்கிறார்கள் என்று எனக்குப் புரியவில்லை. அப்பாவின் படத்திற்குப் பக்கத்தில் கண்ணாடி போட்ட சட்டத்துக்குள் இருந்து என்னைப் பார்த்துக் கொண்டிருக்கும் சுவாமிநாதனைப் பார்த்து நான் சிரித்தேன்.

அன்று கிட்டா சித்தப்பா என்னிடம் வந்து, ''இத பாரு, உனக்கு அம்மாவும் சித்தியும் இருக்காங்க. அம்மாவுக்கு நீயும் சித்தியும் இருக்கீங்க. சித்திக்கு அம்மாவும் நீயும் இருக்கீங்க. யாரும் தனியே கிடையாது. உங்க மூணு பேருக்கும் கண்ணன் இருக்கான். எல்லாத்துக்கும் மேல கடவுள் இருக்காரே'' என்றார். நான் தலையாட்டி 'சரி தான்' என்றேன்.

சென்ற மாதம் நான் பள்ளி விட்டு வந்த போது, நீண்ட நாட்களுக்குப் பின் சரவணனைக் கண்டேன். என்னைக் கண்டதும் அவன் பேச்சற்று

நின்று விட்டான். எனக்கென்னவோ அழுகை வரும் போலிருந்தது. "சுவாமிநாதன் விஷயம் இப்போ தான் எனக்கு சொன்னாங்க. ஐம் சாரி" என்றான். மேலும் ஏதாவது சொன்னால் நான் தெருவில் நின்று அழவேண்டியிருக்கும் போல் தோன்ற நான் வேகவேகமாக நடந்து வீட்டுக்குச் செல்லும் வழியில் பாதியில் திரும்பி கடைத்தெருவில் சுற்றி விட்டு கொஞ்சம் தக்காளி வாங்கிக் கொண்டு வீட்டுக்கு வந்துவிட்டேன். கடைத் தெருவில் சுற்றிய போதும் சரவணன் என்னுடனே வீட்டுக்கு வந்து விட்டானோ என்று பயந்து எல்லா அறைகளிலும் நான் நுழைந்து வெளி வந்தேன்.

மறுபடி பார்த்த போது நான் அவனிடம் இயல்பாகப் பேசினேன். இந்த ஊர் வங்கியில் மாற்றலாகி வந்தானாம். மனைவி, குழந்தைகள் குறித்துச் சுருக்கமாகச் சொன்னான்.

அடுத்த தடவை ஆற்றுப்பாலம் வழி வரும் போது வழக்கம் போல நின்று குனிந்து ஆற்று நீரை பார்த்துக் கொண்டிருந்த போது சரவணன் வந்தான். மீனா என்று அவன் அழைத்த போது அதில் ஒருவித கனிவும் அன்பும் கலந்திருந்தது போல் எனக்குத் தோன்ற நான் அவனுடன் பேசிக் கொண்டே நடந்து வந்தேன். ஏனோ அவனுடன் நடந்து வருவதும் பேசுவதும் அவன் என் பெயர் சொல்லி அழைப்பதும் எனக்குப் பிடித்து போயிற்று. இதெல்லாம் நான் சுவாமியிடம் சொன்னேன்.

மறுமுறை அவனிடம் பேச முடியாதபடி ஆகிவிட்டது. கனகா சித்தி ஊரிலிருந்து வண்டியில் வந்து இறங்கினவள் நான் நிற்பதையும் என்னை நோக்கி புன்முறுவலுடன் சரவணன் வருவதையும் கண்டு விட்டாள். என் கையைப் பிடித்து இழுக்காத குறையாக வீட்டுக்குக் கூட்டிக் கொண்டு வந்தாள்.

"அவன் உன்னைப் பார்த்து, ஐயோ பாவம்கிற மாதிரி பேசியிருப்பானே. நீயும் அதைக் கேட்டுக்கிட்டு நின்னிருப்பாயே, இதெல்லாம் சந்தோஷமில்லடீ. சும்மா பேரைக் கெடுத்துக்காதே" என்று வீட்டுக்குள் நுழையும் முன்னரே கத்தினாள்.

மெலிதான ஒரு கோடுபோல் ஒளி உள்ளே எட்டிப் பார்த்துக் கொண்டிருக்கையில் அந்தப் பக்கத்து ஜன்னலை சாத்தி இருட்டாக்கிவிட்டது போல் எனக்குத் தோன்றியது. அந்த ஒளிக்கோடு கூட வெறும் மாயை தானோ என்றும் எனக்கு சந்தேகம் வந்தது.

கனகா சித்தியின் ஜெயராஜ் சித்தப்பா இதில் தனக்கு அபிப்பிராயமொன்றுமில்லை, உங்கக் குடும்பத்து சமாச்சாரம், இருந்

தாலும் சரியாகப் படவில்லை என்கிற மாதிரி முகத்தை வைத்துக் கொண்டு தெருவில் போவோர் வருவோரை வேடிக்கைப் பார்த்துக் கொண்டிருந்தார். பூக்காரனிடம் கொஞ்சம் பூ வாங்கி கனகா சித்திக்குக் கொடுத்தார்.

உன் விதியை நீ தான் அனுபவிக்கணும். அதை திருத்த முயலாதே என்பது போல் மறுபடியும் கத்திவிட்டு கனகா சித்தி, ஜெயராஜ் சித்தப்பாவோடும் இரு குழந்தைகளோடும் நன்றாக அலங்கரித்துக் கொண்டு ஒரு கல்யாணத்துக்குக் கிளம்பிப் போன போது நான் உள் அறையில் குழந்தை கண்ணனுடன் இருட்டில் நின்றேன். கமலா சித்தி வழக்கம் போல் ஜன்னல் கதவின் பின்னாலும் அம்மா பின் கட்டிலும் இருந்தார்கள்.

பின்னர் கமலா சித்தி சொன்னாள், ''இதெல்லாம் சந்தோஷ மில்லடீ, பயம்தான், எப்போதும் பயம். காட்டில தனியா பயந்துக்கிட்டு நடக்கிறபோது பிடிச்சுக்க ஒரு கை கிடச்சா நமக்கு சந்தோஷம்தான். ஆனா அந்த கை நமக்கு மட்டும்தான்னு இருக்கணும். இல்லனா கஷ்டம்தான். சந்தோஷமில்லை. அது மட்டுமல்ல, நமக்கு மட்டும் தான்னு இல்லாத பரவசமும்கூட. கையைப் பிடிச்சுக்கலாம்னு நினைச்சாலே பெரிய தப்பு தான்.''

''ஆமா. அது பாவம்தான். எனக்கு அந்த மாதிரி எண்ணமெல்லாம் அறவே கிடையாது சித்தி'' என்றேன் அவசரமாக. சுவாமிநாதன் என் கையைப் பிடித்துக் கொண்டதுபோல் நான் உணர்ந்தேன்.

''எனக்கும் அந்த மாதிரி எல்லாம் தோணினிதில்லடி'' என்று மெல்லியக் குரலில் கூறி முகத்தைத் திருப்பிக் கொண்டாள் சித்தி. எனக்கு சித்தியைப் பார்க்க கஷ்டமாக இருந்தது. சைக்கிள் கடை பக்கத்தில் வலைதளம் வழி வரன் பார்ப்பவரிடம் சித்தி குறித்துச் சொல்ல வேண்டும் என்று தீர்மானித்தேன்.

இதை குறித்தும் இன்று சுவாமிநாதனிடம் பேச வேண்டும் என்று நான் நினைத்துக் கொண்டேன்.

இந்தச் சங்கடம் கஷ்டம் துயரம் எல்லாம் சேர்த்து மரத்தூளுடன் குழைத்து நானும் கமலா சித்தியும் அம்மாவும் செய்த பொம்மைகளின் முகங்கள் எல்லாம் சரியாகவே வரவில்லை. எல்லா முகங்களும் ஒரே அச்சில் வார்த்தபோதும் வேறு வேறாக வந்தன. வண்ணம் தீட்டினால் சரியாக இருக்கும் என்று வண்ணம் கொடுத்தப் பிறகும் அந்த முகங்கள் அழகாகவே வரவில்லை. அழகில்லையென்றாலும் பரவாயில்லை,

பார்க்கும்படியாகக் கூட இருக்கவில்லை. அழுகையை அடக்கி வைத்தவை, இறுக்கமான பாவனை கொண்டவை என்ற நிலையில் அவைகள் நின்றன. அவைகளை கமலா சித்தி உடைத்துப் போட்டு விட்டாள். இப்போது மரத்தூள் கிடைப்பதுமில்லை. மரம் அறுக்கும் மில் பூட்டப்பட்டு விட்டதாம்.

முன்பெல்லாம் நான் செய்த பொம்மைகள் அழகாக சிரித்துக் கொண்டு எனக்கு நன்றி கூறிக் கொண்டு சந்தோஷமாக நின்றிருந்தன. இப்போது நான் செய்த பொம்மைகள் அழுகை நிரம்பிய முகத்துடன் என்னை பார்க்காமல் திரும்பிக் கொண்டு நின்றன. அந்த பொம்மைகளின் அழுகையின் மெல்லிய சத்தம் அரையிருட்டு நிறைந்த அறைகளில் நிறைந்து கொண்டே இருந்தன. நானும் பொம்மைகளை ஓரமாக வைத்து விட்டேன். அம்மாவும் அப்படியே செய்தாள். பொம்மைகள் எங்களை விட்டு விலகிப்போய் விட்டன.

அச்சை மட்டும் நான் எடுத்து வைத்தேன். 'அச்சு கிடைப்பது கஷ்டம். யாரோ ஒருவர் ஓர் அச்சை வைத்து துயரங்களையும் கவலைகளையும் சந்தோஷத்தையும் எல்லாம் போட்டு குழைத்து பொம்மைகள் செய்து கொண்டே இருக்கிறார்' என்று நான் கமலா சித்தியிடம் அம்மாவிடமும் சொல்வதைப் போல் சொன்னேன். அந்த வார்த்தைகள் அறைக்குள்ளேயே சுற்றிக்கொண்டே வந்தன. வெளியே போகவேயில்லை.

சிக்கலான சிவப்பு நூல் கண்டும் குன்றிமணிகள் நிரம்பிய சிறிய கிண்ணமும் அம்மாவுக்கும் கமலா சித்திக்கும் நடுவில் உள்ளது. நூல்கண்டும் கிண்ணமும் என்னிடம் வந்துவிடுமோ என்று பயமாக உள்ளது. அப்படி பயம் வரும்போது நான் குழந்தை கண்ணனை இறுக்கப் பற்றிக் கொள்வேன்.

நான் எழுந்து கொண்டேன். எல்லா சிந்தனைகளையும் உதறித் தள்ளுவது போல் இரு கைகளையும் விரித்து ஒரு தடவை சுழன்றேன். எனது புடவையும் அழகாகச் சுழன்றது. கிராமத்தில் இது போன்ற புடவை கிடைக்குமோ என்று சந்தேகப்பட்டேன். இப்போதைய என்னுடைய கவலையெல்லாம் சுவாமிநாதன் கிராமத்துக்கு வருவாரோ மாட்டாரோ என்பது தான்.

வாசலைப் பார்த்தேன். குழந்தை கண்ணன் வந்து விட்டான். வீடெல்லாம் வெளிச்சம் நிரம்பி வழிகிறது.

●

ஆடுகுதிரையும் ஊஞ்சலும்

வெளியே மழை பெய்து ஓய்ந்து விட்டிருந்தது. ஓட்டு கூரை மேலிருந்து துளி துளியாக நீர் வீழ்ந்து கொண்டிருந்தது. பார்த்துக்கொண்டிருந்த சின்னக்குட்டி அதற்கு கூரை மழை என்று பெயரிட்டாள். முற்றத்தில் நின்ற மாமரத்து இலைகளில் இருந்து விழும் துளிகளைப் பார்த்து இலை மழை என்றாள். மின்சாரக் கம்பியில் முத்து முத்தாக நீரைக் கண்டு அதற்கு முத்து மழை என்றாள். உடைந்து போன ஓடு வழியாக வீட்டுக்குள் விழும் நீரை பிடிக்க அம்மா ஆங்காங்கே வைத்துள்ள பாத்திரங்களைப் பார்த்து பாத்திர மழை என்று பெயர் போடலாமா என்று யோசித்துப் பார்த்து வேண்டாம் என்று விட்டு விட்டாள். பின்னர் கூரை மழை, இலை மழை, முத்து மழை என்று ராகம் போட்டு மெலிதாகப் பாடிக் கொண்டே அம்மாவைப் பார்த்தாள்.

சென்ற வாரம் பெய்த பெருமழையில் கற்கள் பெயர்ந்து விழுந்து பெரிய இடைவெளியுடன் நிற்கும் சுற்றுச் சுவரை பார்த்துக் கொண்டிருக்கிறாள் அம்மா. ஆங்காங்கே ஒரு சில முட்செடிகளும் ஒரு சில மரங்களும் சில இடங்களில் பச்சைபுல்லும் பல இடம் தரிசுமாகக் கிடக்கும் அந்த மண்ணில் அம்மா என்ன பார்க்கிறாள் என்று ஒரு நாள் சின்னக்குட்டி கேட்ட போது, ''இது பார்க்க நம்ம வாழ்க்கையை மாதிரி இருக்கில்லே அதான்'' என்றாள் அம்மா. சின்னக்குட்டிக்கு ஒன்றுமே புரியவில்லை.

இப்போது என்ன பார்த்துக் கொண்டிருக்கிறாள் என்று அம்மாவிடம் கேட்கலாமா என்று நினைத்து, பின்னர் வேண்டாம் என்று விட்டு விட்டாள். அம்மா சோகமாக இருக்கிறாள்போல் தெரிகிறது. அம்மாவின் கழுத்தில் எலும்பு துருத்திக் கொண்டிருக்கிறது. பச்சை நிறத்தில் தொளதொளவென்று ஒரு ஜாக்கட் போட்டிருக்கிறாள். அதன் கைகளிலும் முதுகுப்பக்கமும் பூ தையல் போடப்பட்டு இருக்கிறது. சுந்தரி அத்தைதான் இது போன்ற ஜாக்கட் போடுவாள். அடிக்கடி வரும்போது சுந்தரி அத்தை பழைய புடவைகள் ஜாக்கட் எல்லாம் கொண்டு வந்து அம்மாவுக்குத் தருவாள். அம்மா துயரம் நிறைந்த முகத்துடன் வேறுவழியின்றி வாங்கிக்கொள்வாள். பின்னர் அதையெல்லாம் தைத்து சரிபண்ணி போட்டுக்கொள்வாள். சுந்தரி அத்தை நல்ல குண்டு. அம்மா மெலிந்து காணப்படுகிறாள். அம்மா பழைய துணி வாங்கிக்

கொள்வதில் சின்னக்குட்டிக்கு இஷ்டமில்லைதான். சுந்தரி அத்தை வரும்போது அவர்கள் பையன் சிவா கூட வந்தால் சின்னக்குட்டிக்கு கவலையாகிவிடும். சிவா வந்தவுடன் ஆடுகுதிரை, ஆடுகுதிரை என்று பறப்பான். அம்மா ஆடுகுதிரை எடுத்து கூடத்தில் வைத்து சிவாவை அதில் உட்காரவைத்து மெதுவாக முன்னும் பின்னும் ஆட்டிவிடும் வரை சிவா ஓயமாட்டான். சின்னக்குட்டி ஊஞ்சலிலும் சிவா ஆடுகுதிரையிலும் இருந்து பேசிக்கொண்டிருக்கையில் சுந்தரி அத்தை வலப்பக்கத்து அறையில் படுத்திருக்கும் தாத்தாவைப் பார்க்கச் செல்வாள்.

ஒரு மாதம் முன்பு தாத்தா இறந்து போய்விட்டார். அவரது கட்டில் வெளித் திண்ணையில் சரித்து வைக்கப்பட்டுள்ளது. வீடெங்கும் நிறைய ஆட்கள் வந்து போனார்கள். சுந்தரி அத்தை, குமரேசு பெரியப்பா, அப்பா அம்மா எல்லாம் அழுதார்கள். எல்லாம் முடிந்து எல்லோரும் போய் விட்டு பின்னர் இன்று காலையில் சுந்தரி அத்தையும் கணேசன் மாமாவும் குமரேசு பெரியப்பாவும் லட்சுமி பெரியம்மாவும் வந்திருக்கிறார்கள். காலையில் அப்பா நழுவி விழும் லுங்கியை இழுத்துக் கட்டிக் கொண்டு சம்மந்தமில்லாமல் ஏதோ சொல்லிக் கொண்டிருந்தார். ஒவ்வொருவரும் சத்தம் போட்டுப் பேசிக்கொண்டிருக்கையில் சின்னக்குட்டியும் கொல்லையில் டிசம்பர் பூக்கள் பறித்து எண்ணிக்கொண்டிருந்தாள். உள்ளே வந்தபோது, ''இந்த கையாலாகாத மனுஷனை ஒரேயடியாக ஒதுக்கிடாதீங்க'' என்று அம்மா சொல்வது மட்டும் சின்னக்குட்டி கேட்டாள்.

மத்தியானம் எல்லாரும் சாப்பிட்டுக் கொண்டிருக்கும்போது அம்மா அழுது கொண்டிருந்தாள். அம்மா அழுவதைக் காண சின்னக் குட்டிக்கும் அழுகை வந்தது. அப்பா எதையும் கண்டுகொள்ளாமல் பற்களுக்கிடையில் பீடியை பிடித்தபடி ஏதோ முணுமுணுத்துக் கொண்டிருந்தார். யாரும் அவரை ஒரு பொருட்டாக எடுக்கவில்லை என்று சின்னக்குட்டிக்குத் தோன்றியது. அப்பாவை பார்க்க சர்க்கஸ் கோமாளி போல் இருக்கிறது என்று நினைத்து அவள் அப்பாவுக்கு மூக்கில் ஒரு சிகப்பு உருண்டையும் தலையில் நீளக் குல்லாயும் வைத்து கற்பனை செய்து தனக்குத்தானே சிரித்துக் கொண்டாள்.

சின்னக்குட்டி மெதுவாக எழுந்தாள். அம்மா எதிலும் கவனம் இல்லாது அசையாது இருக்கிறாள். சின்னக்குட்டி அம்மாவை தொந்தரவு பண்ண வேண்டாம் என்று விட்டு விட்டு கூடத்திற்கு வந்தாள். கூடம் காலியாக வெறிச்சென்று கிடந்தது. அங்கேதான் ஜன்னல் பக்கம் சாய்வு

நாற்காலி போட்டு தாத்தா சாய்ந்திருப்பார். பேப்பர் படித்துக்கொண்டோ, ஜன்னல் வழியாகத் தெருவை பார்த்துக்கொண்டோ சும்மா மோட்டு வளையை பார்த்துக்கொண்டோ சாய்ந்திருப்பார். பக்கத்தில் ஒரு ஸ்டூல் போட்டு அதில் பேப்பர், சின்ன மணிபர்சு, மூக்குக் கண்ணாடி எல்லாம் வைத்திருப்பார். முன்னால் ஒரு ஸ்டூல் போட்டு காலை அதன் மேல் தூக்கி வைத்திருப்பார். சில நேரம் சின்னக்குட்டியை ஸ்டூல் மேல் உட்கார வைத்து கதை சொல்வார். பள்ளியில் என்ன விஷேஷம் என்று கேட்பார். சில நாள் தெருவில் போகும் குச்சி ஐஸ்காரனைக் கூப்பிட்டு ஐஸ் வாங்கி சின்னக்குட்டிக்குத் தருவார். அப்போதெல்லாம் அவளுக்குத் தாத்தாவை ரொம்பப் பிடிக்கும்.

ஆனால் சில நாள் இரவு நேரம் அப்பா ஆடிக்கொண்டே வந்து படுத்துவிடுகிற போதில், ''பழம் வாங்கிட்டு வரலயா '' என்று தாத்தா கத்துவார். அப்பா எதுவும் காதில் வாங்காது கொறட்டை விடத் துவங்கும் போது அம்மா அவசர அவசரமாக, ''வா சின்னக்குட்டி, சுப்பையா மாமா கடைவரை போய்விட்டு வந்திடலாம்'' எனக் கூப்பிடுவாள். வீட்டு பாடம் செய்யும் நேரமாகவோ, தூக்கம் வரும் நேரமாகவோ இருந்தால் சின்னக்குட்டி சிணுங்குவாள்.

''வா கண்ணு, காத்தில நடந்து போக ஜோரா இருக்கும்'' என்று மறுபடியும் அம்மா கூப்பிடும் போது அம்மா தனியாக போவாளே என்ற கரிசனையுடன் சின்னக்குட்டி கூடவே செல்வாள்.'' ''தாத்தா செலவில்தான நம்ம இருக்கோம், அப்ப நம்ம தான் அவரை நல்லா பார்த்துக்கணும். உங்கப்பாவுக்குப் பத்து பைசாவுக்கு துப்பில்லை'' என்றெல்லாம் சொல்லிக்கொண்டே நடப்பாள். ஓட்டமும் நடையுமாக தெருக்கோடி வரை போய் பழம் வாங்கி வருவார்கள். சின்னக்குட்டி நாயை கண்டாள் பயப்படுவாள். அந்த மாதிரி சமயங்களில் அவளுக்குத் தாத்தாவைப் பிடிக்காமல் போய்விடும். அப்பா மேல் கோபமாக வரும்.

இப்போது அங்கே ஒரு ஸ்டூல் மட்டும் இருக்கறதைப் பார்த்து விட்டு சின்னக்குட்டி வலப்பக்கத்து அறைக்குள் நுழைந்தாள். அங்கே வைத்திருந்த இரண்டு பீரோக்களையும் காணவில்லை. ஒரு சிறு வட்ட மேஜை மட்டும் இருக்கிறது. அதன் ஒரு காலின் கீழ்ச் செங்கல் ஒன்று வைக்கப்பட்டுள்ளது. சுவரிலுள்ள சிறு ஷெல்ப் மீது ஏதோ பழைய மருந்து பாட்டில்கள், காலியான பவுடர் டப்பா, சிறு சிறு துண்டு காகிதங்கள் எல்லாம் கிடந்தன. தாத்தா படுத்திருந்த கட்டில் வெளித் திண்ணையில் கிடக்கிறது.

அவள் அங்கிருந்து வெளியே வந்து நடுமுற்றத்திற்குப் பக்கம் வந்தாள். அவளுக்கு 'திக்' என்றது. அங்கே இருந்த ஊஞ்சலைக் காணோம். அவளுக்கு அழுகை வந்தது. அம்மா என்று கத்தியபடியே அம்மா இருந்த இடத்திற்கு ஓடினாள்.

''அம்மா ஊஞ்சலைக் காணோம், எனக்கு ஊஞ்சல் வேணும்'' என்றாள் சத்தமாக. அம்மா சட்டென்று அவள் வாயைப் பொத்தினாள். மெல்ல அணைத்துக்கொண்டு மெல்லிய குரலில் சொன்னாள்.

''அந்த ஊஞ்சல் குமரேசு பெரியப்பா வாங்கினது. அதான் எடுத்துப் போறாங்க.''

''அப்ப நமக்கு'' என்று கண்ணீர் வழிய கேட்டாள் சின்னக்குட்டி.

''உன் அப்பா வாங்கினதெல்லாம் நமக்கு...'' சின்னக்குட்டியின் கண்ணைத் துடைத்துகொண்டு அம்மா பதிலளித்தாள்.

''அப்பா என்ன என்ன வாங்கினார்மா?'' என்று சின்னக் குட்டி கேட்ட போது அம்மா பேசாமலிருந்தாள். அவள் அம்மாவை உலுக்கி மறுபடியும் கேட்டாள். அதற்கு அம்மா, ''அவர் என்னத்த வாங்கினாரு... அவருகிட்ட காசு ஏது. நாலு நா வேலைக்குப் போனா ஆறு நா வேலைக்குப் போகமாட்டாரு. கிடைக்கிற காசுல கொஞ்சம் வாய்க்காங்கர கடையில போயிடும். மீதில என்னத்த வாங்குவாரு. ஏதோ அரிசி, பருப்பு, லொட்டு லொசுக்கு ...'' எப்போதும் சொல்வதைத்தான் அம்மா சொல்லப்போகிறாள் என்று தெரிய வந்ததும் ஊஞ்சல் இல்லாத அந்த இடத்தை மறுபடியும் பார்த்தாள். இந்த அப்பா ஏன் ஊஞ்சல் வாங்கவில்லை. ஏன் குமரேசு பெரியப்பா வாங்கினார் என்றெல்லாம் தனக்குத்தானே கேட்டுக்கொண்டாள். அம்மாவிடம் கேட்டால் எந்த பதிலும் வரப்போவதில்லை என்றெண்ணிக்கொண்டே அப்பாவைப் பார்த்தாள். அப்பா குறட்டை விட்டு தூங்கிக் கொண்டிருக்கிறார். பெரியப்பா அத்தை எல்லோரும் வெளியே சென்ற உடன் படுத்தவர்தான்.

சின்னக்குட்டிக்கு ஊஞ்சல் ரொம்பப் பிடிக்கும். மத்தியானம் சாப்பிட்ட பின்னர் தாத்தா அதில் படுத்திருப்பார். யாராவது வந்தால் அதில் உட்கார்ந்து பேசுவார். மற்றபடி சின்னக்குட்டிக்கு வீட்டுப்பாடம் செய்ய, சாப்பிட, பள்ளி விழாக்களில் பாடவேண்டிய பாட்டுக்கள் மனப்பாடம் செய்ய என்று பல நேரம் ஊஞ்சல் அவளுக்கு வேண்டும். அந்த ஊஞ்சல் இல்லாது போவது நினைத்து அவளுக்கு மீண்டும் அழுகை வந்தது.

சட்டென்று அவளுக்கு ஆடுகுதிரை ஞாபகம் வந்தது. அவள் ஓடிப்போய் பின் திண்ணையில் ஓர் ஓரமாக இருந்த சிறிய இருட்டு அறைக்குள் நுழைந்து தேடினாள். பின்னர் வெளியில் வந்து தட்டுமுட்டு சாமான்களுடன் கிடந்த ஆடுகுதிரையை எடுத்து இருட்டு அறையில் ஒரு மூலையில் வைத்தாள். பின்னர் கொடியில் கிடந்த ஒரு பழம் புடவை எடுத்து அதன்மேல் போட்டாள். இருட்டு கண்களுக்குப் பழகிப் போக அவள் சுற்றுமுற்றும் பார்த்தாள்.

அங்கே கிடந்த பழைய ஊஞ்சல் பலகை அவள் கண்ணில் பட்டது. உற்சாகத்துடன் அவள் அதை எடுத்து ஆடுகுதிரை பக்கம் வைத்து அதன்மேலும் புடவையை விரித்துப்போட்டாள். பெரிய ஊஞ்சல் வந்த போது சின்ன ஊஞ்சலை கழற்றி வைத்திருக்கிறார்கள். அதில் கயிறுமில்லை, சங்கிலியுமில்லை. எனினும் அவளுக்கு மிகவும் மகிழ்ச்சியாக இருந்தது. அவள் ஓடி வெளியே வந்தாள்.

எப்போதாவது சுந்தரி அத்தையும் கணேசன் மாமாவும் வந்து தங்கும் படுக்கும் அறைக்குள் நுழைந்தாள். அந்த அறையில் ஒரு சின்ன மரபீரோ மட்டும் திறந்த கதவோடு நின்றது. அநேகமாக இந்த அறை சாத்தப்பட்டுதான் கிடக்கும்.

அவள் வெளித்திண்ணைக்கு வந்தபோது பெரியப்பா, பெரியம்மா, அத்தை, மாமா எல்லாம் நின்று கொண்டு தெருவில் நின்ற இரண்டு டெம்போக்களில் சாமான்கள் அடுக்குபவர்களிடம் என்னமோ சொல்லிக்கொண்டிருக்கிறார்கள். அவள் அம்மாவிடம் ஓடி வந்தாள். "ஏம்மா எல்லாத்தையும் எடுத்துப்போறாங்க?" என்று கேட்டாள்.

அவள் ஓடி வெளித்திண்ணைக்கு வந்து முதல் அறைக்குள் நுழைந்து,

'இது ஒரு ரூமு ஒன்னு' என்று விரல் தொட்டு எண்ணினாள். அடுத்து அம்மா உட்கார்ந்திருந்த சிறு அறையை 'இரண்டு' என்றாள். பின்னால் அம்மா சமையலறை போல் சரிபண்ணியிருந்த அறையை 'மூன்று' என்றாள். சில நாட்களாக அம்மா இங்கே தான் சமைக்கிறாள். பெரிய சமையலறைக்குச் செல்வதில்லை. பின்பக்கம் உள்ள திண்ணையில் ஒரு சிறு அறை உள்ளது. திண்ணையிலிருந்து மூன்று படிகள் இறங்கிச் சற்று நடந்து குளியலறைக்குப் போக வேண்டும். சின்னக்குட்டிக்குப் பயமாக இருந்தது இரவில் குளியலறைக்குச் செல்வதெப்படி. அதுவரை நடுமுற்றத்துப் பக்கமுள்ள அறையின் உள்ளேயே குளியலறையும் இருந்தது. சின்னக்குட்டிக்கு அழுகை வந்தது. விளக்கு வைத்தப் பின்னர்

அந்தப் பக்கம் சலங் சலங் என்று சலங்கைச் சத்தம் கேட்கும் என்று சிவா சொல்வான். எப்போதாவது பக்கத்தில் உள்ள சிறு கோயிலில் அம்மனுக்கு பொங்கலிட்டுப் புடவையெல்லாம் எடுத்து வைத்து பூஜை செய்வார் தாத்தா. இறந்து போன நீலா அத்தையை பற்றி எல்லோரும் பேசுவார்கள். குமரேசு பெரியப்பா, லெச்சுமி பெரியம்மா, கணேச மாமா, சுந்தரி அத்தை, சிவா எல்லோரும் இருக்கும்போது அப்பாவைத் தாத்தா திட்டுவார்.

''இந்தப் பய இப்படி பாழாப்போறானே. ஒரு கட வச்சுக் குடுத்தா எல்லாத்தையும் வித்துத் தின்னு குடிச்சு இப்ப நாலு நாள் வேலைக்குப் போனா ஆறு நாள் வீட்டுக்குள்ள கெடப்பான். அந்த சூபர்வைசர் நல்ல குணம். அவரு மறுபடியும் கூப்பிடுவாரு. ஏதோ என் பென்ஷன் இருக்கிற மட்டும் இப்படி காலம் ஓடும். அவனுக்கு எப்பத்தான் பொறுப்பு வரப்போகுதோ.'' கலகலவென்றிருந்த இடம் சட்டென்று மாறிவிடும்.

சின்னக்குட்டி மறுபடியும் நடுமுற்றத்துக்கு வந்தாள். அங்கே ஒரு சில பாத்திரங்கள் கிடந்தன. பித்தளைக்குடம், ஒரு அண்டா, தூக்குவாளி என இவற்றுடன் அவளது சந்தனக் கிண்ணமும் கிடந்தது. சாதாரணமாக உள்ள சந்தனக் கிண்ணத்தைவிட சற்று பெரிசு அது. அவளுக்கு மிகவும் பிடித்தப் பாத்திரம்.

சில நாட்களில் அம்மா அரிசி, சிறுபயறு, வெந்தயம் எல்லாம் போட்டுக் குழைவாக வேகவைத்து அதில் சிறிது தேங்காய்பால் ஊற்றிக் கஞ்சியாக வைப்பாள். சந்தனக் கிண்ணத்தில்தான் கஞ்சி குடிப்பேன் என்று சின்னக்குட்டி அடம் பிடிப்பாள். அந்தச் சின்னப் பாத்திரத்தில் கஞ்சி ஊற்றி, ஒரு சின்ன ஸ்பூன் போட்டு அம்மா கொடுப்பாள். ''இந்தச் சின்ன பாத்திரத்தில் எவ்வளவு கஞ்சி குடிப்பே நீ'' என்று சொல்லிக் கொண்டே அம்மா மறுபடியும் ஊற்றிக் கொடுப்பாள்.

''எத்தனை தடவை கஞ்சி குடிக்கிறேன் பார்'' என்று சொல்லி குதூகலத்துடன் அவள் சாப்பிடுவாள். பாயாசம் போன்றவைகளும் அந்தக் கிண்ணத்தில்தான் அவளுக்கு வேண்டும். அழகான அந்த சின்னப் பாத்திரத்தை சுந்தரி அத்தையோ குமரேசு பெரியப்பாவோ எடுத்துப் போக போகிறார்கள் போலும். அவளுக்கு அழுகை வந்தது. அவள் ஓடிச்சென்று அந்தப் பாத்திரத்தை எடுத்தாள்.

கதவு வழியாக அதைப் பார்த்த அம்மா, ''அங்கே வைடீ, அது அத்தைக்குள்ளது'' என்றாள். ''அப்ப எனக்கு'' என்று கேட்டுக்கொண்டே பாத்திரத்தைக் கீழே வைத்தாள்.

''உனக்கு அம்மா வாங்கித் தருவேனே'' என்று கண்ணில் நீருடன் அம்மா சொன்னாள். அம்மா அழுது விடுவாளோ என்று பயந்து அவள் பேசாமலிருந்து விட்டாள்.

அவள் சில நேரம் யோசனை பண்ணுவாள். பல சாமான்கள் வாங்கித் தரேன், வாங்கித் தரேன்னு அம்மா சொல்வாள். வாங்குவதற்கு அம்மாகிட்ட ஏது பணம். அம்மா கோலம்மாத்தா வீட்டிலிருந்து வாழை நார் தும்பு கொண்டு வந்து உட்கார்ந்து பின்னல் போட்டுக் கொடுத் தாலும் நிறைய ஒன்றும் காசு கிடைப்பதில்லை. சில நாள் அம்மா உட்கார்ந்து பின்னல் போட்டு ஒரு சின்னக்குச்சி மேல் சுற்றி இத்தனை மீற்றர் என்று கணக்குச் சொல்லி கொடுத்துவிட்டு கோலம்மாத்தா தரும் காசையும் வாங்கி நடக்கும் போது சின்னக்குட்டியிடம், 'இதுல கூலி ரொம்பக் குறைவு தான்' என்று அலுத்துக்கொண்டே சொல்வாள். இப்போதுதான் ஒரு தையல் மிஷன் பழைய விலைக்கு வாங்கியுள்ளாள். இப்போது துணி தைத்துக் கொடுப்பதில் கொஞ்சம் பணம் கிடைக்கிறது போலும். இருந்தாலும் அம்மா எவ்வளவு கஷ்டப்படுகிறாள் என்று சின்னக்குட்டிக்குத் தோன்றியது.

சுந்தரி அத்தையிடம் சந்தனக் கிண்ணமும் பெரியப்பாவிடம் ஊஞ்சலும் கேட்டுப் பார்க்க வேண்டும் என்று மனத்துக்குள் நினைத்துக் கொண்டாள். சிவா வந்தால் ஆடுகுதிரை கேட்பானே என்ற எண்ணம் வந்ததால் அவள் ஓடிப்போய் சின்ன இருட்டு அறையின் மூலையில் பழம் புடவையால் போர்த்தப்பட்டிருக்கும் ஆடுகுதிரையை தொட்டுப் பார்த்தாள்.

அங்கிருந்து வெளியே வந்து சமையல் கட்டில் பார்த்தாள். அம்மா அங்கே சில பெட்டிகளை அடுக்கி அதன் மேல் நின்று பரண் மேல் பாத்திரங்களை வைத்துக்கொண்டிருக்கிறாள். அவள் புடவையைப் பிடித்து இழுத்து ''நான் பெரியப்பா கிட்டையும் அத்தை கிட்டையும் கேக்கப் போறேன்'' என்று சொல்லி விட்டு ஓடினாள். ''வேண்டாம் சொன்னா கேளு'' என்று சொல்லி அம்மா பின்னால் வந்தாள்.

வெளித் திண்ணையில் ஓர் ஓரமாக குமரேசு பெரியப்பாவும் லெச்சுமி பெரியம்மாவும் ஒரு மரபெஞ்ச் மேல் உட்கார்ந்திருந்தார்கள். சற்று தள்ளி சுந்தரி அத்தை ஒரு சிறு மரப்பெட்டி மேல் ஒண்டிக்கொண்டு உட்கார்ந்திருக்கிறார்.

சின்னக் குட்டி எல்லோரையும் பார்த்தாள். யாரும் அவளைச் சட்டை செய்யவேயில்லை. அம்மா கதவுக்குப் பின்னால் நின்று விட்டாள்.

பி.உஷாதேவி

"இவன் ஒழுங்கா வேலை பாத்துக் குடும்பத்தைக் கவனிச்சிருந்தான்னா அப்பாக்கப் பணம் நிறைய மிச்சம் வந்திருக்கும். எத்தனை வருஷமா பென்ஷன் பணத்தை வாங்கி இந்தக் குடும்பத்துக்கு செலவளிச்சாரு" லெச்சுமி பெரியம்மா சொல்லிவிட்டு பெருமூச்சு விட்டாள்.

"சுந்தரி அவ ஷேரை கொடுத்தா மாதிரி இவனும் கொடுத்தான்னா மொத்த வீட்டையும் வாங்கி நான் வேற எதுனாம் பண்ணுவேன். இவன் கொடுக்க மாட்டன்னில்ல சொல்லுகான்" என்றார் பெரியப்பா.

"குடுத்திட்டு நாங்க எங்கே போணுமாம்" கதவின் பின்னாலிருந்து அம்மா கேட்டாள். அம்மாவுக்கு இப்படியும் பேசத் தெரியுமா என்று சின்னக்குட்டி அம்மாவைப் பார்த்தாள். பொதுவாக அம்மா பெரியப்பாவிடம் ஒன்றும் பேசுவதில்லை.

"அந்தப் பணத்தை பாங்கில போட்டுட்டு வாடகைக்கு ஒரு வீடெடுத்து இருக்கணும்" மிகச்சுலபம் என்கிற மாதிரி சொன்னார் பெரியப்பா.

"வாடக யாரு கொடுப்பா, கொஞ்ச நாளில பாங்கில போட்ட பணம் காணாமப் போயிரும். வாடக கொடுக்கவும் முடியாது. தெருவில்தான் நிக்கணும்" அம்மா முணுமுணுத்தாள்.

சுந்தரி அத்தை, "அவனை நீ தான் சொல்லித் திருத்தணும். உனக்கு அதுக்கு திறமையில்ல" என்றாள் சத்தமாக. அதைக் கேட்டு அம்மாவுக்கு அழுகை வந்த விட்டது. சின்னக்குட்டி போய் அம்மாவின் கையைப் பிடித்துக் கொண்டாள்.

ஒரு பீடியை கையில் வைத்துப் பார்த்தபடி இது ஏதோ தனக்குச் சற்றும் சம்பந்தமில்லாத விஷயம் என்பது போல அப்பா சுவரில் சாய்ந்து உட்கார்ந்திருந்தார்.

தெருவில் சாமான் ஏற்றப்பட்ட வண்டிகளில் ஒன்று போர்த்திக் கொண்டு நின்றது. இன்னொன்றில் ஓர் ஆள் நடுமுற்றத்தில் கிடந்த பாத்திரங்களை வைத்துக் கட்டிய சாக்கு மூட்டையை தைத்துக் கொண்டிருந்தார்.

சின்னக்குட்டி ஊஞ்சல் குறித்தும் சந்தனக் கிண்ணம் குறித்தும் பெரியப்பாவிடமும் அத்தையிடமும் பேச வேண்டுமென்பதையெல்லாம் மறந்து போனாள். அவளும் அழுகையை அடக்கியவாறு தெருவில் பார்த்தாள். நாய் ஒன்று மெதுவாக நடந்து கொண்டிருக்கிறது. இரண்டாம்

வகுப்பில் தன்னுடன் படிக்கும் ரமேஷ் சைக்கிளில் போகிறான். தெருவில் தேங்கி நின்ற மழைநீரின் அருகே காகம் ஒன்று நின்று கொண்டிருக்கிறது. அவள் மறுபடியும் மற்றவர்களைப் பார்த்தாள்.

பெரிய மீசை வைத்துக்கொண்டு சில்க் ஜிப்பா போட்டுக்கொண்டு மைனர் செயின் வெளியே தெரிய முகத்தை அதிருப்தியுடன் வைத்துக் கொண்டு நிற்கும் குமரேசு பெரியப்பா. கையகல ஜரிகைப் போட்ட ரோஸ் கலர் பட்டுப் புடவை உடுத்தி கழுத்தில் அட்டிகையும் கைகளில் கல் வளையல்களும் அணிந்த பெரியம்மா. அடிக்கடி வரும் போது பிஸ்கட், கேக் என்று ஏதாவது வாங்கி வந்து தாத்தாவின் முன்னால் சின்னக் குட்டியை கூப்பிட்டு அதை கொடுத்துவிட்டு சிரிக்கும் பெரியப்பாவும் பெரியம்மாவும் இப்போது கடுகடுவென்றிருக்கிறார்கள்.

மஞ்சளில் சிகப்பு பூ போட்ட புடவைக் கட்டி தலை பின்னலிட்டு நிறைய மல்லிகைச் சரம் வைத்துக் கழுத்தில் கைகளில் நகைகள் அணிந்து பெட்டி மேலிருக்கும் சுந்தரி அத்தை. இளம் நீல நிறத்தில் கோடு போட்ட சட்டை போட்டு கற்கள் பதித்த மோதிரம் போட்டுக்கொண்டு உர் என்ற முகத்துடன் இருக்கும் கணேசன் மாமா. அம்மாவுக்குப் பழைய புடவைகளும் ஜாக்கட்களும் கொண்டு வந்து தந்து, ''அப்பாவுக்கு என்ன வேணும்னு கேட்டு நீதான் செய்யணும்'' என்று அம்மாவிடம் சொல்லும் சுந்தரி அத்தை. ''சின்னக்குட்டிக்கு ஒன்னும் வாங்கிட்டு வரலயே. இந்தா பணம் உனக்கு, பிடிச்சதெ வாங்கிக்கோ'' என்று கொஞ்சம் பணம் தரும் சுந்தரி அத்தை. ஸ்கூட்டரில் உட்கார வைத்து ஒரு ரவுண்டு அடித்து வரும் கணேசன் மாமா. இப்போது அவர்களிடம் நட்பில்லை.

கதவில் சாய்ந்தவாறு நிற்கும் அம்மாவையும் சின்னக்குட்டிப் பார்த்தாள். தௌதொளவென்று பச்சை ஜாக்கட்டும் சற்றும் பொருந்தாத வைலட் நிற சேலையும் வளையல் இல்லாத மெலிந்த கைகளும் மெலிதாக ஒரு செயின் மின்னும் கழுத்தும் கவலை தோய்ந்த முகமும் கொண்ட அம்மா. சுந்தரி அத்தை மாதிரி நகை போட்ட அம்மாவை அவள் கற்பனை செய்து பார்த்தாள். மறுகணமே, 'நான் படிச்சு வேலை பார்த்து அம்மாவுக்கு நிறைய நகை புடவையெல்லாம் வாங்கிக் கொடுப்பேன்' என்று மனதிற்குள் சபதம் செய்துகொண்டாள்.

ஆடுகுதிரையை இவர்கள் மறந்துவிட்டார்களா என்று சின்னக் குட்டிக்குச் சந்தேகம் வந்தது. அதில் உட்கார்ந்து ஆடமுடியாதபடிக்குச் சின்னக்குட்டி வளர்ந்து விட்டாள். எனினும் அவளுக்கு அது வேண்டும். ஓடிப்போய் இருட்டு அறை மூலையில் அதைத் தொட்டுப் பார்த்து விட்டு

வரும்போது வெளித்திண்ணையில் அப்பா ஏதோ முணுமுணுத்துக் கொண்டிருந்தார்.

''சொல்றத சத்தமாகத் தான் சொல்லேன்'' என்றாள் சுந்தரி அத்தை.

''அதான் அப்பா கடைசில ப்ளாங்க் செக் கையெழுத்துப் போட்டு கொடுத்தாரில்லே. பென்ஷன் பணத்தோட கணக்கு என்ன?'' என்றார் அப்பா.

குமரேசு பெரியப்பா அப்பாவைப் பார்த்துக் கோபமாக, ''கணக்கா கேக்கற கணக்கு? அப்பா காரியத்துக்கு எல்லாம் நீயா கொடுத்தே. எல்லாம் அந்தப் பணம் தான்'' என்றார். மேலும் ஏதோ சொல்ல வந்தவரை, ''சும்மா இருங்க'' என்று தடுத்தார் பெரியம்மா.

கணேசன் மாமா சுந்தரி அத்தையின் முகத்தைப் பார்த்தார்.

சுந்தரி அத்தை யாரையும் பார்க்காமல், ''மீதி இருக்கிற பண மெல்லாம் உனக்குத்தான்னு அப்பா எத்தனை வாட்டி சொல்லியிருக்காரு'' என்றாள். யாரும் பதில் சொல்லவில்லை. அங்கே மௌனம் கனத்துக் கிடந்தது. யாராவது பேசுவார்களோ என்று எதிர்பார்த்து சின்னக்குட்டி ஒவ்வொருவரையும் பார்த்தாள். யாரும் பேசுகிற மாதிரி தெரியவில்லை. முன்பு தாத்தா இருந்த போதும் இது போல் பேச்சு வரும்போது ஒரு கட்டத்தில் எல்லோரும் மௌனமாக இருக்கும்போது பெரியப்பாவின் மகன் ரவிக்குமார் அ்ண்ணன் வந்திருந்தால் ஏதாவது ஜோக் சொல்லு வார். மௌனம் கலைந்துவிடும். இப்போது ரவிக்குமார் அண்ணன் வரவில்லை.

அம்மா ஏதாவது சொல்வாளோ என்று எதிர்பார்த்த சின்னக் குட்டி அம்மாவைப் பார்த்தாள். அம்மா அடுப்படிக்குப் போய்க் கொண்டிருந்தாள். அடுப்பிடம்தான் அம்மா பேசுவது வழக்கம் என்பதால் அவள் அங்கே ஓடினாள். அவள் நினைத்ததுபோலவே அம்மா வெளியில் நிற்பவர்கள் கேட்காதபடி சொல்லிக்கொண்டிருக்கிறாள்.

''அத்தை போனப்புறம் இந்த மூணு வருஷமா நான் மாமாவைப் பார்த்துகிட்டது ஒருத்தர் கண்ணுக்கும் தெரியல. நேரா நேரத்துக்கு ஆக்கிப் போடறதும் கேக்கறது செஞ்சி போடறதும் மொத்த வீட்டையும் கூட்டி பெருக்கிச் சுத்தம் பண்ணதும் தானே என் வேலை. ஒரு கல்யாணம் காட்சின்னுக்கூட போக முடியாது. போனாலும் ஓடி வந்திரணும். ஒரு கையும் ஒரு காலும் சுவாதீனமில்லன்னாலும் எந்திருச்சி நடமாடுவார்தான்னாலும் ஒரு கண் பார்த்துக்கிட்டே இருக்கணும்.

அடிக்கடி, '' என் காசில தானே செலவு நடக்குது. நீ என்ன கொண்டு வறே'' என்று மகனிடம் கேட்பாரு. மகன் கல்லு மாதிரி நின்னுகிட்டு இருக்கும். குளிக்க வென்னீர் வைக்க அஞ்சு நிமிஷம் லேட்டானா கோவம் வந்திரும். இட்லியோ தோசையோ ஆவி பறக்க இருக்கணும். தட்ல போட்டு கொண்டாறதுக்குள்ள சூடு குறைஞ்சா கோவம் வந்திரும். ராத்திரில முழிச்சு கைத்தடியாலே தரையில தட்டி என்னைக் கூப்பிட்டு 'வென்னீர் கொண்டா குடிக்க'ன்னு சொல்வார். ''கால் உளையுது, எண்ண கொண்டா கொஞ்சம் கால்ல தேச்சுவிடு''ன்னு சொல்லுவாரு. இருந்தாலும் பாசமாத்தான் இருந்தாரு. சும்மா சொல்லக்கூடாது. மாமாவிற்கு உடம்பு முடியாதபோதுதான் சுந்தரி அக்காவுக்கும் குமரேசு அண்ணனுக்கும் உடம்பு முடியாதப் போகும். எல்லாத்தையும் பார்த்துக் கிட்டு அந்த மனுஷன் வாயை மூடிக்கிட்டு கெடக்கும்.''

வெளியே வண்டி கிளம்பும் சத்தம் கேட்டது. சின்னக்குட்டி வெளித்திண்ணைக்கு ஓடினாள். இடைக்கதவை சாத்தி விட்டார்கள். வீட்டினுள் நுழைவதற்கான பிரதான வாயிலையும் அடைத்துப் பூட்டி விட்டார்கள்.

அடுத்து என்ன என்கிற மாதிரி சின்னக்குட்டி கண்களை அகல விரித்து பார்த்தாள். எல்லோரும் கிளம்புகிறார்கள்.

''ஒழுங்கா வேலைக்குப் போ. கண்டபடி செலவு பண்ணாதே. வாய்க்கா பக்கம் கடைக்குப் போகாதே. ஒரு பொம்பளப் புள்ள வளருது. ஞாபகம் வைச்சுக்கோ'' என்றபடியே குமரேசு பெரியப்பா படியிறங்க லெச்சுமி பெரியம்மா பின்தொடர்கிறாள்.

''அதான் நானும் சொல்றேன்'' என்றபடி சுந்தரி அத்தையும் கணேசன் மாமாவும் கிளம்புகிறார்கள்.

பீடியை கையில் வைத்துப் பார்த்துக் கொண்டிருக்கும் அப்பாவை யும் வெளித்திண்ணைக்கு வந்து நின்ற அம்மாவையும் நீல நிற பெட்டிகோட்டின் முன் பக்கம் உள்ள ஒரு சிறு கிழிசலில் கையை வைத்து மறைத்து வயிறு தெரிகிறதோ என்று சந்தேகப்பட்டுக்கொண்டு நின்ற சின்னக்குட்டியையும் பொதுவாகப் பார்த்து தலை அசைத்து அவர்கள் தெருவில் நடக்க ஆரம்பிக்கிறார்கள்.

சின்னக்குட்டி திரும்பினாள். வீடு வெறிச்சென்று இருக்கிறது. ''குறுக்கும் நெடுக்கும் ஓடாதடி'' என்று அம்மா இனி சொல்ல மாட் டாள். ஓடுவதற்குத்தான் இடமில்லையே. அவள் அம்மாவைத்

தேடிப் போனாள். கண்ணையும் முகத்தையும் துடைத்துக்கொண்டு அம்மா பின்னலிட்டு வைத்த வாழை நாரை மழை நீர் விழாதபடி பின் திண்ணையில் ஓர் ஓரமாக வைக்கிறாள். சின்னக்குட்டியைக் கண்டதும் அவளிடம் சொல்வதுபோல் தனக்குத்தானே, ''இதெல்லாம் இனி வைக்க இடமே இல்ல. தையல் மிஷனை ரிப்பேர் பார்த்து துணித் தைக்கத் தான் தொடங்கணும். கோலம்மாத்தா மக வள்ளியக்கா வந்தா கொடுத்திட்டு காசு வாங்கணும். இப்ப வாறேன்னு சொல்லியிருக்கா. எல்லோரும் போயாச்சு. நம்ம சாப்பாட்டுக் கவலை நமக்குத்தான்'' என்றாள். சின்னக்குட்டி அப்பாவைப் பார்த்தாள். அப்பா பீடி பிடித்துக் கொண்டு தெருவைப் பார்க்க உட்கார்ந்திருக்கிறார்.

சின்னக்குட்டி அம்மாவிடம் ரகசிய குரலில், ''அம்மா ஆடுகுதிரை அங்கேதான் இருக்கு. பழைய சின்ன ஊஞ்சல் பலகையும் அங்கதான் இருக்கு. எங்கம்மா ஊஞ்சல் போடலாம்'' என்று வினவினாள். அம்மா சின்னக்குட்டியை கட்டியணைத்துக் கொண்டாள். வரும் காலம் பற்றி எந்தக் கவலையும் இல்லாது சிரிக்கும் குழந்தையிடம், ''அதான் முற்றத்தில் உள்ள மரத்தில கட்டலாமே'' என்றாள். சின்னக் குட்டிக்கு மகிழ்ச்சியாக இருந்தது. சற்று பொறுத்து ''எல்லா கதவையும் சாத்திட்டாங்களேம்மா'' என்று தன் கவலையைத் தெரிவித்தாள் சின்னக்குட்டி.

''இங்க இரண்டு கதவு திறந்திருக்கில்லே'' என்று சொல்லி முன்பக்க பின்பக்கக் கதவுகளைச் சுட்டிக் காட்டினாள் அம்மா. மேலும் ''ஒரு கதவு சாத்தினா இன்னொரு கதவு திறக்கும்டீ'' என்றாள்.

தூரத்தில் கோலம்மாத்தா மகள் வள்ளியக்கா வருவதைக் கண்டு அம்மா எழுந்து நின்றாள். 'ஒரு கதவு சாத்தினா இன்னொரு கதவு திறக்குமே' என்று ராகம் போட்டு பாடியபடி சின்னக்குட்டி அம்மாவைச் சுற்றி சுற்றி நடனமாடினாள். ஆடுகுதிரையும் ஊஞ்சலும் அவள் மனதில் நிறைந்து நின்றன.

●

மஞ்சள் நிற ப்ளாஸ்டிக் கயிறு

அந்த அரங்கத்தினுள் ஒவ்வொரு வராக நுழைந்து கொண்டிருந்தனர். இன்னும் அரைமணி நேரத்தில் அரங்கம் நிறைந்து விடும். அதற்கு முன் அந்தப் பாட்டை கோமதியை பாடச் சொல்லி கேட்க வேண்டும். கடைசி ரிகர்சல். அப்புறம் நேரம் கிடைக்காது. அனுராதா படபடத்தாள். அவளுக்கு வியர்வை ஊற்றெடுத்தது. அவள் வேலை பார்க்கும் தொண்டு நிறுவனத்தின் நலத்திட்டங்கள் குறித்த விபரங்களை சாதாரண மக்களுக்குப் புரியும் படியாக பாட்டு வடிவத்தில் அவள் தயாரித்திருந்தாள். அது மிகவும் அழகாக அமைந்திருந்தது. அவள்தான் பாடுவதாக இருந்தது. ஆனால் மூன்று தினங்களுக்கு முன் இரவில் வேலைகளெல்லாம் முடித்துவிட்டுப் பத்து வயது மகனை தூங்கப் பண்ணிவிட்டு பாட்டு பேப்பருடன் ஒரு பக்கமாக உட்கார்ந்து மெலிதாகப் பாடத் துவங்கியபோது மணி கேட்டான்.

"அது என்ன பாட்டா? என்ன பாட்டு?"

அவள் ஒரு நிமிடம் என்ன சொல்வது என்று யோசித்தாள். பின்னர் உண்மையே சொல்வோம் என்று தீர்மானித்து "மக்களுக்கான நலத்திட்டங்கள் குறித்த விஷயங்களை ஒரு பாட்டாக நான் எழுதியுள்ளேன், அதான்." அவள் அறியாமலே அவள் குரலில் பெருமிதம் இருந்தது. மணி அவளைக் கூர்ந்து பார்த்தான். அவன் என்ன சொல்வான் என்று கணிக்கவே முடியாது.

பாட்டை கையில் வாங்கி முதலில் தலைகீழாக வைத்து படிப்பது போல் பாவனை செய்தான். பின்னர் சரியாக வைத்து கண்களை சுருக்கிக்கொண்டு பார்த்தான். விபரங்கள் கேட்டான். பாட்டை படிக்க அவன் முற்படவில்லை

"பாடப்போறது யாரு" என்று கேட்டான்.

நான் தான் என்றால், "வேண்டாம் நீ பாடாதே என்று சொல்லி விடுவானோ அல்லது நீ தான் பாடணும்" என்பானோ என்பதெல்லாம் அவன் வாயிலிருந்து வார்த்தைகள் வெளி வந்த பின் தான் தெரிய முடியும். அவள் யோசித்து,

"யார் வேணா பாடலாம். நானோ இல்லைனா கோமதின்னு ஒரு பொண்ணிருக்கா, அவ பாடுவா" என்று சொல்லி முடிப்பதற்குள்,

கோமதியே பாடட்டும், நீ பாட வேண்டாம்'' எனறு அழுத்தமாகச் சொல்லி விட்டு தண்ணீர் பாட்டிலுடன் அடுத்த அறைக்கு போனவளை அவள் புரியாமல் பார்த்தாள். நான் எழுதி நானே மெட்டமைத்த பாடலை நான் பாடவேண்டுமா. வேற யாராவது பாட வேண்டுமா என்று முடிவெடுக்க மணிக்கு யார் அதிகாரம் தந்தது! அதுவும் ஒரு பாட்டு பாடவோ ரசிக்கவோ தெரியாத மணி. ஒரு பாடலை முழுமையாகக் கேட்கும் பொறுமைகூட இல்லாத மணி.

பின்னாலேயே போய் அவனிடம் கேட்க வேண்டும்போல் அவளுக்குத் தோன்றியது. ஆனால் கட்டுபடுத்திக் கொண்டாள். இப்போது அவனிடம் பேசுவதில் அர்த்தமில்லை. அவனது சிந்தனைகள் சாத்தானின் கட்டுப்பாட்டுக்குள் இருக்கும் நேரமிது. காலையில் பேசிக் கொள்ளலாம் என்று விட்டு விட்டு சற்று நேரம் சின்னக்குரலில் பாடிப் பார்த்தாள். மணி மறுபடியும் உள்ளே வருவதுபோல் தோன்ற அவன் பேப்பரை வாங்கிக் கிழித்தாலும் கிழித்து விடுவான் என்றொரு பயம் வர அவள் அதை ஒரு பக்கமாக வைத்து விட்டு சோபா கவர்களை ஒழுங்குபடுத்தினாள். எதுவும் செய்ய தோன்றாது சற்று நேரம் நின்று விட்டு போய்ப் படுத்துக்கொண்டாள்.

அடுத்த நாள் காலையில் அவன் எழுந்து வந்தவுடன் அவள் சூடாக டீ கொடுத்தபோது அதை வாங்கிக் கொண்டு மறுபடியும் பாட்டு விஷயத்தைத்தான் எடுத்தான்.

''நான் திருப்பி திருப்பி சொல்லமாட்டேன். தெரியுமில்ல. நீ பாடாதே'' என்றான்.

அவள் சரி என்றோ, இல்லை என்றோ புரிந்துகொள்ள முடியாதபடிக்குத் தலையை ஆட்டினாள். அவன் கோபமாக, ''வாயைத் திறந்து சொல்லு'' என்றான்.

அவள் அவனைப் பார்த்தாள். அவன் கையில் சூடான டீ கப் உள்ளது. அவசரமாக,

''நான் இல்ல, கோமதிக்குத்தான் சொல்லிக் கொடுக்கப் போறேன். ரெண்டு நாள்ல படிச்சுருவாளோ என்னவோ தெரியல'' என்று சாதாரணமாகச் சொன்னாள்.

திருப்தியடைந்தவன் போல் அவன் நகர பல வேலைகளுக் கிடையே கோமதியை கைபேசியில் கிடைக்க முயற்சித்தாள். கோமதி யிடம் பேசமுடியாமல் போகவே அலுவலகம் சென்றவுடன் மிகுந்த

கவலையுடன் கோமதியை தேடினாள். கோமதி பாட்டை படித்து நன்றாகப் பாடினாள். அனுராதாவுக்கு நிம்மதியாக இருந்தது. ரிகர்சல் பார்க்க வந்த கிளார்க் நாராயணன், ''ஏன் அனுராதா நீங்களே பாட வேண்டியது தானே'' என்று கோமதி காதில் விழாமல் சொன்னபோது,

''எனக்கு சத்தமா பாடினா தொண்டை வலிக்குது. நான் மருந்து சாப்பிட்டிட்டிருக்கேன். ரொம்ப ஸ்ட்ரெயின் பண்ண வேண்டாம்னு டாக்டர் சொல்லியிருக்கார்'' என்று சமாளித்தாள்.

அவள் அவ்வப்போது வாசலைப் பார்த்துக் கொண்டாள். கோமதி இன்னும் வரவில்லை என்பது அவளுக்குக் கவலை தந்தது.

முந்தின நாள் இரவு அவள் ஞாபகத்தில் வந்தது. நிகழ்ச்சிகளை வரிசையாகத் தொகுத்து சரிபார்த்துக் கொண்டிருந்த போது மணி, அதை கையிலிருந்து பிடுங்கிக் கிழித்து விட்டான். ''என்ன இது, எப்பப் பார்த்தாலும் பாட்டு, கூட்டம்னு'' என்று கத்தினான். சோபாவில் உட்காரப்போனவன் தடுமாறினான். அது தெரியாமலிருக்க டீபாயை உதைத்தான். ''அதது இருக்கவேண்டிய இடத்துல இருக்காது'' என்றான். டீபாய் மேலிருந்த பத்திரிகைகள், டீ கப், பூ ஜாடி எல்லாம் கீழே விழுந்து விட்டது. என்னவோ அவள் தான் எல்லாவற்றையும் தள்ளிப்போட்டு விட்டாள் என்பது போல் கோபமாகப் பார்த்து, ''எல்லாம் சரி பண்ணு'' என்று கட்டளை இட்டான்.

வாய் திறவாமல் எல்லாம் செய்து முடித்தாள் அவள். ஏன் என்றால் பையனுக்கு அடுத்த நாள் பரீட்சை இருக்கிறது. சண்டை வந்தால் மிகவும் பயந்து போவான். வேலைகள் முடித்துப் பின் அவசரமாக சமையலறைச் சென்று இரண்டு ப்ரட் துண்டுகள் எடுத்து ஜாம் தடவி ஒரு தட்டில் வைத்து அத்தோடு ஒரு ஆப்பிள் பழமும் நறுக்கி வைத்து ஒரு கப் ஹார்லிக்ஸும் தயார் பண்ணி எல்லாம் எடுத்துக் கொண்டு சமையலறைப் பக்கத்தில் உள்ள சிறு அறையில் படித்துக்கொண்டிருக்கும் பையனிடம் கொடுத்தாள். மிரண்டு போய்ப் பார்க்கும் குழந்தையின் கன்னத்தில் முத்தமிட்டுக் கதவைச் சாத்தினாள்.

மணி இன்னிக்கு சாப்பிடுவானோ சாப்பிட விடுவானோ என்று சந்தேகப்பட்டுக் கொண்டே தோசை மாவு எடுத்து அடுப்படியில் வைத்தாள். பின்னர் வெளி அறைக்கு வந்த போது மணி புத்தக பீரோவை கஷ்டப்பட்டு சரித்துப் போட முயன்று கொண்டிருந்தான். சில பல புத்தகங்கள் கீழே விழுந்து மின் விசிறிக் காற்றில் படபடத்துக் கொண்டிருந்தன. மிகவும் கஷ்டப்பட்டு பீரோவை தள்ள முயலும்

அவனைக் கண்டு பதற்றத்துடன் அவள் பக்கத்தில் சென்றாள். அவன் இருமினான். இருமியபோது ஒரு வித துர்நாற்றம் பரவியது. அவன் மேல் பீரோ விழுந்துவிடப்போகிறதே என்று பயந்து, ''என்ன இது'' என்றாள் பயந்த குரலில்.

அவளைக் கண்டதும் பீரோவைச் சரியாக நிற்க வைத்து விட்டு ஒரு தட்டுப் புத்தகங்களை தரையில் தள்ளினான். பின்னர் அவளை விழித்துப் பார்த்துவிட்டு தண்ணீர் பாட்டில் எடுத்துக்கொண்டு தடுமாறியவாறு உள்ளே போனான்.

அனுராதா தரையில் உட்கார்ந்து பரந்து கிடந்த புத்தகங்களைப் பார்த்தாள். மல்லாந்தும் கவிழ்ந்தும் கிடந்தப் புத்தகங்களின் காட்சி வழியாக பல வருடங்கள் பின்னோக்கிச் சென்றாள்.

பிறந்த வீட்டில் நிறைய புத்தக அலமாரிகள். அவை நிறைய புத்தகங்கள். அடிக்கடி எல்லா புத்தகங்களையும் தூசு தட்டுவது, மறுபடி அடுக்கி வைப்பது, புது புத்தகங்களை லெட்ஜர் போன்ற பெரிய ரிஜிஸ்டரில் ஏற்றுவது, எண் கொடுப்பது போன்ற பல வேலைகளை தானும் அப்பாவும் அம்மாவுமாக செய்வதை நினைவு கூர்ந்தாள் அவள். அப்பா புத்தகத்தை கையில் எடுப்பதே புத்தகத்துக்கு நோகாமல் இருக்கவேண்டும் என்று நினைப்பதுபோல் இருக்கும். எந்த ஒரு பக்கத்தையும் ஓரம் மடித்து வைப்பது அப்பாவுக்குப் பிடிக்காது. விரலை நாக்கில் தொட்டு ஈரப்படுத்தி பக்கங்களைப் புரட்டுவதும் அறவே பிடிக்காது.

அக்கம்பக்கத்தில் உள்ள யாராவது புத்தகம் எடுத்து போகும் போது ரிஜிஸ்டரில் எழுதி விட்டு தருவார். குறிப்பிட்ட நாட்களுக்குப்பின் சில நாட்கள் கூட காத்திருந்து விட்டு அவர்கள் வீட்டுக்கே போய் வாங்கி வந்து விடுவார். சின்ன வீட்டில் நிறைய இடத்தை அடைத்துக் கொண்டு புத்தகங்கள் இருப்பதை குறித்தும் வருமானத்தின் ஒரு பகுதி புத்தகங்கள் வாங்க செலவாவது குறித்தும் ஒரு தரம் பெரியம்மா கேட்ட போது, ''அவருக்கு இது சந்தோஷம் தரும்னா சரி தான்'' என்றாள் அம்மா. அப்பாவும் அம்மாவும் பெரிதாக சண்டை போடுவதெல்லாம் பார்த்ததேயில்லை. அவள் அந்த புத்தக ஷெல்புகளின் இடையே அங்குமிங்குமாக நடந்தாள்

''என்ன பாத்துக்கிட்டிருக்கே, எடுத்து அடுக்கி வை'' என்று மணி திடீரென்று நுழைந்து அதட்ட அவள் நடுங்கினாள். புத்தகங்களை எடுத்து அடுக்கி வைக்க ஆரம்பித்தாள். அவள் உட்கார்ந்தும் எழுந்தும் குனிந்தும்

நிமிர்ந்தும் புத்தகங்கள் அடுக்குவதை மகிழ்ச்சியுடன் பார்த்துக்கொண்டு மணி சற்று நேரம் நின்றான். சற்று நேரம் கழித்து அனுராதா சென்று பார்த்த போது மணி கட்டில் மேல் குறுக்காகப் படுத்து கிடந்தான். தூங்குகிறான் என்று தெரிந்ததும் பையனிடம் சென்று பாடம் சொல்லிக் கொடுத்து விட்டு தோசைமாவெல்லாம் எடுத்து ஃப்ரிட்ஜில் வைத்து விட்டு, தண்ணீர் குடித்து விட்டுப் பையனை தூங்கவைத்தாள்.

மீதி வேலைகளை முடித்துவிட்டு இன்னொரு கட்டில் மேல் ஏறிப் படுத்தாள். நிகழ்ச்சித் தொகுப்பை மனதிற்குள் தயாரித்துக் கொண் டிருந்தாள். தூக்கமின்றிப் புரண்டு கொண்டிருந்தாலும் விளக்கைப் போட்டுக் கொண்டு முன்னறையில் உட்கார்ந்திருந்தால் ஒரு வேளை கண் விழித்துப் பார்த்துப் கோபத்துடன் ஒரு தலைகாணி வீசி எறிந்து முன்னறையிலேயே படுத்துக்கொள் என்று சொன்னாலும் சொல்லக் கூடும்.

முன்னறையில் படுக்க இடமே இல்லை. வாழவே பிடிக்காத வாழ்க்கையை நினைத்து கண்ணீர் வடித்துக் கொண்டே தூங்கிப் போனாள்.

காலையில் பையனைப் பள்ளிக்கு அனுப்பிவிட்டு அலுவலகத் திற்குக் கிளம்பிய நேரம், அதுவரை பேசாமல் விறைப்பாக இருந்தவன் வாய் திறந்து, ''ஞாபகமிருக்கில்லே'' என்று கேட்டான். அவள் தைரியம் வரவழைத்துக்கொண்டு மென் சிரிப்பைப் படர விட்டு, ''ஏன் நான் பாடினா என்ன?'' என்று கேட்டாள்.

''எனக்குப் பிடிக்கலே''

''காரணம்''

''காரணமெல்லாம் கிடையாது. பிடிக்கலே, அவ்வளவுதான். எனக்குப் பிடிக்காதது நீ செய்யக்கூடாது. நான் இன்னிக்கு வேலைக்குப் போகலே. வீட்ல தான் இருப்பேன். கதவையும் உள்ளே தாழ் போட மாட்டேன். அங்கே வந்தாலும் வருவேன். போறதுக்கு முன்ன இதை யெல்லாம் பாத்துட்டுப் போ'' என்றான் மணி. அவன் கண்கள் சிவந் திருந்தன. காலையிலேயே போதையிலிருக்கிறான். அவன் ஜன்னல் கதவைப் பிடித்துக்கொண்டு சுவர் மேல் சாய்ந்து நிற்கிறான்.

அவன் காட்டின இடத்தைப் பார்த்தாள் அவள். அங்கே நீளமான மஞ்சள் நிற ப்ளாஸ்டிக் கயிறும் நீல மண்ணெண்ணெய் கானும் இருந்தது. அவள் திடுக்கிட்டாள். வெளியே காட்டிக் கொள்ளாமல், ''கொடி

கட்டப்போறீங்களா? ஸ்டவ் சரிபண்ணி எண்ணெ ஊத்தப்போறீங்களா'' என்று கேட்டாள்.

அவன் மிகுந்த கோபத்துடன், ''சும்மா தெரியாத மாதிரி பேசாதே'' என்றான்.

''நான் தான் பாடலேன்னு சொல்லிட்டன்லே'' எனும் போது முன்பு இதுபோல் இரண்டு தரம் அவன் பயமுறுத்தினது ஞாபகம் வந்தது. அப்போது சமையலறை வாசல் பக்கம் காணப்பட்ட எறும்புகளுக்கு எறும்பு பொடி மருந்து வாங்கி வைத்ததையும் அவன் எடுத்துக் காட்டியிருந்தான். அந்த எறும்பு பொடி மருந்து பாக்கட்டை அவள் பின்னர் மண்ணில் சிறுபள்ளம் தோண்டி உள்ளே வைத்து விட்டு எறும்பு வரும் இடத்தில் மஞ்சள் பொடி போட்டாள். இந்தப் பயமுறுத்தலை எப்படி எடுத்துக்கொள்வது என்று அவளுக்குத் தெரியவில்லை.

அவள் அவன் பக்கத்தில் சென்று நின்றாள். அவனைப் பார்க்க பாவமாக இருந்தது. கெட்ட பழக்கங்களில் விழுந்து உடம்பையும் வாழ்க்கையையும் நாசமாக்கிக் கொண்டு அது பற்றித் தெரியாமல் நிற்கிறான். உபயோகித்த நெருப்புக் குச்சிகளை ஒரு நெருப்பு பெட்டியில் வைத்துக்கொண்டு எத்தனை சிகரெட் பிடித்தேன் என்று கண்டுபிடிக்கிறேன் என்று சொல்லி நெருப்புக் குச்சிகளை எண்ணிக் கொண்டிருப்பான். இது போல் எத்தனை?

அவள் அவன் நெற்றியில் வருடினாள்.

''எல்லாம் தமாஷ் தான்'' என்றாள். ''இது தமாஷில்லடீ'' என்றான் அவன் அடிக்குரலில். ஜன்னல் கதவை பிடித்துக் கொண்டே பக்கத்தில் கிடந்த ஸ்டூல் மேல் உட்காரும் அவனைப் பார்க்க அவளுக்கு என்னவென்று சொல்ல முடியாத கலக்கம் தோன்றியது. அது பயமா, துயரமா, எரிச்சலா என்று அவளால் கண்டுகொள்ள முடியவில்லை. அடிக்கடி இப்படித்தான் இருக்கிறான். ஆஸ்பத்திரிக்கு வா என்றால், நீ போ உனக்குத்தான் நோய் என்கிறான். மேலும் வற்புறுத்தினால் அடிக்க வருகிறான்.

வேலை செய்ய விடமாட்டான், சாப்பிட விடமாட்டான், மொத்தத்தில் வாழவே விடமாட்டான்.

அவள் கண்ணீரை விழுங்கிக்கொண்டு ''நான் போய்விட்டு வரேன்'' என்று சொல்லித் தெருவில் நடந்து ஆட்டோ பிடித்து இங்கே வந்த பின்னும் மஞ்சள் நிற ப்ளாஸ்டிக் கயிறும் நீல மண்ணெண்ணெய்

காணும் கண்ணிலேயே நிற்கிறது. எறும்பு பொடியை மண்ணில் புதைத்தது போல் மண்ணெண்ணையை மண்ணில் கொட்ட முடியாது. கியாஸ் தீர்ந்து போனால் அடுத்த சிலிண்டர் வர லேட் ஆனால் அது வேண்டும்.

அனுராதா ஒரு பெருமூச்சுடன் மறுபடியும் கோமதியை தேடினாள். என்னவாயிற்று என்றும் தெரியவில்லை. மேடை அலங் கரித்திருப்பது சரியா என்று பார்க்கவேண்டும். சந்தேகங்கள் கேட்பவர் களுக்கு பதில் சொல்ல வேண்டும். பல ஊர்களிலிருந்தும் வருபவர் கள் நீண்ட நாட்களுக்குப் பின் பார்ப்பதால் நலம் விசாரிக்க வருவார் கள். அவர்களிடம் பேச வேண்டும். க்ளார்க் நாராயணன் கெஸ்டாக வருபவர்களை வரவேற்கும் பணியில் இல்லை என்றாலும் புகைப் படத்தில் விழவேண்டுமென்பதற்காக அங்கேயே சுற்றி கொண் டிருக்கிறார்.

கோமதி ஏன் வரவில்லையென்று யாரிடம் கேட்பது என்பது தெரியாமல் அனுராதா பதற்றத்துடன் கைபேசியில் முயற்சித்துக் கொண்டே இருந்தாள். குத்துவிளக்கை சுற்றி பூ வைத்துக்கொண்டிருந்த பெண்ணிடம் போகலாமென்று நகர்ந்தபோது அவளது கைபேசி ஒலித்தது. அவசர அவசரமாக அட்டென்ட் செய்தாள். கோமதிதான். ‘‘மாமியார் ஆஸ்பத்திரியில் மிகவும் ஸீரியசாக இருக்கிறார் அனுராதா. ஸாரி நான் இன்னிக்கு வர முடியாது’’ என்று சொல்லி வைத்து விட அனுராதா பிரமை பிடித்து நின்றாள்.

கூட்டத்துக்கு அழைக்கப்பட்டவர்கள் ஒவ்வொருவராக வரத் துவங்கி விட்டனர். அனுராதா அக்கவுண்டன்ட் சங்கரை தேடினாள். கண்டதும் விஷயத்தைச் சொன்னாள். பாட்டு வேண்டாமென்று வைக்க முடியாது. அது சரியாகாது. அனுராதா பாடவேண்டும், வேண்டுமென்கிற நேரம் எடுத்துக்கொண்டு ப்ராக்டீஸ் பண்ணலாம். மற்ற காரியங்கள், நிகழ்ச்சி நிரல் மாற்றி அமைக்கும் பணி எல்லாம் நான் பார்த்துக் கொள்கிறேன் என்று சொல்லி அவள் கண்கள் பார்த்து, ‘‘டோன்ட் வரி’’ என்றான்.

சங்கரிடம் அவள் அதிகமாக பேசுவதில்லை. அவன் அடிக்கடி மணி குறித்துப் பேசுவான்.

‘எப்படித்தான் சில லேடீஸ் இதையெல்லாம் சகிச்சுக்கறாங் களோ தெரியலே’ என்று யாரையாவது குறித்துச் சொல்லுவதுபோல் சொல்வான்.

'என்ன மனசு கஷ்டமானாலும் எங்கிட்ட சொல்லலாம் அனு' என்று அன்பைக் குழைத்து சிலநேரம் சொல்வான்.

அனு என்று அவன் செல்லமாக அழைக்கும் போது எரிச்சலாக இருக்கும். அனு என்று அழைக்கப்படுவது அவளுக்குப் பிடிக்கும் தான். வீட்டில் அப்பா, அம்மா அப்படித்தான் அழைத்தார்கள். ஆனால் மணி முதல் நாளே சொல்லிவிட்டான், 'ராதா தான் நல்ல பெயர்.' அவள் அவன் அனு, அனுக்குட்டி என்றெல்லாம் அழைக்க வேண்டுமென்று ஆசைப்பட்டாள். அல்லது ராதா, ராது, ராதுக்குட்டி, ராதாம்மா என்றெல்லாமாவது. நாட்கள் செல்ல செல்ல இது என்றல்ல எந்த ஆசைக்கும் இடமில்லை என்று புரிந்து விட, அவள் எல்லா ஆசை களையும் மறந்தே விட்டாள்.

ஆனால் சங்கர் அனு எனும் போது ஒரு பக்கம் மகிழ்ச்சி தோன்றினாலும் உடனே அவள் எரிச்சலாக அந்த மகிழ்ச்சியை மாற்றிக்கொள்வாள்.

சங்கர் திரும்பி வந்து "இதுக்கே முகமெல்லாம் இப்படி சிவந்து போச்சே, இதெல்லாம் சிம்பிள், நான் பார்த்துக்கறேன்" என்றதும் அவளுக்கு மறுபடியும் முகம் சிவந்தது.

சற்றே சாவகாசம் கிடைக்க அவள் பாடிப் பார்த்தாள். கோமதி பாடுவாள் என்பதால் அவளுக்குப் பாட்டு சொல்லித் தரும்போது அவளது உச்சரிப்பு மெட்டு ஏற்ற இறக்கங்கள் ஆகியவற்றில் தான் கவனமிருந்தது.

மேடை பின்பக்கத்து அறையில் ஒரு ஓரமாக நின்று பாடத் துவங்கினாள். ஒரு தடவை பாடி முடித்ததும் சங்கர் மனதுக்குள் வந்தான். அவன் செய்த உதவிக்கு பதிலாக குறைந்தபட்சம் அவனுடன் கான்ட் டீனுக்குச் சென்று காபி சாப்பிடவாவது வேண்டும். எதற்கும் பதில் நன்றி எதிர்பார்ப்பான். எந்த ஒரு உதவி செய்தாலும் "ரொம்ப தேங்க்ஸ். நீங்க இல்லைனா இந்த வேலையே நடந்திருக்காது" என்று சொல்ல வேண்டும் என்று எதிர்பார்ப்பான். சொல்லவில்லை என்றால் கேட்டு வாங்குவான். அதுவும் தன்னிடம் அவன் அதிகமாக எதிர்பார்க்கிறான் என்றே அவளுக்குத் தோன்றும்.

சென்ற வாரம் தன்னுடைய மேஜைமேலிருந்த ஒரு சிறு குறிப்பு காணாமல் போய் விட தற்செயலாக அங்கே வந்த சங்கர் அதைத் தேடி கணினி மேஜை ட்ராயரிலிருந்து எடுத்துக் கொடுத்தான்.

அன்று சாயங்காலம் கான்ட்டீனில் இருந்த பொழுது அவளருகே வந்து உட்கார்ந்து பேசினான். கையில் வைத்திருந்த மாதப்பத்திரிகையை பிரித்து விளம்பரம் ஒன்றைக் காட்டினான்.

ஓர் அழகான இளம்பெண் கறுப்பு நிற கையில்லாத ஜாக்கட் போல் ஒன்று போட்டு கறுப்பில் நிறைய ஜரிகை பூக்கள் உள்ள பாவடை உடுத்தி ஒரு மரக்கிளையிலிருக்கும் கிளியிடம் பேசுவதுபோல் ஒரு படம். அவளது தலைமேலிருந்து நீளமான ஒரு துணி தரை தொடுவது போல் அணிந்திருந்தாள். அவளது கைகளிலும் கழுத்திலும் காதுகளிலும் வைரங்கள் மின்னின. அவளைச் சுற்றி மஞ்சள், சிவப்பு, வயலட், வெள்ளைப் பூக்கள் சிதறிக்கிடந்தன. கறுப்பு பாவாடை மேல் நிறைய கற்கள் பதித்த ஒட்டியாணம் சாய்வாக அணிந்திருந்தாள். அவளது வலது கன்னத்தில் காது பக்கம் ஒரு கறுப்பு மச்சம் இருந்தது.

அனுராதாவுக்கு முகம் சிவந்தது. அவளது கை அவள் கன்னத்து மச்சத்தைத் தொட்டது. சங்கர் சிரித்தான்.

''இந்த கலர் உங்களுக்கு ரொம்ப சூட் ஆகுது'' என்று சொன்னான். அவள் புடவையை பார்த்துக் கொண்டே, சற்று இடைவெளிவிட்டு, ''மாலதிக்கு கலர் ஸென்ஸே கிடையாது'' என்றான். மாலதி அவன் மனைவி.

ஒருபக்கம் இதெல்லாம் கேட்க அவளுக்குப் பிடித்துத்தானிருந்தது. ஆனால் இது சரியல்ல தப்பு என்று உள்ளுக்குள்ளிருந்து யாரோ சொல் லுவதுபோல் உணரும்போது இந்த வார்த்தைகள் மணி சொல்ல வேண்டும் போல் அவளுக்கு ஆசை வரும். மணி அனாவசியமாக திட்டிக்கொண்டிருக்கும் போது சங்கரின் வார்த்தைகள் அவள் நினைவில் வரும்.

பெரிதாக ஒலியெழுப்பிக்கொண்டு ஒரு வண்டி போக அவள் நினைவுகளிலிருந்து மீண்டு பாட்டுக்குத் திரும்பினாள். ஜன்னலோரமாகப் போய் நின்று பாடினாள். நன்றாகத்தானிருக்கிறது. ஆனால் சத்தமாக பாடினால் தான் குறை ஏதாவது இருந்தால் தெரியும் என்று எண்ணிய போது பயம் பிடித்தது. மணிக்கு தெரிந்துவிட்டால் என்ன ஆகும்.

இன்று வேலைக்குச் செல்லவில்லை என்று சொல்லியிருக்கிறான். இருபது கிலோமீட்டர் தூரத்திலிருக்கும் இந்த இடத்துக்கு அவன் வந்துவிட்டால்? வந்து பக்கத்தில் வெளியில் எங்காவது நிற்கிறானோ, அல்லது உள்ளேயே வந்து விட்டானோ, யோசிக்க யோசிக்க அவளுக்கு பயம் அதிகரித்தது.

அவள் கதவைக் கொஞ்சமாக திறந்து பார்த்தாள். அரங்கத்தில் ஆண்களும் பெண்களுமாக உட்காந்திருக்க ஒரு அதிகாரி மைக் முன்னால் நின்று பேசிக்கொண்டிருந்தார். கடைசி வரிசை வரை பார்த்துவிட்டாள்! உள்ளே வரும் வாய்ப்புக் கொஞ்சம் கூட இல்லைதான். இது போன்ற இடத்திற்கு வருவதற்கு அவனது காம்ப்ளக்ஸ் அனுமதிக்காது.

மறுபடியும் ஜன்னல் பக்கம் வந்து திறந்திருந்த கதவு வழியாக முடிந்த மட்டும் பார்த்தாள். இன்னொரு கதவு திறக்க முடியாமல் போக பார்த்த கதவு வழியாகவே ரோட்டை மறுபடியும் பார்த்தாள். ரோடு வெயிலில் கிடந்தது. மணி எங்குமில்லை. அவளுக்கு மனம் நிலையற்று அலைந்தது.

பாட்டின் வரிகள் மறந்து போகிறது. பேப்பர் கையிலே வைத்துக் கொள்ள வேண்டும் என்று தீர்மானித்தாள். மஞ்சள் நிற ப்ளாஸ்டிக் கயிறும் நீல மண்ணெண்ணெய் கானும் முன் வந்து அவளை நடுக்கியது. அவளை அலைக்கழித்தது.

இந்தக் கூட்டத்தில் அந்தப் பாட்டு முக்கியமான ஒரு விஷயம். என்ன காரணம் காட்டி வேண்டாமென்று வைக்க முடியும். மஞ்சள் நிற கயிறும் நீல கானும் என்னைத் தடுக்கிறது என்று சொல்ல முடியுமா. மூத்த அதிகாரி வேறு வந்துள்ளார். கூட்டத்தில் வித்தியாசமான நாட்டுப்புறப் பாடல் மெட்டில் நலத்திட்டங்கள் குறித்து விளக்கப்படுத்தபடுமென்பதே அவருக்கு சுவாரஸியமாக இருந்தது. கோமதி மாமியாரின் உடல் நிலை, விடுப்பு, மஞ்சள் கயிறு என்று எதைப் பற்றியும் யாரிடமும் சொல்ல முடியாது. யாருக்கும் கேட்கும் பொறுமையும் கிடையாது.

கோமதி வரவில்லை என்பது யாருக்கும் ஒரு பொருட்டாகவே இருக்காது. அனுராதா இருக்கும்போது கோமதி எதற்கு என்றுதான் கேட்பார்கள்.

வெளியே எல்லாரும் கைதட்டுவது கேட்டது. அடுத்தது மற்றொரு அதிகாரி பேசப்போவதாக சங்கர் மைக்கில் சொல்லுகிறார்.

இப்போது நான் பாடும் சூழ்நிலையில் இல்லை. என்னை வேலையை விட்டு நீக்குவதானாலும் பரவாயில்லை என்று சொல்லி விட்டுக் கிளம்பலாமா என்று யோசித்தாள். இதற்காக வேலையை விட்டெல்லாம் நீக்கமாட்டார்கள்தான். ஆனால் எப்படி ஒவ்வொரு வரையும் ஃபேஸ் பண்ணுவது. வேலையை விட்டு விட்டால் வாடகை, சாப்பாடு, ஸ்கூல் பீஸ் இன்ன பிற எப்படி நடக்கும்.

அவளுக்குத் தலை சுற்றுவது போல் இருந்தது.

பாடலாம் என்றே முடிவெடுத்தாள். வேறு வழியுமில்லை. இப்படியே எத்தனை காலம் ஓட்டமுடியும் என்று யோசித்தாள். இரண்டு மாதங்களுக்கு முன்பு ஒரு தரம் வேலை விஷயமாக வெளியூர் போக வேண்டி வந்த போது மணி வேண்டாமென்று சொல்லி விட்டான்.

"நீ கொண்டு வர்ற காசிலயா இங்கக் குடும்பம் நடக்குது. நீ போனா வீட்ல வேல யாரு பாக்கறது. பையனுக்கு ஸ்கூல் போகவேண்டாமா" என்று சத்தம் போட்டான்.

"அது நான் விடிகாலைல வேலை எல்லாம் முடிச்சு வச்சுட்டுப் போறேன். பையனை ஸ்கூல் போக மட்டும் ஹெல்ப் பண்ணுங்க, நான் நைட் வந்திருவேன்" என்று சொல்லிப் பார்த்தாள்.

"வேண்டாம்னு சொன்னன்லே, உன் காசிலயா குடித்தனம் நடத்தறோம்" மறுபடியும் அதுவே சொல்ல அவள் சத்தமாக,

"பின் யார் காசில" என்று கேட்டது அவனுக்கு மிகுந்த கோபத்தைக் கொடுத்து விட்டது. அந்த நேரம் அவன் கையில் சி.டி.க்கள் இருந்தன. அது அவள் மேல் வீசப்படும் என்று எதிர்பார்த்து நின்றதால் அந்த சி.டி. அவள் தலைக்கு மேலாகப் பறந்து போயிற்று. மீதி சி.டி.களை உடைத்துப் போட்டு விட்டு டீபாயை காலால் உதைத்துவிட்டு எழுந்தான்.

"இல்ல இல்ல நான் சும்மா சொன்னேன். நீங்க கொண்டு வர காசில தான் குடும்பம் நடக்குது" என்று அவள் சொன்னபோது அவன் கையில் சப்பாத்தி வைத்திருந்த பாத்திரம் இருந்தது. அவள் அதை பலம் கொண்ட மட்டும் பிடுங்கினாள். ஒல்லிக்குச்சிப் போல இருக்கும் அவனுக்கு அப்போது இவ்வளவு பலம் எங்கிருந்து வருகிறதோ. சப்பாத்தியை வீசி எறிந்து விட்டால் வேறு செய்வதற்கு ஒன்றுமில்லை, ரவா இல்லை, தோசைமாவு இல்லை. அவள் பதற்றத்துடன் பலமாகப் பிடித்து இழுத்துக்கொண்டே, "உங்க காசு தான். நான் சும்மா சொன்னேன்" எனக்கூற அவன் விட்டு விட்டான்.

"நீ போனேன்னா அந்த பஸ்ஸோ, ரயிலோ எங்காவது போயி மோதிக்கும் போ" என்று சாபம் விட்டான்.

இவனுக்கு கரி நாக்கு இருக்குமோ, அடுத்த அறையிலிருந்து இதையெல்லாம் கவனித்துக்கொண்டிருந்த குழந்தை ஓடிவந்து அம்மாவைக் கட்டிப் பிடித்து, "அம்மா, போ வேண்டாம்மா, போ

வேண்டாம்மா'' என்று அழுதான். அப்படியெல்லாம் சொல்பவனில்லை அவன்.

அவள் போகவில்லை. மெடிக்கல் லீவு போட்டாள். அவன் வெற்றிப்பெருமிதத்துடன் தட்டுத் தடுமாறி நடந்து அவளைப் பார்த்துச் சிரித்தான். எப்போதும் அவள் கண்முன் கிடைத்ததால் அவன் எலி பூனை விளையாட்டு விளையாடினான். ஒழிந்த நேரத்தில் வங்கிக்குப் போவது, கடைக்குப் போவது போன்ற வேலைகளை பார்த்தாள்.

அனுராதா ஒரு பெருமூச்சுடன் வேறென்ன சொல்லலாம் என்று யோசித்தாள்.

எனக்குத் தலை சுற்றுகிறது, பாட முடியாது போல் இருக்கிறது என்று சொன்னால் அது சிறுபிள்ளைத்தனமாக இருக்குமென்று தோன்ற அந்த எண்ணத்தைக் கைவிட்டாள். பெருகி வந்த கண்ணீரைத் துடைத்தாள்.

என்ன செய்வதென்று புரியாத நிலையில் இனி வருவது வரட்டும் என்று முடிவெடுத்து, கதவைத் திறந்து மேடையில் ஓரமாக வந்து நின்றாள்.

சங்கர் அவள் பக்கத்தில் வந்து புன்னகைத்தான். அவன் புன்னகை அவளுக்கு மிகவும் இதமானதாக இருந்தது.

அவளது பெயர் வாசிக்கப்பட்டதும் அவள் எல்லாம் மறந்து மற்றொரு உலகத்துள் புகுந்தாள். சிறியதாக ஒரு உரை ஆற்றிய பின் பின்னணியில் தபலாவும் புல்லாங்குழலும் ஒலிக்க முப்பது நிமிடநேரம் அவையை கையிலெடுத்தாள். அவள் பாட்டு நிகழ்ச்சி முடிந்ததும் எல்லோரும் ஆரவாரத்தோடு கைதட்ட மூத்த அதிகாரி அவளிடம் வந்து பாராட்டினார். அப்போது லஞ்ச் டைம் வந்துவிட்ட படியால் பலபேர் அவளைப் பாராட்ட வந்தனர். அவள் மகிழ்ச்சியுடன் எல்லோரிடமும் பேசினாள்.

பின்னர் மகேஸ்வரி, சங்கர், நாராயணன் ஆகியோர் இருந்த மேஜையில் அவளும் உட்கார்ந்து சாப்பிடுகையில் மணி சாப்பிட்டானோ என்றொரு நினைவு வர அவள் பதற்றமானாள். ஆனால் அவளுக்கு மற்றவர்களுடன் பேசிக்கொண்டு முகத்தைச் சாதாரணமாக வைத்துக்கொண்டு சாப்பிடவேண்டியதாயிற்று.

அவள் மறுபடியும் மேடை அருகே உள்ள அறைக்குச் சென்று கைபேசியில் மணியை அழைத்தாள். ரிங் போய்க்கொண்டேயிருந்தது.

அவளுக்கு பயம் பிடித்துக்கொண்டது. அவன் இங்கே எங்காவது வந்து நின்று பாட்டுக் கேட்டிருந்தால் என்னவாகும் என்பதை நினைக்க அவளுக்குப் பதற்றம் அதிகரித்தது. அவன் வந்திருப்பான் என்றே அவளுக்குத் தோன்றியது. அதன் பின்விளைவுகள் குறித்த சிந்தனை அவளை நடுக்கியது. தொலைபேசி எடுக்காததால் அவன் ஒருவேளை தூங்குவானாயிருக்கும் என்று தன்னை சமாதானப்படுத்திக் கொண்டாள்.

மத்தியானத்துக்குமேல் சற்று நேரம் கழித்து கூட்டம் முடிந்ததும் வேலைகள் முடித்துக் கிளம்பியபோது சாயங்காலமாகிவிட்டது. குழந்தை இந்நேரம் வந்திருப்பானோ என்ற எண்ணம் வந்ததும் சட்டென்று அவளுக்குப் பயம் வந்தது. இதுவரை காணாத ஏதாவது காட்சி கண்டு குழந்தைப் பயந்துபோய் மயக்கம் போட்டு விட்டானோ.

அக்கம் பக்கம் உள்ள யாரும் வந்து பைப் வேலை பார்க்க அழைக்க வந்தபோது ஏதாவது அசம்பாவிதம் கண்டு அதிர்ந்து விட்டனரோ.

அவளுடைய கைபேசி எண் ஜன்னல் பக்கத்துச் சுவரில் எழுதி வைக்கப்பட்டுள்ளது. யாரேனும் கவனித்தார்களோ என்னவோ.

அவளது எண்ணங்கள் எங்கெங்கோ போயின. அவளுக்குத் தலை வலித்தது. அடிக்கடி இந்த மாதிரிதான் மிகுந்த டென்ஷன் ஆகி விடுகிறது. அப்படி டென்ஷன் வரும் போது தலைவலிக்கத் தொடங்கினால் ரொம்ப நேரம் வலித்துக்கொண்டே இருக்கும்.

அவள் ஒரு ஆட்டோ பிடித்து வீட்டுக்கு வந்தாள். வீடு திறந்து கிடந்தது.

●

ஒளிந்துகொள்ள ஓரிடம்

சலசலத்து ஓடும் ஆற்றுநீரைப் பார்த்துக் கொண்டே பாலத்துக்குக் கீழே ஒரு மண்குவியலின் பின்னால் ஒளிந்து உட்கார்ந்திருந்தாள் ராஜி. சட்டென்று யாரும் பார்த்துவிட முடியாதபடி அந்த இடம் அவளுக்கு ஒளிந்து கொள்ள வசதியாகத் தோன்றியது. மட்டுமல்ல, எழுந்து மண்மேட்டைத்தாண்டி எட்டிப்பார்த்தால் வீட்டின் பின்பகுதி தெரியும். அங்கே அம்மா துணி துவைத்துக்கொண்டோ கீரைப்பாத்திக்கும் கனகாம்பரச் செடிகளுக்கும் நீர் விட்டுக் கொண்டோ நிற்பதைக் காணமுடியும். அந்தப் பாலத்தின் அடியில் உள்ள சிறு மண்மேட்டின் பின்னால் உள்ள பதுங்குக் குழி போன்ற இடத்தில் அவள் இருப்பாள் என்று அம்மாவுக்குத் தெரியும். அம்மா அடிக்கடி வந்து அவளது துப்பட்டாவின் ஓரம் தெரிகிறதா என்று பார்ப்பாள் என்றும் ராஜிக்கும் தெரியும். யாராவது அம்மாவிடம் 'ராஜி எங்கே' என்று கேட்டால் 'ட்யூஷனுக்குப் போயிருக்கா' என்று சொல்வாள் அம்மா. அந்தப் பொய் ராஜிக்குத் தேவை.

பள்ளிக்குச் செல்லாத நாட்களில் எப்போதும் இந்தப் பதுங்குக் குழியில் ஒளிந்திருக்க முடியாது. சில நாட்களில் வேறு ஓரிடத்தில் தண்ணீர் திறந்து விட்டால் இங்கே கரை புரண்டு ஓடும். நீர் பார்க்கவே ராஜிக்குப் பயமாக இருக்கும். அப்போதெல்லாம் அவள் பிள்ளையார் கோயில் பின்பக்கமுள்ள அரளிச்செடித் தோட்டத்தில் பலகாலம் முன்பு தண்ணீர்த் தொட்டியாக உபயோகப்பட்டிருந்த பெரிய கல் தொட்டிக்குள் உட்கார்ந்து கொள்வாள். கையில் ஒரு பாடப்புத்தகம் பிரித்து வைத்துக் கொள்வாள். காலையில் எட்டு மணிக்கு நடை திறந்து அவசர அவசரமாக விளக்கேற்றி மணியடித்து சூடம் காட்டிவிட்டுக் கதவைப் பூட்டிக் கொண்டு போகும் பூசாரி பின்னர் சாயங்காலம் ஆறுமணியளவில்தான் வருவார். கேட்டைத் திறந்து பக்கத்தில் தெரியும் சிகப்பு, வெள்ளை அரளிப்பூக்களைப் பறிக்க வரும் பூசாரி சுவர்ப் பக்கமாக இருக்கும் கல்தொட்டியை ஏறெடுத்தும் பார்ப்பதில்லை. இருந்தாலும் ஐந்து மணிக்கெல்லாம் ராஜி அந்த இடத்தைகாலி பண்ணிவிட்டு கேட் ஏறிக் குதித்து வீட்டுக்கு வந்து விடுவாள். அடிக்கடி அம்மா வந்து கேட் வழியாகப் பார்த்து விட்டுப்போவாள். அவள் கல்தொட்டிக்குள் இருப்பதைக் காட்டும் அடையாளமாக ஒரு ஓட்டுத்துண்டு கல்

தொட்டி விளிம்பில் வைத்திருப்பாள். எவ்வளவோ எடுத்துச் சொல்லியும் அவள் எதையுமே காதில் போட்டுக் கொள்வதில்லையே என்று கவலையோடிருக்கும் அம்மாவைக் காணும்போது அவளுக்குக் கஷ்டமாக இருக்கும். ஆனாலும் பதுங்குக் குழிகள் அவளை அழைக்கும் போது அவளால் போகாமலிருக்க முடிவதில்லை.

எங்கே ஒளியப்போகிறோம் என்பதற்கான தடயமொன்றை வீட்டில் அவளது புத்தகங்களும் பையும் வைத்திருக்கும் மேஜையின் பக்கத்துச் சுவரில் உள்ள சிறுமாடத்தில் வைத்திருக்கும் கிருஷ்ணன் பொம்மையின் அடியில் வைத்திருப்பாள். கிறுக்கலான கையெழுத்தில் சிறு துண்டுக்காகிதத்தில் கோயில், பாலம் என்றெல்லாம் எழுதி வைத்திருப்பாள். அந்த மாதிரி எழுதுவதற்காகவே நிறையக் காகிதத்து ண்டுகளை அழகான சமசதுரங்களாக வெட்டி, பழைய கைப்பிடி உடைந்துபோன ஒரு பீங்கான் கோப்பையில் போட்டு வைத்திருக்கிறாள்.

அம்மா கண்ணீர் வழியும் முகத்தோடு அந்தத் துண்டுக் காகிதங்களை எடுத்துப் பார்ப்பாள். அதை ராஜி பார்த்துவிட்டால் அம்மா அழகாகச் சிரிப்பாள். அந்த நனைந்த சிரிப்பு மிகவும் அழகாக இருக்கும். அழகும் அமைதியும் நிறைந்த முகத்தை ராஜி பார்த்துக் கொண்டே இருப்பாள். வெளுப்புதான் என்று சொல்லும்படியான நிறம். கருமையான கண்கள். அடர்த்தியான கண் இமைகள். கருணை வழிகின்ற சாந்தமான பார்வை. எதிரில் இருப்பவரை நான் இருக்கிறேன் கவலைப்படாதே என்று சொல்வதுபோல் ஒரு பார்வை. அம்மாவின் உடம்பில் சாய்ந்துகொண்டோ கைகளைப் பிடித்துக் கொண்டோ இருந்தால் ராஜி பயமின்றி இருப்பாள். பயமின்றி இருக்க அவளுக்கு அந்த சூடும் வாசனையும் வேண்டும்.

ராஜிக்கு எப்போதும் பயம்தான். எப்போதும் அழுகைதான். 'ஏண்டீ இப்படி பயப்படறே. ஒன்னும் பயப்படாதே. அம்மா இருக்கிறேன்ல' என்றபடி அம்மா அணைத்துக்கொள்ளும் போது ராஜி ஆறுதல் அடைவாள். ஆனால் உடனேயே அம்மா இல்லாது போனால் என்ற நினைப்பு வந்துவிட அவளுக்கு உடல் நடுங்க ஆரம்பித்துவிடும். பெருங்காட்டில் அல்லது பாலையில் தனியாக விடப்பட்டதுபோல் உணர்வாள். அணைத்துக்கொண்டிருக்கும் உடம்பின் சூடு இல்லாமல் போக தன்னைச் சுற்றியுள்ள மரங்களின் மேலும் கீழே தரையிலுமாக நிற்கும் எண்ணற்ற விலங்குகளையும் பாம்புகளையும் மனதில் காண்பாள் ராஜி. கண்ணுக்கெட்டியவரை எதுவுமே இல்லாத பாலைவனத்தில் காலடியில் மணல் சரிந்து போகக்கண்டு பயப்படுவாள்.

பெரும் இரைச்சலுடன் பெய்யும் மழையில் நனைந்து கொண்டு பாதங்களில் ஆரம்பித்து இடுப்புவரைத் தண்ணீரில் நிற்பதாக உணர்வாள். வீட்டுக்கூடமும் சமையலறையும் எல்லாம் மறைந்து போக வெள்ளக்காட்டில் தனியாக நிற்பதாக உணர்ந்து பெருங்குரலெடுத்து அழ ஆரம்பிப்பாள். 'என்ன கண்ணு என்னம்மா' என்று அம்மா இறுக அணைத்துக்கொள்ளும் போது அம்மாவின் உடம்பின் சூடு அவளுக்கும் பரவும்போது அவள் அமைதியாவாள். அம்மா இயலாமையுடன் சிரித்து 'என்ன பெண் இவ. வயது பத்தாகப்போவுது இன்னும் பயம்' என்பாள் உள்ளுக்குள் பொங்கும் கலவரத்தை மறைக்க முயன்று கொண்டே.

அப்போதெல்லாம் ராஜிக்குத் தோன்றும், அம்மா தானே பூச்சாண்டி பூச்சாண்டி என்று சொல்லிப் பயத்தை ஊட்டி விட்டாள். 'சாப்பிடும்மா கண்ணு, இல்லேன்னா பூச்சாண்டி வந்துருவான்' , 'தூங்கு சீக்கிரம், இல்லேன்னா பூச்சாண்டி வந்து பிடிச்சிட்டுப் போயிருவான்' என்று சாப்பிட, தூங்க என பலவற்றுக்கும் பற்பல பூச்சாண்டிகள். பூச்சாண்டி எப்படி இருப்பான் பார்க்க வேண்டும் என்று ராஜி அடம்பிடிப்பாள். பதில் சொல்லத் தெரியாமல் அம்மா தடுமாறும்போது அவளாகவே பூச்சாண்டிகளைக் கண்டுபிடித்து அம்மாவுக்குக் காட்டினாள். தலைமுடியும் தாடியும் நீளமாக வளர்ந்த பண்ணைவீட்டில் எடுபிடி வேலை செய்து பிள்ளையார் கோயில் திண்ணையிலும் சிலநாள் பக்கத்து வீட்டு ராமையா பாட்டாவின் வீட்டுத் திண்ணையிலும் படுத்துத் தூங்கும் பிச்சையைப் பார்த்து இதான் பூச்சாண்டி என்று அவளே சொன்னாள். ஆனால் அவளிடம் அன்போடு பேசும் பிச்சையை பூச்சாண்டியல்ல பிச்சை மாமா என்று அவளே திருத்திக்கொண்டாள்.

ஆனால் சில வேளைகளில் சுற்றிலும் தென்படும் மனிதர்களிடையே பல ரகப்பட்ட பூச்சாண்டிகள் இருப்பதை அவள் கண்டுபிடித்தாள். அந்தப் பூச்சாண்டிகளில் சில அவளைப் பயமுறுத்தின.

ஒரு நாள் பள்ளிவிட்டு வரும்போது ரமணி டீச்சர் அம்மாவிடம் சொல்வதை ராஜி கேட்டாள். பொதுவாக அவர்கள் பேச்சை அவள் கவனிப்பதில்லை. அங்குமிங்கும் ஓடும் நாய்களையும் பூனைகளையும் மரத்தில் ஏறும் அணில்களையும் துரத்துவாள். மாலைச் சூரியனின் ஒளியில் பளபளக்கும் சிறகுகளுடன் பறக்கும் தும்பிகளைப் பிடிக்க ஓடுவாள். மண்ணிலிறங்கி தத்தித்தத்தி நடந்து சரேலெனப் பறந்து போகும் குருவிகளைப் பார்த்துக் கொண்டு ராஜி முன்னால் நடப்பாள்.

'டீச்சர், உங்க பெண் ராஜி நிறைய பொய் சொல்றா. சில நேரம் பொய்னா பொய்யில்ல. கற்பனை பண்ணிச் சொல்றா போலிருக்கு'

என்று ரமணி டீச்சர் அம்மாவிடம் சொன்னபோது, ராஜி கவனித்தாள். அம்மா புரியாமல் பார்த்தபோது டீச்சர் சொன்னாள்.

'வர்ற வழியிலே சட்டை பாண்டெல்லாம் போட்டுக்கொண்டு ஒரு கரடி நடந்து போனது. அந்தக் கரடி என்னை வான்னு கூப்பிட்டிச்சு', 'சாக்லேட் வாங்கித் தரேன்னு நேத்திக்கு ஒரு பூச்சாண்டி சொல்லிச்சு' இப்படியெல்லாம் சொல்றா. நேத்திக்கு வானத்திலேர்ந்து ஒரு நட்சத்திரம் கீழே விழுந்திச்சாம். அவ அதை உள்ளங்கையில பிடிச்சு வச்சுக்கிட்டாளாம், அவ சொல்றா என்றாள் ரமணி டீச்சர். அம்மா கவலையோடு ராஜியைப் பார்த்தாள்.

இதையெல்லாம் கேட்டுக் கொண்டிருந்த ராஜி அம்மாவைப் பார்த்துச் சிரித்தாள். என்ன சிரிப்பு இது! சிரிக்கும்போது கன்னத்தில் விழும் குழியும் நெற்றி வியர்வையில் ஒட்டிக் கொண்டிருக்கும் தலைமுடி இழைகளும் வயதை மீறிய உடல் வனப்பும் அம்மா, பார்த்துக் கொண்டே இருக்க ரமணி டீச்சர் ரகசியமாக மேலும் சொன்னாள்.

'ஏன் இப்படி பொய் சொல்றே. உங்கம்மாட்ட சொல்றேன் பாரு'ன்னு சொன்னா எங்கம்மாவும் பொய் சொல்வாங்கன்னு சொல்லிட்டா. அம்மாவின் முகம் சிவந்து போனதைக் கண்டு ராஜிக்குச் சிரிப்பு வந்தது.

தெருத் திருப்பத்தில் ரமணி டீச்சர் விடைபெற்றுச் சென்றபின் அம்மா இது குறித்துக் கேட்பாளோ என்றெண்ணி ராஜி மெதுவாக நடந்தாள். ஆனால் அம்மா ஒன்றுமே கேட்கவில்லை அம்மாவின் கவலை தோய்ந்த முகத்தைப் பார்க்க ராஜிக்குப் பாவமாக இருந்தது.

இரவில் வீட்டுப் பாடம் செய்து கொண்டிருந்தபோது அம்மா கேட்டாள், 'அம்மா என்ன பொய் சொல்றேன் சொல்லுப் பார்க்கலாம்' சிரித்தபடியேதான் கேட்டாள். ஆனால் ராஜி மிகவும் சீரியஸாக முகத்தை வைத்துக்கொண்டு 'எப்பவாச்சும் ஆறுமாசத்துக்கொரு வாட்டி வர்ற அப்பாவை மாசாமாசம் வர்றாருன்னு மேலத்தெரு ஆன்டிகிட்டயும் தமயந்தி மாமி கிட்டயும் சொல்லலையா அது பொய் தானே.'

'கையில கழுத்தில கிடக்கிற நகையெல்லாம் கவரிங்தான்னு சொல்லலையா? பேப்பர்கார மாமாட்ட அப்பா டெய்லி ஃபோன் பண்ணுவார்னு சொல்லையா அதெல்லாம் பொய்தானே.'

என்ன சொல்வாளோ என்று தயங்கியபடி ராஜி அம்மாவின் முகத்தைப் பார்த்தாள். அம்மா ஒரு நிம்மதி பெருமூச்சுடன் 'இதானா' என்றாள். பின்னர் ராஜிக்குப் புரிகிற மாதிரி அப்பா கூடவே இருப்பதுபோல் ஒரு தோற்றம் உருவாக்க வேண்டியதன் அவசியம்

குறித்தும் ஏதோ கொஞ்சம் தங்க நகைகள் வீட்டிலிருப்பது யாருக்கும் தெரியாமலிருக்க வேண்டியதன் முக்கியத்துவம் குறித்தும் கதை சொல்வதுபோல் சொன்னாள். அன்று இரவு தூக்கத்தில் வீட்டைச் சுற்றித் திருடர்கள் நிற்பதாகக் கனவு கண்டு ராஜி பயந்து அம்மாவைக் கட்டிப்பிடித்துக் கொண்டுப் படுத்துக் கொண்டாள்.

'பொய்யே சொல்லக்கூடாது கண்ணே' என்று அம்மா சொன்னதை எப்படி எடுத்துக் கொள்வது என்று குழம்பியபடியே தூங்கிப்போனாள்.

வெயிலின் சூடு தணிந்துவிட்டிருக்கிறது. ராஜி எழுந்து நின்று வீட்டுப் பக்கம் எட்டிப் பார்த்தாள். அம்மா பப்பாளிக்காய் பறிக்கும் முயற்சியிலிருக்கிறாள். அம்மாவின் பச்சைப் புடவையின் தலைப்பு காற்றில் படபடக்கிறது. அம்மாவின் முகம் மஞ்சள் வெயில் பட்டு மின்னுகிறது.

வீட்டுக்குப் போகலாமா, இன்னும் சற்றுநேரம் இங்கேயே இருக்கலாமா என்று யோசித்துக் கொண்டே தன் கைவிரல் நகங்களை ஆராய்ந்தாள் ராஜி. வலக்கையில் நகங்கள் நீளமாக வளர்த்திருந்தாள். சாப்பிடும்போது ஸ்பூன் உபயோகித்தாள். நிறைய ஸ்பூன்கள் ஒரு கப்பில் போட்டு வைத்திருக்கிறாள்.

ரைஸ்மில் சிவராமன் கூட நின்று வெட்டிப் பேச்சு பேசிக் கொண்டிருந்த மொட்டைத் தலையனிடம் ராஜியைப் பார்த்து இதுக்கு அப்பன் வர்றதேயில்ல போலிருக்கு. எங்கப் போய்த் தொலைஞ்சானோ என்றதும் அந்த மொட்டைத் தலையன் ராஜியின் கன்னத்தைக் கிள்ள கை நீட்டியதும் ராஜி அந்தக் கையில் நீளமாகப் பிராண்டி விட்டதும் மொட்டைத் தலையன் ஆ என்று கத்தினதும் நினைவுக்குவர அவளுக்குச் சிரிப்பு வந்தது. அவள் சத்தமின்றி சிரித்தாள். ஆனால் அன்று வீட்டுக்குச் சென்று புத்தகப் பையைத் தரையில் வீசியெறிந்து, இந்த அப்பா எங்கப் போய்த் தொலைஞ்சார் என்று அழுதபோது அம்மாவும்கூட அழுததை நினைத்து அவள் சிரிப்பை நிறுத்தினாள்.

காலில் ஏதோ ஊர்வதுபோல் தோன்ற ராஜி குனிந்து காலைப் பார்த்தாள். கறுப்பாக ஏதோ ஒரு பிராணி ஊர்ந்து போனது. அவள் அதைத் தட்டிவிட்டாள். மறுபடியும் உட்கார்ந்து புத்தகத்தைப் பிரித்தாள். இந்தப் பாலத்தின்கீழ் ஒளிந்திருப்பது ஒரு சுகமான விஷயமல்ல. சின்ன சின்ன பிராணிகள் வந்து கொண்டேயிருக்கும். வெளிச்சம் குறைவாக இருப்பதால் படிக்கவும் மனசு வராது.

இந்த ஊருக்கு வந்த புதிதில் ராஜி கண்டுபிடித்த இடம் தெருமுனையிலிருக்கும் பூட்டப்பட்ட பெரிய பங்களாவின் பின்பக்கத்

தோட்டத்தில் பெரிய கற்கள்மேல் சாத்தி வைக்கப்பட்டிருக்கும் ஒற்றை மாட்டுவண்டி. அந்த வண்டியின் உட்பக்கம் பாய் விரிக்கப்பட்டு வில்வண்டி மாதிரி இருந்தது. பூப்போட்ட ஒரு திரைச்சீலையும் தொங்கவிடப்பட்டிருந்தது. காம்பவுண்டுச் சுவரில் தெரிந்த சின்ன இடைவெளி வழியாக அவள் உள்ளே நுழைந்து விடுவாள். அந்தத் தோட்டத்தில் ஒரு மல்பறி மரம் இருந்தது. அசையாதபடிக்குக் கட்டி வைக்கப்பட்டிருக்கும் அந்த வண்டிமேல் ஏறி நின்றால் மல்பறி பழம் பறிக்கலாம். ஆனால், சில நாட்களுக்குப் பின்வந்த பெருமழையில் அந்தச் சின்ன இடைவெளி கற்கள் பெயர்ந்துபோய் பெரிய இடைவெளியாக உருவான போது ஒரு சீட்டாட்டக் கும்பல் அங்கே நுழைந்துவிட்டது. அத்தோடு ராஜி அந்தப் பதுங்குமிடத்தை விட்டு விட்டாள்.

இதற்குமுன் குடியிருந்த ஊரில் உள்ள புதர்கள் நிறைந்த சிறு மைதானமும் அதன் நடுவே உள்ள ஒற்றையடிப் பாதையும் அவளுக்குச் சட்டென்று நினைவில் வந்தது. எப்போதும் அது நினைவில் வந்து கொண்டேதான் இருக்கிறது. இந்த மைதானமும் மொட்டைத் தலையனும் அவளுக்கு இன்னமும் நடுக்கத்தைத் தருகின்றன. போ போ என்று அவள் தலையை ஆட்டினாள். அவளால் முடிய வில்லை. ஆற்றுநீரின் மேல் காட்சிகள் விரிய அவள் கைகளால் முகத்தை மூடிக்கொண்டு விரல் இடுக்கு வழியாகப் பார்த்தாள்.

பள்ளி விட்டதும் தனியாக வந்து கொண்டிருந்தபோது ஒரு புதரின் பின்னாலிருந்து சட்டென்று வெளிப்பட்டு பாம்பு... பாம்பு உன் கால்மேல் ஏறிச்சு என்று சொல்கிறான் மொட்டைத் தலையன். பயந்து போன ராஜி புத்தகப் பையைத் தரையில் வீசிவிட்டு மைதானத்து ஒற்றையடிப் பாதையில் நின்று 'எங்கே? எங்கே?' என்று பதறிக்கொண்டு கேட்கிறாள்.

'உன் காலுக்குமேல், சட்டையை கழற்று கழற்று' என்கிறான் மொட்டைத் தலையன்.

அவள் அழுதுகொண்டே சீருடைகள் கழற்றித் தரையில் போடுகிறாள். பெற்றிக்கோட்டையும் கழற்றிவிட்டு உள்ளாடை மட்டும் அணிந்து கொண்டு சுற்று முற்றும் பார்த்துப் பாம்பைத் தேடுகிறாள். அவளது ஒரு கையை பலமாகப் பற்றிக்கொண்டு மஞ்சள் வெயில் பட்டு மின்னும் வாளிப்பான உடம்புடன் நின்று அழும் ராஜியை பார்த்துக் கொண்டிருக்கிறான் மொட்டையன். நல்ல வேளை! ராமையா பாட்டாவும் பிச்சை மாமாவும் ஓடி வருகிறார்கள்.

'பாம்பு... பாம்பு' என்றபடி மொட்டைத் தலையன் ஓடி விடுகிறான். அவனைக் கெட்ட வார்த்தை சொல்லித் திட்டிக்கொண்டே ராமையா பாட்டா அவள் கைகளைப் பிடித்துப் பார்க்கிறார். அழுத்தமாகப் பிடித்ததால் கோடுகள் போட்டதுபோல் தெரிந்த பூ போன்ற அந்தக் கையில் பிடித்துக் கொண்டு சீருடை மாட்டிவிட்டு, சமாதானப்படுத்தி, புத்தகப் பையை எடுத்துக்கொண்டு நடக்கும்போதும் அவள் 'பாம்பு காலில் ஏறிடுச்சு' என்று சொல்கிறாள். பக்கத்தில் நின்ற ஒரு செடியின் கிழே சின்ன ஓர் அரணை சிகப்பு வாலுடன் ஓடிற்று. 'பாம்பில்ல, அது அரணக்குஞ்சு. உன் மேலே ஏறல. அவன் சும்மா பயமுறுத்தினான். ஒன்னும் பயப்படாதே வா' என்று சொல்லி அவளை அழைத்துச் செல்லும்போது பிச்சை மாமா சொல்லி ஓட்டமும் நடையுமாக அம்மா வருகிறாள். அவளைக் கட்டியணைத்துக் கொண்டு அழுததை இப்போது நினைத்துப் பார்க்கையில் ராஜிக்கு அழுகை வந்தது. அவள் முகத்திலிருந்து கையை எடுத்தாள். காட்சிகள் மறைந்து போக ஆற்றுநீர் மெதுவாக ஓடிக்கொண்டிருந்தது.

ராஜி வீட்டுக்குப் போகலாமென்று எழுந்தாள். யாராவது நிற்கிறார்களா என்று சுற்றுமுற்றும் பார்த்தாள். ஆட்களைக் காணப் பயமாக இருக்கிறது 'என்ன ஆயிற்று?' என்ற கேள்விதான் எங்கேயும். முன்பு குடியிருந்த ஊரில் பார்ப்பவர்கள் எல்லாம் 'இந்தப் பொண்ணையா, என்ன பண்ணினான்' என்று கேட்கும்போது 'பாம்புன்னு சொல்லி பயமுறுத்தினான்' என்று சொன்னால் அவநம்பிக்கையோடு, ரகசியக் குரலில் ஏதோ பேசிக்கொண்டு சிலபேர் போவது ஏன் என்று அவளுக்குப் புரியவேயில்லை.

அம்மாவிடம் சொன்னாள், அப்பாக்கு ஃபோன் பண்ணிச் சொல்லும்மா. அப்பா வந்து அந்த மொட்டையை உதைக்கட்டும். அம்மா ஃபோன் பண்ணி ஒரு வாரம் கழித்து வந்த அப்பா அவளும் அம்மாவும் சொல்லிக் கொண்டிருக்கும்போது பாதியிலேயே தடுத்துவிட்டு, கடுகடுப்புடன் 'தனியா ஏன் வந்தே' என்றும் 'எவனாவது உடுப்பெ கழட்டுன்னா கழட்டிடுவியா' என்றும் அவளிடம் கேட்டார். அம்மாவிடம், 'பொம்பளப்பிள்ளையை ஒழுங்கா பாத்துக்கத் தெரியாத நீ என்ன டீச்சர் வேல பாக்கறே?' என்று கத்திவிட்டுக் கிளம்பிப் போய்விட்டார். அவருக்காகச் சமைத்து வைத்த சாப்பாடும் அவர் கொண்டு வந்த மிக்சர் பொட்டலமும் சீந்துவாரில்லாமல் கிடந்தது.

ராமையா பாட்டா அப்பாவைத் திட்டினார். 'பொறுப்பத்த பய' என்றார். அதையெல்லாம் பொருட்படுத்தாமல் போன அப்பாவை

யாரோ ஒருவர் என்பது போல ராஜி பார்த்துக் கொண்டே நின்றாள். அவள் மனதுக்குள் என்னவோ நொறுங்கி விழுந்தது.

பின்னர் வந்த நாட்களில் பல பேர் விசாரித்ததில் அம்மா மிகுந்த கவலையுடன் என்ன செய்வது என்று யோசித்தாள். தெருவில் நடக்கும்போது தென்படுபவர்களும் பள்ளியில் மாணவிகளும் டீச்சர்களும் எல்லாம் என்ன பண்ணினான் அவன்? என்று ராஜியைக் கேட்டார்கள். கேட்காதவர்கள் 'இந்தப் பொண்ணையா' என்கிற மாதிரிப் பார்த்து விட்டுப்போனார்கள்.

ஆறு 'பி' ரமேஷும் சுகன்யாவும் கேலி பண்ணினாங்க என்று சொல்லி அழுது கொண்டே வந்தவள் பள்ளி செல்லமாட்டேன் என்று அடம்பிடித்தாள்.

'யாருமே இல்லாத இடத்தில் போய் நாம ஒளிஞ்சிக்குவோம்மா' என்றாள்.

அந்தப் பள்ளி வருடம் முடிந்ததும் மிகவும் கஷ்டப்பட்டு மாற்றல் வாங்கி ராஜியும் அம்மாவும் வேறு ஊருக்கு வேறு பள்ளிக்கு வந்துவிட்டார்கள்.

இங்கே வீடு தேடி அலைந்தபோது ராஜி ஒருநாள் எரிச்சலோடு கேட்டாள். இந்த அப்பா எங்கே போய் தொலைஞ்சார். கேட்ட உடனேயே தன்னைத்தானே திருத்திக்கொண்டாள், 'அப்பா இல்ல அது யாரோ ஒர்த்தர்.'

அம்மா ஃபோனில் கேட்டுக்கொண்டதன் பேரில் வந்து சேர்ந்த அப்பாவை மிகவும் அன்னியமாகப் பார்த்தாள் ராஜி. கருநீலத்தில் வெள்ளைக்கோடுகள் போட்ட சட்டையணிந்து கூடத்தில் நின்று பேசிக்கொண்டிருக்கும் இந்த ஆள் யார் என்று தன்னைத்தானே கேட்டுக்கொண்டாள். தனது கட்டுரை நோட்டில் 'பாதுகாப்பு' என்று தலைப்பிட்டு அதன் கீழே 'தன்னைத்தானே' என்று எழுதினாள். புது ஊர், புதுப் பள்ளி என்று ராஜி இயல்பாகவும் சந்தோஷமாகவும் இருந்தாள். இரண்டே அறைகளும் சின்ன சமையல் கட்டுமிருந்த வீட்டில் ஒரு சின்ன மாமரமும் நின்றது. ராஜி அம்மாவிடம் அதில் ஊஞ்சல் கட்டித்தரச் சொல்லி அடம்பிடித்தாள். அம்மாவும் ஊஞ்சல் கட்டிக்கொடுத்தாள். மைதானமும் மொட்டையனும் நினைவை விட்டு அகலத் தொடங்கியிருந்தன. புதுப் பள்ளியில் பாட்டு, நாட்டியம் என்று அவள் கவனம் அம்மாவால் திருப்பி விடப்பட்டிருந்தது.

ஆனால், ஒரு நாள் கடைவீதியில் பிச்சையின் அத்தையைப் பார்த்தபோது எல்லாம் மாறிவிட்டது. 'நீங்க இங்கேதான் இருக்கீங்களா' என்று அந்த அத்தை கேட்டபோது அம்மா மறுபடியும் பயந்தாள். பிச்சை மாமாவைப் பற்றி விசாரித்துக் கொண்டிருந்த ராஜியை அவசரப்படுத்தி வீட்டுக்கு அழைத்துப்போன அம்மாவை ஒன்றும் புரியாமல் பார்த்தாள் அவள்.

அம்மா ஒரு வாரம் விடுப்பு எடுத்துக்கொண்டாள். ராஜியையும் பள்ளிக்கு விடவில்லை. அம்மா வீட்டுக்குள்ளேயே இருந்தாள். கதவு ஜன்னல்களையெல்லாம் எப்போதும் மூடியே வைத்திருந்தாள். பகலிலும் வீடு இருட்டாக இருந்தது. அம்மாவின் கண்கள் பயமும் கவலையும் நிறைந்து ஒளியிழந்து காணப்பட்டது. அம்மாவின் அழகான சிரிப்பு காணாமல் போய்விட்டிருந்தது என்பதை ராஜி கவனித்தாள். அவளுக்கும் கவலையாக இருந்தது. அவளும் இருட்டில் உட்கார்ந்து கொள்ள விரும்பினாள். இருட்டு சுகமாக இருந்தது. திரையில்லாத கண்ணாடி ஜன்னல் வழியாகத் தெருவிளக்கின் ஒளி அறைக்குள் விழுந்து கிடந்ததால் அவள் அம்மாவை நிழலுருவமாகக் கண்டு கொண்டு பயப்படாமல் இருந்தாள். ஒரு வாரத்துக்குப்பின் வெளியே வரத்தான் வேண்டியிருந்தது.

ஒருநாள் கடை வீதியிலிருந்து திரும்பும்போது அம்மா ஆட்டோ வேண்டாம், நடக்கலாம் என்று சொல்லி பெரிய பாலம் வழி வந்தது ராஜிக்கு ஞாபகம் வந்தது. நடந்து வரும்போது அவளுடன் படிக்கும் திலீபிடமிருந்து காப்பி பண்ண நோட் வாங்கினாயா என்று அம்மா கேட்டதற்கு, தான் அவனிடம் பேசுவதில்லை என்றாள். ஏன் என்று அம்மா கேட்டபோது சற்றுத் தயங்கிய பின் 'அவன் எப்பப் பார்த்தாலும் அவனோட அப்பாவைப் பத்திப் பெருமை பேசறான்' என்றாள்.

அம்மா நடப்பதை நிறுத்திவிட்டு பாலத்தின் கைப்பிடிச்சுவரில் பிடித்துக்கொண்டு கீழே பார்த்துக்கொண்டு சற்றுநேரம் நின்றாள். பாலத்தின்கீழ் தண்ணீர் தாராளமாக ஓடிக்கொண்டிருந்தது. ராஜியும் எட்டிப்பார்த்தாள். நிறைய ஆழமிருக்கும்போல் தோன்றியது. அம்மா இந்த நதியில் குதித்துவிடலாம் என்று யோசிக்கிறாளோ என்று நினைத்து பயந்துபோய் 'வாம்மா போலாம், வாம்மா போலாம்' என்று சொல்லி அம்மாவின் புடவைத் தலைப்பைப் பிடித்திழுத்தாள். பின்னர் அம்மாவின் இடுப்பைப் பிடித்துக்கொண்டாள்.

சற்றுநேரம் அப்படியே நின்றுவிட்டு இருவரும் நடந்து வீட்டுக்கு வந்ததும் என்ன செய்வது என்று தெரியாமல் ராஜி மாமரத்து ஊஞ்சலில்

உட்கார்ந்து வேகவேகமாக ஆடினாள். கண்ணுக்குத் தெரியாத எதிரிகளைக் காலால் உதைத்தாள். கீழே கிடந்தக் குச்சி ஒன்றை எடுத்து வேலியில் நின்ற செடிகளை அடித்தாள். வலியால் அழும் எதிரிகளைக் கண்டு கொண்டதுபோல் கைகொட்டிச் சிரித்தாள். மாமரத்தைச் சுற்றிச் சுற்றி வந்து குச்சியால் குத்தினாள். என்ன பண்றேன் பார் என்று என்னவோ சொன்னாள். பின்னர் யாவரையும் ஜெயித்துவிட்ட சந்தோஷத்தில் முகம் மின்ன வியர்வையுடன் நின்று கொண்டிருந்த அவளைப் பார்த்து அம்மா பெருமூச்சு விட்டாள்.

அம்மாவின் மேஜை மீது திறந்து வைத்திருந்த டயறி எடுத்து ஒரு பக்கத்தைப் படித்தாள் ராஜி.

'இந்த நிழல்கள் இப்படி துரத்திக்கொண்டே வருகின்றனவே என்ன செய்வது. இந்த முட்களை எப்படி உதறித் தள்ளுவது. எங்கே போய் ஒளிந்து கொள்வது? ஒளிந்து கொள்வது பிரச்சினைக்குப் பதிலாகுமா. எங்கே போக வேண்டும். வேறு ஊருக்கா. வேறு மாநிலத்துக்கா. என்ன செய்யவேண்டும். எதுவானாலும் எதிர் கொள்ளத்தான் வேண்டும். வேறு வழியில்லை.' அதைப் படித்தப்பின் அம்மா பாவம் என்று தோன்ற சமையல் வேலையிலிருந்த அம்மாவைக் கட்டிப்பிடித்தது ராஜிக்கு ஞாபகம் வர 'அம்மா பாவம்' என்றாள் தனக்குத்தானே.

வீட்டுக்குப் போகலாம் என்று ராஜி எழுந்தாள். சுற்றுமுற்றும் பார்த்தாள். யாரும் பார்க்கக் கூடாது, யாரையும் காணவேண்டாம் என்று நினைத்துக் கொண்டே அவள் வீடு நோக்கி வேக வேகமாக நடந்தாள். ஆற்றில் நீர் பெருகி திசைமாறி ஓடி அவள் பின்னால் வருவது போல் தோன்ற அவள் ஓடினாள். அவளை எதிர்பார்த்து நின்ற அம்மாவிடம் மூச்சிரைக்க நின்று 'வேற ஊருக்குப் போலாம்மா' என்றாள்.

அம்மா அவளை அணைத்துக் கொண்டு வானத்தைப் பார்த்தாள். இளம் கறுப்பும் வெளுப்புமாகப் பரவிக் கிடந்த மேகங்கள் நிறைந்த ஆகாயம் அம்மாவுக்கு என்ன பதில் தரப்போகிறது என்று எண்ணிக்கொண்டு ராஜியும் வானத்தைப் பார்த்தாள்.

●

மஞ்சாடியும் பலாவும்

இருட்டில் தட்டுத் தடுமாறி முக்காலி மேல் கட்டை விரல் இடிக்க நடந்து கட்டில் மேல் வைத்திருந்த டார்ச்சை கையில் எடுத்துக் கொண்டார் பெருமாள். இப்படித்தான் இந்த ஏரியாவில் அடிக்கடி மின்சாரம் போய் விடுகிறது. இப்போதெல்லாம் இருட்டு பெருமாளுக்குப் பயத்தைத் தருகிறது. திறந்திருந்த ஜன்னல் வழியாக வெளியே தெரிந்த இருட்டில் தூரத்தில் தெரியும் ஒளிப்பொட்டுக்களைப் பார்த்தார் அவர்.

சுற்றுச் சுவருக்கு வெளியே யாரோ நடமாடுவதுபோல் தெரிகிறது. காய்ந்த சருகுகளின் மேல் கால் வைத்து யாரோ நடக்கிறார்கள் போல் சத்தம் கேட்கிறது. அந்தச் சத்தவும் கேட்கிறதா அல்லது தனக்குத் தோன்றுவதோ என்று நினைத்துக் குழம்பினார் பெருமாள். பின்னர் எமர்ஜென்சி விளக்கை எரிய விட்டுவிட்டுக் கட்டிலில் சாய்ந்தவாறு படுத்துக் கொண்டார்.

பகலெல்லாம் சற்று தூரத்தில் கல்லுடைக்கும் சத்தம் கேட்டுக் கொண்டிருக்கும். பாறை வெடிக்கும் சத்தம் கேட்கும். பெரிய பெரிய லாரிகள் கற்களை ஏற்றிக் கொண்டு புழுதியை கிளப்பிவிட்டுக் கொண்டு போய்க் கொண்டிருக்கும். முற்றத்துச் செடிகளின் இலைகளெல்லாம் புழுதி படிந்து நிறம் மாறிக் காணப்படும்.

சில வருடங்களாக இதுதான் காட்சியும் சத்தவுமாக இருக்கின்றது. பக்கத்தில் இருந்தவர்கள் கிடைத்த விலைக்கு இடத்தை விற்றுவிட்டுப் போய்விட்டனர். அடிக்கடி அதிர்வு அனுபவப்படுவதை உணர்ந்து கொண்டு இனி எத்தனை நாளோ என்ற நினைப்புடன் பெருமாள் அங்கேயே இருக்கிறார்.

"என்ன பெருமாளண்ணே, நீங்க இப்படி பிடிவாதம் பிடிச்சுக் கிட்டிருக்கீங்க. பாதி முக்காவாசிப் பேரு வேறு எடம் பாத்துப் போயாச்சு. இந்தச் சத்தவும் புழுதியும் சகிச்சுக்கிட்டு என்னத்துக்கு இங்கேயே இருப்பானேன்" என்று கேட்டார். அடுத்த தோப்பில் குடியிருந்த சுப்பையா, என்ன பதில் சொல்வது அல்லது எதற்கு சொல்ல வேண்டும் என்பது போல மௌனமாக இருந்தார் பெருமாள்.

எனக்கும் போக இஷ்டமில்லைதான். ஆனால் பிள்ளைங்க ஒரேயடியா இங்க இருக்க முடியாதுன்னிட்டாங்க வேற வழி" என்ற படி

சுப்பையா பெருமாளைப் பார்த்தபோது, நானும் பொறந்து, வளர்ந்து, படிச்சு, வேல பாத்து, கல்யாணம் பண்ணி வாழ்ந்த வீடிது. விட்டுட்டுப் போறதுன்னா இனி மேல தான் போணும்'' என்றார்.

''இது எல்லாருக்கும் உள்ளதுதாண்ணே. ஆனா இங்க இருக்க முடியாதண்ணே. எனக்கு இருமல் ஆரம்பிச்ச உடனேயே பிள்ளைங்கல்லாம் சத்தம் போட ஆரம்பிச்சுட்டாங்கண்ணே.'' சுப்பையா பேசினதையெல்லாம் நினைவில் கொண்டு வந்து பெருமூச்சு விட்டார் பெருமாள்.

சென்ற மாதம் தனக்கு இருமல் வந்து மூச்சுத் திணறல் போல் வந்து தனக்குத் தெரிந்த கைமருந்துக்கெல்லாம் கட்டுப்படாமல் போக சுப்பையா வந்து சற்று தூரத்தில் உள்ள ஆஸ்பத்திரிக்கு அழைத்துச் சென்றதையும் டில்லியில் இருக்கும் மகன் வந்து பார்த்துக் கொண்டதையும் நினைத்துக் கொண்டார். மகன் பேரனைக் கூட கொண்டு வந்திருந்தான்.

''ஏன்டா குழந்தையைக்கூட கொண்டு வந்தே'' என்று கேட்டதற்கு ''எல்லாம் பாத்துப் படிக்கட்டும்பா''

என்று சொல்லி சிரித்தான். தாத்தாவுக்கு அப்பா மாத்திரை எடுக்கும் நேரத்தில் பேரன் தண்ணீர் எடுத்து கொடுத்தான்.

''அன்று நீ கண்விழித்தாய்
இன்று நான் கண்விழிக்கிறேன்
நாளை அவனும் கண்விழிப்பான்
சுழல்கிறதே காலம்
சுழல்கிறதே காலம்''

என்று எங்கோ வாசித்ததை நினைவுகூர்ந்து கவிதைபோல் சொன்னான். குழந்தையும் கேட்டுச் சொல்லிற்று.

ஆனால், வீட்டுக்கு வந்தபின், குமரன், ''எப்போதும் எனக்கிப்படி வரமுடியாதுப்பா. இப்போ என்னவோ லீவு கிடைச்சிடுச்சு. லீவு கேக்கும் போதெல்லாம் கிடைக்கணும்னில்லே. வீட்டோடயே போய் இருன்னு சொன்னாலும் சொல்லிடுவாங்க. ஸோ என்னோட வந்துடறீங்களாப்பா'' என்று கேட்டான். பெருமாள் ஒன்றும் பதில் சொல்லவில்லை.

ஆனால் அவர் பார்வை ஜன்னல் வழியாகத் தெரிந்த மஞ்சாடி மரத்தின் மேலுமாக இருந்தது.

பாட்டி மரம் பலா என்றும், அம்மா மரம் மஞ்சாடி என்றும் அப்பா பேர் வைத்திருப்பது குமரனுக்குத் தெரியும்.

மறுபடியும் சற்று நேரம் இங்கே தனியாக வசிப்பதன் நிறை குறைகளை கூறிக் கொண்டே இருந்தான்.

பெருமாள் மௌனமாக இருந்தார். குமரன் அவரையே பார்த்தான். நன்றாகத் தளர்ந்து போய்விட்டார். கண்பார்வை குறைந்துள்ளது. கேள்வியும் மந்தமாகத்தான் ஆகியிருக்கிறது. ஆனால், இங்கே வசிப்பது தான் அப்பாவுக்கு மகிழ்ச்சி தரும் என்றால் அவர் விருப்பப்படி இங்கேயே இருக்கட்டும். டில்லி குளிரும் வெயிலும் அவரால் தாங்க முடியாது. இங்கே உள்ளதுபோல் நண்பர்கள் யாரும் பேச வரமாட்டார்கள். மனைவி ரம்யா எப்படி எடுத்துக் கொள்வாள் என்று சொல்ல முடியாது. அவள் ஒவ்வொரு நேரம் ஒவ்வொரு சுபாவத்துடன் இருப்பாள்.

சமையல் செய்ய வரும் பவானி, பால்காரன் ரகு, சுப்பையா எல்லோரிடமும் பேசினான். எப்போதும் கூடவே இருக்க டிரைவர் முருகனை ஏற்பாடு பண்ணினான். கைபேசியை எப்போதும் பக்கத்தில் வைத்துக் கொள்ளச் சொன்னான். தினமும் ஒரு நேரம் கூப்பிடுவதாகக் கூறி குழந்தையுடன் விடைபெற்றுச் சென்றான் குமரன்.

குடிநீர் குழாயில் தண்ணீர் வரும் சத்தம் கேட்பதுபோல் தோன்ற பெருமாள் எழுந்து இருட்டிலேயே சமையலறை சென்றார். நாளையே இன்வர்டர் வாங்கிட வேண்டும் என்று முடிவு செய்தார்.

கிணற்றில் நீர் வற்றிப் போய்விட்டது. குடிநீர் குழாய் வழி வரும் தண்ணீரைத்தான் நம்ப வேண்டியுள்ளது. இப்போது மின்சார மில்லாததால் மோட்டார் போட முடியாது. அவர் பாத்திரங்களில் நீர் பிடிக்க ஆரம்பித்தார். பிடித்து வைக்கவில்லை என்றால் பவானி முணுமுணுப்பாள்.

''என்னால வேல பாக்க முடியாது. தண்ணியில்லாத எப்படி வேல பாக்கறது. தெருக்கடசீல போய்த் தண்ணி பிடிக்கிறதெல்லாம் கஷ்டம். என்னால முடியாது''என்பாள். அது மட்டுமல்லாது சமையலறையில் பாத்திரங்களை உருட்டுவாள். அவள் கோபமாக இருக்கிறாள் என்பதை ஒவ்வொரு செயலிலும் காட்டுவாள். சம்பளம் நிறைய கொடுத்தாலும் தேங்கா, மாங்கா என்று எது வேண்டுமானாலும் எடுத்துக் கொள்ள அனுமதித்தாலும் சில விஷயங்களில் பவானி முணுமுணுக்கத் தான் செய்வாள்.

முன்பு பார்வதி சமையலறையில் வேலை செய்யும்போது சத்தமே இருக்காது. அதிலும் முக்கியமாக அலுவலகத்திலிருந்து ஏதாவது கோப்புக் கொண்டு வந்து வேலை பார்த்துக் கொண்டிருக்கும் போதும் சத்தமே இல்லாமல் பார்த்துக் கொள்வாள். முடிந்த வரையில் குமரனை பின்கட்டிலேயே வைத்துக் கொள்வாள். அதற்காகவே பலா மரத்தடியில் சின்னதாக ஒரு பந்தல் போட ஏற்பாடு பண்ணினாள். சுற்றுச்சுவரோரம் சேர்த்து பத்தடிக்குப் பத்தடி பந்தல் போட்டு அதில் நீளமாக இரண்டு பெஞ்சுகளும் போட்டுக் கொள்வாள். அங்கேயே அம்மாவும் பார்வதியும் குழந்தை குமரனுமாக உட்கார்ந்து கொள்வார்கள். சமையலறை வேலைகள்கூட அங்கேயே நடக்கும். காய் நறுக்குவது, மளிகை சாமான்கள் சுத்தம் பண்ணுவது எல்லாம் அங்கேதான். குமரன் வீட்டுப் பாடம் செய்வதும் அங்கேயே.

நல்ல காற்று வீசிக் கொண்டிருக்கும் பொழுதும், காலைப் பொழுதுகளிலும் பத்திரிகைப் படிக்கும் இடமாக வைத்துக் கொண்டார் பெருமாள். அப்போதெல்லாம் இவ்வளவு தூசும், கல்லுடன் செல்லும் வண்டிப் போக்குவரத்தின் சத்தமும் கிடையாது.

பெருமாள் தண்ணீர்ப் பிடிப்பதை நிறுத்திவிட்டு ஜன்னல் திறந்து வெளியே பார்த்தார். மெல்லிய நிலவொளி பரவிக்கிடக்க பார்க்க ரம்மியமாக இருந்தது. மூக்குக் கண்ணாடியை முன்னறையில் விட்டுவிட்டு வந்தபடியால், கண்ணைச் சுருக்கிக் கொண்டு கூர்ந்து பார்த்தார்.

அம்மா பலா மரத்தடியில் உட்கார்ந்து கொண்டு தென்னை ஓலையிலிருந்து ஈர்க்குச்சி கிழித்து எடுத்து விளக்குமாறு செய்வது வழக்கம். இப்போதும் அம்மா அங்கே இருப்பதுபோல் தோன்றியது. கருநீலத்தில் வெள்ளைக்கட்டம் போட்ட சேலை கட்டியிருக்கிறாள்போல் தெரிகிறது. நிலவொளியும் நிழல்களும் சேர்ந்திருப்பதால் யாரோ உட்கார்ந்திருக்கிறார்கள் என்பது மட்டும்தான் தெரிகிறது. ஒன்றும் தெளிவாக இல்லை. அம்மா அரிசியும் உளுந்தும் ஊற வைத்துக் கொரகொரவென்று அரைத்து அதில் உப்பு, சீரகம், தேங்காய் எல்லாம் போட்டு கெட்டியாகப் பிசைந்து பலா இலைகள் பறித்துக் கழுவி அதில் அந்த மாவை வைத்து சுருட்டி இட்லிப் பானையில் வைத்து பலகாரம் செய்துத் தருவதை பெருமாள் நினைவு கூர்ந்தார்.

பார்வதியை கல்யாணம் பண்ணிக் கூட்டிக் கொண்டு வந்த புதிதில் அவளுக்கு ஒன்றுமே தெரியாது. பொழுதுக்கும் இந்த மஞ்சாடி

மரத்தடியில் ஓடி ஓடி மஞ்சாடி முத்துக்கள் பொறுக்கிக் கொண்டிருப்பாள். பழைய போன்விட்டா டின் ஒன்றில் சேகரித்து வைத்து குதூகலித்தாள். அக்கம்பக்கத்து பெரிய குழந்தைகள் வரும்போது கை நிறைய அள்ளிக் கொடுத்தாள். வயதானவர்களுக்குப் பல்லாங்குழி விளையாட கொடுத்தாள். சின்னக் குழந்தைகள் விழுங்கி விடுமென்று சொல்லித் தரமாட்டாள்.

குமரன் குழந்தையாக இருந்தபோது பயப்பட்டாள். "இந்த மஞ்சாடி முத்தெ பொறுக்கி முழுங்கிருவானோன்னு எனக்குப் பயமா இருக்கு. மரத்தெ வெட்டிடலமா?" என்றாள் பார்வதி. பெருமாள் ஒரு சின்னச் சுவர் எழுப்பி குழந்தை அந்தப் பக்கம் போகாதபடி செய்து கொண்டார். புழங்குமிடம் குறைந்துவிட்டது. பின்னர் குமரன் பெரியவனானதும் சுவரில் கொஞ்சம் இடித்து வழி பண்ணிக் கொண்டார்.

பார்வதி களிமண் எடுத்து பிள்ளையார் பொம்மை செய்து ஆடை அணிகலன்களுக்குப் பதிலாக மஞ்சாடி முத்துக்களை ஒட்டி வைப்பாள். இப்போதும் மஞ்சாடி மரத்தடியில் உட்கார்ந்து என்னவோ செய்து கொண்டிருக்கிறாள் போலும். இள்ம் மஞ்சள் புடவை கட்டியிருப்பதுபோல் தெரிகிறது. அவர் உற்று உற்றுப் பார்த்தார். நிலவொளி சரியாக விழாததால் நன்றாகத் தெளிவாக ஒன்றும் தெரியவில்லை.

எப்போதாவது பார்வதியிடம் பேச வேண்டும்போல் தோன்றும்போது அவர் பின்பக்கம் போய் மஞ்சாடி முத்து பொறுக்குவார். அதுவும் பவானி வேலை முடித்துப் போன பின்தான். முருகனும் கடைக்கு எங்காவது போயிருக்கும் நேரம்தான். மற்றபடி அவர் மஞ்சாடி முத்து பொறுக்குவதை யாரும் பார்ப்பது அவருக்கு இஷ்டமில்லை. அவர் கவனமாக இருப்பார். இருந்தும்கூட ஒரு நாள் சுப்பையாவும் ரேஷன் கடை நடத்தும் சண்முகமும் வந்தபோது அவர் பின் முற்றத்தில் கைநிறைய மஞ்சாடி முத்துக்களுடன் நின்றிருந்தார்.

"என்னண்ணே, என்ன செய்றீங்க. இதெல்லாம் என்னத்துக்கு" என்று சுப்பையா கேட்டார்.

"சும்மாதான். பொழுது போணுமில்ல" என்று கூறி சிரித்தார் பெருமாள்.

சற்று நேரம் பேசிவிட்டு அவர்கள் சென்றபின் மறுபடியும் முத்துக்கள் பொறுக்கி டப்பாவில் போட்டார். இப்போது நிறைய முத்துக்கள் சேர்ந்து விட்டன.

விளையாட மஞ்சாடி முத்துக்கள் வேண்டும் என்று கேட்டு யாரும் வருவதில்லை. பல்லாங்குழி விளையாடும் ஆட்களும் யாரும் இல்லைபோல் தோன்றுகிறது. பெரிய டப்பாவிலிருந்து சிறு சிறு டப்பாக்களில் கொட்டி மறுபடியும் பெரிய டப்பாவில் கொட்டி என்று சில நேரம் அவர் பொழுதைப் போக்குவார்.

ஒரு நாள், ஒரு சின்னத்துண்டு சாக்குக்கட்டி கண்ணில் பட்டபோது அதை எடுத்துத் தரையில் தனக்குத் தெரிந்ததுபோல் ஒரு விநாயகர் படம் வரைந்தார். அந்தப் படத்தை மஞ்சாடி முத்துக்களால் அலங்கரித்தார். முடித்தபோது அவரது கண்ணீர் முத்துக்களும் கலந்திருந்தன.

இதையெல்லாம் நினைத்தபோது அவருக்குக் கண்ணீர் பெருக் கெடுத்தது. சாப்பிட்டது நெஞ்சிலே நிற்பதுபோல் தோன்ற சாப்பாட் டறைக்குச் சென்று மேஜை மேலிருந்த தண்ணீர் பாட்டில் எடுத்தார். அந்த அறை ஜன்னலுக்கு வெளியே யாரோ நகர்வது போல் அவர் கண்களுக்குப் பட்டது. காய்ந்த சருகுகளில் கால் பதித்து யாரோ நடப்பதுபோல் மறுபடியும் சத்தம் கேட்கிறதுபோல் தோன்றியது.

சட்டென்று பயம் தொற்றிக் கொள்ள அவர் தண்ணீர் பாட்டில் எடுத்துக் கொண்டு வெளியே முன்னறைக்கு வந்தார். ஜன்னல் கொஞ்சமாக திறந்திருக்க இருட்டும் தூரத்து வெளிச்சப் பொட்டுக்களும் தெரிந்தன. மின்சாரம் இன்னும் வரவில்லை. இன்னமும் யாரோ நடமாடும் சத்தம்போல் கேட்கிறது. யாராவது திருட வருகிறார்களோ என்றுதான் அவருக்கு முதலில் தோன்றியது.

சட்டென்று ஆஸ்பத்திரியில் இருந்த சமயத்தில் மஞ்சாடி பலா மரங்களின் கிளைகளை யாரோ வெட்ட முற்பட்டதுபோல் காணப்பட்டது அவருக்கு ஞாபகம் வந்தது. அடுத்தத் தோப்பில் பலா மரங்களை யாரோ வெட்டிக் கொண்டு போய்விட்டார்கள் என்று சுப்பையா ஒரு நாள் சொன்னார். தோப்பின் உரிமையாளர்கள் வெளிநாட்டில் இருப்பதால் யாரும் வந்த மாதிரி தெரியவில்லை.

இப்போது இங்கே மரம் வெட்டலாம் என்று வருகிறார்களோ என்று சந்தேகப்பட்டார் பெருமாள். வயதான இந்தக் காலத்தில் யாரையும் எதிர்க்க முடியாது. உதவிக்கு யாரும் வரவும் மாட்டார்கள். என்ன செய்யலாம் என்று யோசித்து ஒன்றும் செய்யத் தோன்றாது கவலையுடன் கட்டில்மேல் சாய்ந்து படுத்துக் கொண்டார். மஞ்சனத்தி, தீப்பெட்டி மரம் போல் எதையாவது வெட்டினாலும் பரவா யில்லை. மஞ்சாடி, பலா மரங்களை வெட்டாமலிருக்க வேண்டுமே என்று பெருமாள் நினைத்தார்.

கைபேசியில் கூப்பிட்டால் டிரைவர் முருகன் வரக்கூடும். ஆனால் அவன் பெண்ணுக்கு உடல் நலமில்லை என்று சொல்லி இரண்டு நாட்கள் இரவு வர முடியாது என்று சொல்லியிருந்தான். 'ஏதோ சத்தம் கேட்கிறது முருகா வருகிறாயா' என்று ஃபோன் பண்ணினால் அவனால் வரமுடியுமோ என்னவோ. இப்போது மின்சாரம் வந்துவிட்டது.

எதற்காகப் பயப்பட வேண்டும் என்று அவருக்குத் தோன்றியது. திருடர்கள் வந்து தன்னைத் தாக்கி விடுவார்கள் என்று பயமா. எதற்காக உயிருடன் இருக்க வேண்டும். பிறவி எடுத்ததன் கடமைகள் எல்லாம் முடிந்துவிட்டன போல் தெரிகிறது. இருப்பதற்கான காரணங்களையும் இல்லாமல் இருப்பதற்கான காரணங்களையும் அலசிப் பார்த்தார். கூட்டிக் கழித்துப் பார்த்தபோது இனிமேலும் இருப்பது தேவையா என்றொரு சந்தேகமும் தோன்றியது.

அவருக்குத் தூக்கம் வரவேயில்லை. இறப்பு எப்போது வரும் என்று யாராலும் கூற முடியாது. கூடவே இருந்தவர்கள் ஆன்மாக்களாக மாறிய பின்னர் அவர்கள் உயிரோடு இருப்பவர்களுக்குத் துணை வருவார்களா? அவருக்குள் நிறைய கேள்விகள் எழுந்த வண்ணம் இருந்தன.

வெளியே இன்னமும் சில சத்தங்கள் கேட்பது போல் தோன்ற அவர் பக்கத்து மேஜை மேலிருந்து கொஞ்சம் பஞ்சு எடுத்து சிறு உருண்டைகளாக்கி இரு காதுகளிலும் வைத்துக் கொண்டார். கடிகாரத்தில் மணி பார்த்தார். ஒரு மணி ஆகப் போகிறது. கண்டிப்பாக தூங்கிவிட வேண்டும் என்று தீர்மானித்தவாறு கண்களை மூடினார்.

மூடின விழிகளுக்குள் பார்வதி வந்து நின்றாள். எப்போதும் சிரித்துக் கொண்டிருப்பதுபோல் அவளுக்கு முகம். சிரிக்கும் போதும் சின்னதாகிவிடும் கண்கள் அவளுக்கு. நீளமாக விரல்கள். அடிக்கடி மருதாணி வைத்துக் கொள்வாள்.

குமரன் தனது இஷ்டப்படி ரம்யா என்றொரு பெண்ணைத்தான் கல்யாணம் பண்ணுவேன் என்ற போது பார்வதிக்கு அதை ஒத்துக் கொள்ள முடியவில்லை.

"ஏன்பா, நாங்க அப்பா அம்மா இருக்கிறப்ப நீயா ஏன்பா பாத்துக்கிட்டே. நாங்க பாத்துத் தர மாட்டோமா" என்று ஆதங்கப் பட்டாள்.

"உங்களுக்கு என்னத்துக்குக் கஷ்டம்னுதான்" என்று சிரித்து மழுப்பினான்.

பார்வதி கவலையுடன் இருந்தாள். ரம்யா என்னமோ அவ்வளவு ஒட்டுதல் இல்லாமல்தான் இருக்கிறாள். கல்யாணமானதிலிருந்தே வட இந்தியாவிலேயே வசிக்கிறார்கள். இங்கே வந்தால் சத்தம், தூசு, வீட்டைச் சுற்றி சிறு சிறு பிராணிகள் என்று பற்பல காரணங்கள் சொல்லி ஒரு நாளுக்கு மேல் தங்க மாட்டாள்.

குமரனுக்கும் ரம்யாவுக்கும் அந்தப் பலகாரம் செய்கிறேன், இந்தப் பலகாரம் செய்கிறேன் என்றெல்லாம் செய்வாள். பட்டணத்தில் வளர்ந்த ரம்யாவுக்கு அதெல்லாம் பிடிக்காது என்றாலும் புன்சிரிப்புடன் பேருக்கு எடுத்துக் கொள்வாள். குழந்தை மிகச் சில நாட்களே இந்த வீட்டில் இருந்துள்ளது. குழந்தையை ஆசை தீர கொஞ்ச முடியவில்லையே, இடுப்பில் தூக்கி வைத்துக் கொண்டு சோறூட்ட முடியவில்லையே என்றெல்லாம் அவ்வப்போது சொல்லிக் கொண்டிருப்பாள்.

இதையெல்லாம் நினைக்க பெருமாளின் கண்களிலிருந்து நீர் வழிந்து கொண்டே இருந்தது. பார்வதி அங்கே காத்துக் கொண்டிருப்பாளோ என்று அவர் சங்கடப்பட்டார். சாப்பாடு, தூக்கமில்லாமல் பித்து பிடித்ததுபோல் இந்த வீட்டில் முடங்கிய போது சுப்பையாதான் ஒரு தரம் சொன்னார், "பெருமாளண்ணே, நீங்க இப்படி துக்கத்திலேயே இருந்தீங்கன்னா பார்வதி அக்கா வருத்தப்படுவாங்க. அவங்க அங்க உங்களுக்காக காத்துக்கிட்டு இருப்பாங்கல்லே. நீங்க எப்பவும்போல இருந்தாதானே பார்வதி அக்காவால நிம்மதியா இருக்க முடியும்?"

பார்வதியின் ஆன்மா அங்கே இங்கே அலையுமோ என்று பெருமாள் கவலைப்பட்டார். பின்னர் எல்லாம் சகித்துக் கொண்டு தனிமையான வாழ்க்கையுடன் சமரசம் செய்து கொண்டார்.

பெருமாளுக்குச் சரியான தூக்கம் வரவில்லை. சற்று நேரம் தூங்கிவிட்டு சட்டென்று விழித்துக் கொண்டு எழுந்து கொண்டார். பின்பக்கம் சடசடவென்று சத்தம் கேட்பதுபோல் தோன்ற டார்ச் எடுத்துக் கொண்டு சமையலறைப் பக்கத்து ஜன்னல் திறந்து வெளியே டார்ச் அடித்துப் பார்த்தார். வெளியே காற்றில்லாமல் இருக்க மஞ்சாடி மரத்தின் ஒரு கிளை மெலிதாக மேலும் கீழும் ஆடிக் கொண்டிருந்தது. பலா மரத்தின் ஒரு கிளையும் தரை வரைக்கும் வந்துவிட்டு மேலே நகர்ந்தது. யாரோ சிலர் அங்குமிங்கும் ஓடுவது போலவும் தோன்றியது. இப்போதும் மூக்குக் கண்ணாடி எடுக்க மறந்து விட்டதால் ஒன்றும் தெளிவாகத் தெரியவில்லை. டார்ச் ஒளியும் மங்கலாகத்தான் இருக்கிறது.

எதுவானால் என்ன என்கிற மாதிரி ஓர் எண்ணம் தோன்றி அவர் மறுபடியும் வந்து படுத்துக் கொண்டார். தூங்கியும் விட்டார்.

காலையில் பால்காரனும் சுப்பையாவும் வந்து காலிங்பெல் அடித்த சத்தம் கேட்டுத்தான் கண் திறந்தார்.

கதவைத் திறந்ததும், "என்னண்ணே தூக்கம். பின்னால போய்ப் பாருங்க. யார் யாரோ நடந்த மாதிரி தடம் தெரியுது. இங்க ஏதோ நடமாட்டம் இருக்குபோல. நேத்திக்கி ராத்திரி யாரோ மரத்தடில வந்திருக்காங்க. அப்போ மரக்கிளை தானா சாஞ்சு, சாஞ்சு வந்து அவங்களை அடிக்கிற மாதிரி வந்திற்றாம். காற்றுமில்லையாம். என்னத்துக்கு வந்தாங்களோ தெரியலே. தலைலே, உடம்பில எல்லாம் அடிச்ச மாதிரி இருந்திச்சாம். ஓடிப்போய்ட்டானுகளாம். இங்க ஏதோ நடமாட்டம் இருக்க மாதிரி இருக்காம். அப்படி எதுனாம் உண்டுமாண்ணே" என்று கேட்டார் சுப்பையா.

பெருமாள் வெளியே இறங்கிப் போய்ப் பார்த்தார். கிளைகள் சற்றே சாய்ந்தவாறு நிற்கின்றன. இரவு கண்டதுபோல் தரை தொட்டு கிடக்கவில்லை.

எப்போதும்போல் பெருமாள் பதிலளிக்காமல் மெதுவாக சிரிக்க, சுப்பையாவும் பால்காரனும் ஒன்றும் புரியாமல் நின்றனர்.

●

கீழ்ப் படிக்கட்டில் ஜானா

நீல நிற துப்பட்டாவின் நுனியில் முடிச்சு போட்டுக் கொண்டும் அவிழ்த்துக் கொண்டும் ஜானா இருட்டில் உட்கார்ந்திருந்தாள்.

இருட்டை நான் உடுத்திக் கொண்டிருக்கிறேன். இருட்டு என்னை அரவணைத்துப் பாதுகாத்துக் கொண்டிருக்கிறது. இருட்டு ஒரு போர்வையாக என்னைப் போர்த்திக் கொண்டிருக்கிறது என்றெல்லாம் மனத்துக்குள் சொல்லிக் கொண்டாள். இரவில் ஒரு மணி நேரம் பவர்கட். இன்று அவள் வீட்டோடு சேர்ந்து மொட்டைமாடிக்குப் போகும் படிக்கட்டுகளில் நடுப்படிக்கட்டில் வந்து உட்கார்ந்ததும் மின்சாரம் போய்விட்டது.

முன்னொரு நாள் இரவில் அப்பா ஆடிக்கொண்டே வந்து சின்னம்மாவிடம் சண்டை போட்டுப் பாத்திரங்களைத் தூக்கியெறிந்து கொண்டிருந்தபோது, 'ஏம்பா இந்த மாதிரி பண்றீங்க' என்று கேட்டதனால் அவளைக் கண்டபடி திட்டி, 'இறங்கிப் போ வெளிலே' என்று சொல்லி வெளியே தள்ளிக் கதவைச் சாத்தி விட்டார். சின்னம்மா அப்பாவைத் திட்டினாள். ஒரே ரகளையாகி விட்டது. அன்று ஜானா நான்கு வீடு தள்ளி இருக்கும் செல்லாச்சி வீட்டுக்குச் சென்றாள். அப்போது அங்கு வயதான செல்லம்மாள் எனும் ஆச்சி மட்டும்தான் இருந்தாள். ஆனால் மற்றொரு நாள் அங்கே போக நேர்ந்த போது செல்லாச்சியின் மருமகள் இருந்தாள். பேசிக் கொண்டிருக்கும்போது, 'அந்தக் குடிகார சம்முவண்ணன்' என்று அப்பாவைக் குறித்து அந்த மருமகள் சொல்வதைக் கேட்ட பின் ஜானா அங்குச் செல்வதை தவிர்த்தாள்.

பின்னர் ஒரு நாள் குளத்தங்கரையிலிருக்கும் விமலாக்காவின் வீட்டுக்குச் சென்றாள். அங்கே அந்த விமலாக்காவின் தங்கை மீனாட்சியுடன் சினிமா கதை பற்றிப் பேசிக் கொண்டிருந்த போது அப்பா வந்தார். 'நான் எங்கெல்லாம் தேடினேன் தெரியுமா. நீ இங்கே வந்து இருக்கியா வா. வீட்டுக்குப் போகலாம்' என்று மிக நல்லவர் போல் பேசி அழைத்துக் கொண்டு நடக்கும்போது அந்த விமலாக்காவின் தூரத்துச் சொந்தத்தில் ஒரு பெண் பல வருடங்களுக்கு முன் வேற்று ஜாதி ஆணுடன் ஓடிப் போனதை சற்று உரக்கவே சொல்லிக் கொண்டிருந்தார். அது காதில் விழுந்ததோ என்னவோ விமலாக்கா முன்பு போல் இப்போது அன்பு காட்டுவதில்லை.

அது மட்டுமல்ல. விமலாக்காவின் தம்பி ஒருநாள் வழிமறித்து, 'ஒரு சினிமா காட்டறேன் பாரு' என்று சொல்லி மாமரத்தின் கீழ்க் கூட்டிப் போய் கைபேசியில் சில காட்சிகள் காட்டினான். 'நல்லாருக்கில்லே, நல்லாருக்கில்லே' என்று கேட்டான். ஜானாவுக்குப் பார்க்கப் பிடிக்கவில்லை. அருவருப்பாக இருக்க அவள் ஓடி வந்து விட் டாள். இன்னொரு நாள் ஆட்டை தேடிக்கொண்டு நடந்த போது, 'வேற சினிமா காட்டறேன் வா. வாடீ' என்று மிரட்டுவதுபோல் அழைத்தான். ஆக ஜானா கொஞ்ச நாளாக அந்தப் பக்கமே போவதில்லை.

அப்பா போதை தெளிந்து வரும் வரை இதுபோல் எங்காவது சென்று இருப்பது சரியல்ல என்று அவளுக்குத் தோன்றியது. அப்போதுதான் வீட்டுச் சுவரோடு சேர்ந்து மொட்டைமாடிக்குச் செல்லும் படிக்கட்டை தேர்ந்தெடுத்தாள் ஜானா. பக்கத்துத் தோப்பின் ஒரு மாமரக்கிளை மிகவும் சாய்ந்து நிழல் பரப்பி நின்றது. இப்போதெல்லாம் துணி காய வைக்கவும் கூட யாரும் மொட்டை மாடிக்குப் போவது கிடையாது. அதனால் அந்தப் படிகளில் கிடந்த இலை குப்பை எல்லாம் அகற்றி சுத்தம் பண்ணி அங்கே உட்கார ஆரம்பித்தாள். கீழ்ப் படிக்கட்டின் மறுபக்கம் பள்ளமாக இருந்தது. இரவு நேரம் அங்கே இங்கே சுற்றாமல் இங்கே இருப்பது நல்லது என்றெண்ணியோ என்னவோ சின்னம்மா ஒன்றும் சொல்லவில்லை. ஆனால் 'பள்ளத்துப் பக்கம் பாம்பு உண்டு டீ' என்றாள் ஒரு நாள். விமலாக்காவின் தங்கை மீனாட்சியும் அந்தத் தோப்பில் பாம்பு உண்டு என்று சொல்லியுள்ளாள். வயல் கரையில் ஜானா பாம்பைப் பார்த்துள்ளாள். ஆனால் இந்தத் தோப்பில் நடுவில் இடிந்து கிடக்கும் வீட்டின் பக்கம் எல்லாம் பாம்பைப் பார்த்ததில்லை. சில நாள் பாம்பைக் காண வேண்டும் என்று ஆசைப்பட்டாள் அவள். கடவுளை வேண்டக்கூட செய்தாள் அவள். உண்டு என்று உறுதி படுத்திக் கொள்ள வேண்டும். சும்மா பள்ளத்தில் காலை தொங்கப்போட்டு உட்கார்ந்திருப்பதால் என்ன பிரயோஜனம் என்று எண்ணிக் கொண்டாள்.

ஜானாவுக்கு லேசாகத் தூக்கம் வருவது போலிருந்தது. அவளுக்குப் படுக்கும் இடம் எப்போதும் நிலையற்றதாகவே இருக்கிறது. மூங்கில் தட்டி அடித்த நீள வராந்தாவின் ஒரு பக்கம் சின்னம்மா தையல் மிஷின் வைத்துள்ளாள். உள்ளே ஒரு பெரிய அறையும் ஒரு சின்ன சமையலறையும் மிகச் சிறிய குளியலறையும் கொண்டதுதான் வீடு. சில நாள் அப்பா போர்வையும் தலைகாணியும் தூக்கி அவளிடம் கொடுத்து 'திண்ணையில படுத்துக்க கண்ணு, நல்லா காத்து வரும்' என்பார். சில

நாள் உள் அறையிலேயே அப்பா கட்டில் மேலும் அம்மா தரையிலும் படுக்க ஜானாவுக்குக் கதவோரம் படுக்கைப் போட்டிருக்கும். சென்ற மாதம் ஒரு நாள் அப்பா எங்கிருந்தோ பழைய பெஞ்ச் ஒன்று கொண்டு வந்து திண்ணையில் போட்டுள்ளார். சில நாள் அவர் அதில் படுத்துக் கொள்வார்.

ஜானா எங்கே படுக்க வேண்டும் என்பதை அப்பாவும் சின்னம்மாவும் முடிவு செய்வதால் அவள் அதுவரையிலும் தொலைக்காட்சி முன்னாலேயே உட்கார்ந்திருப்பாள். எப்போது தூங்க வேண்டுமென்பதையும் மற்றவர்கள் தான் தீர்மானிக்கிறார்கள். காரணம் சில நாள் அப்பா நேரத்தோடு வந்து சாப்பிட்டு வராந்தா பெஞ்ச் மேல் படுத்துக் கொள்வார். ஆனால் சில நாள் இரவில் சின்னம்மாவுடன் சண்டைபோட்டுப்பாத்திரங்களைதூக்கியெறிந்துரகளைபண்ணும்போது எப்போது தூங்க முடியும் என்று தெரியாமல் உள்ளேயோ வெளியேயோ பயந்து போய் இருக்க வேண்டியிருக்கும். ரகளை செய்யும்போது அப்பா கண்ணில் பட்டாலும் திட்டுவார். படாவிட்டாலும் ‘எங்கே அவ' என்று திட்டுவார். படிக்கட்டில் இருப்பது அவளுக்கு வசதியாகப் பட்டது.

ஒரு நாள் ஜானா மொட்டைமாடி இருட்டில் நின்று கொண்டு பின் பக்கத்து வீட்டில் திறந்திருந்த ஜன்னல் வழி தெரிந்த காட்சி களைப் பார்த்துக் கொண்டிருந்தாள். அங்கே ரங்கராஜன் மாமா அவர் பெண் மைதிலிக்குப் பாடம் சொல்லிக் கொடுப்பதையும் தட்டில் சாப்பாடு போட்டு சாப்பிடு என்று சொல்வதையும், ஊட்டி விடுவதையும் கூட கண்டாள். மறுநாள் அதே நேரம் போய்ப் பார்த்தபோது அந்தப் பனிரெண்டு வயது மைதிலி, அம்மா மடியில் தலையும் அப்பா மடியில் காலும் வைத்துக் கொண்டு தொலைக்காட்சிப் பார்த்து சிரித்துக் கொண்டிருந்ததைக் கண்டாள். அந்த ரங்கராஜன் மாமா தனக்கு ஏன் அப்பாவாக வரவில்லை என்று தன்னிடமே கேட்டுக் கொண்டாள். சின்னம்மாவிடம் கேட்டால் திட்டுவாள். அம்மாவைப் பற்றி ஒரு நாள் கேட்டபோது, ‘உன்னைப் பற்றிக் கவலைப்படாதெ ஆற்றோடு போனவளைப் பத்தி உனக்கென்ன. அவ வேணும்னே ஆற்றோடு போனாளோ இல்ல, ஆறு அவளக் கொண்டு போச்சோ யாரு கண்டா' என்று சொன்னாள். வேணும்னே எதுக்கு ஆற்றோடு போக வேண்டும், எது நிஜம் போன்ற கேள்விகள் யாரிடமும் கேட்கப்படாமல் ஜானாவின் மனத்துக்குள்ளேயே அலைந்து கொண்டிருந்தன.

இப்போதெல்லாம் ஜானா மொட்டைமாடிக்குப் போவதில்லை. ரங்கராஜன் மாமா அப்பாவாக இருந்திருக்க வேண்டும் போன்ற சிந்தனைகளைக்கூட அவள் உதறித் தள்ளிவிட்டாள்.

கொஞ்ச நாட்களாக இரவில் வீட்டில்தான் இருக்க வேண்டியும் உள்ளது. அப்பா வரும் போது பிடித்துக் கொள்ள வேண்டும். இன்று அப்பாவை விழாமல் பிடித்துக் கொண்டு கூடவே குமார் வருவானோ என்று நினைக்கும்போதே அவளுக்குப் படபடப்பாக இருந்தது. குமாரின் பார்வையில் அன்பு வழியும். வார்த்தைகளிலும் அன்பு வழியும். குரல் ஒருவிதமாக அன்பு கலந்தவாறே இருக்கிறது என்று அவளுக்குத் தோன்றும். நிறைய ஒன்றும் பேசுவதில்லை. ஆனாலும் அவனது வரவு அவளுக்கு உற்சாகம் தரும் வகையிலேயே இருந்தது.

சென்ற வாரம் கைபேசி ஒன்றை வாங்கி அவன் அவளுக்குக் கொடுத்துள்ளான். ''எப்ப உனக்கு என்கிட்ட பேசணும்னு தோணுதோ அப்பப் பேசு'' என்றான் ரகசியமாக. சின்னம்மா அதைக் கண்டு என்ன என்றாள் அதட்டலாக. மாமா தான் வாங்கித் தரச் சொன்னார் என்றான். போதையில் இருந்த அப்பா ஆமாவென்று தலையாட்டினார். சின்னம்மா அதை வாங்கித் திருப்பி திருப்பி பார்த்துவிட்டு, ''இவளுக்கென்னத்துக் கிப்ப, என்கிட்டெ இருக்கட்டும்'' என்று வைத்துக் கொண்டாள்.

ஜானாவுக்குக் குமாரை மிகவும் பிடித்துள்ளது. இரவு எந்நேரமானாலும் அப்பா நிதானமில்லாமல் இருந்தால் வீடு கொண்டு வந்து சேர்த்து விடுவான். அப்பா வருவதை ஜன்னல் வழியாகப் பார்க்கும் சின்னம்மா வேண்டுமென்றே பின்பக்கம் போகவோ சமையலறைக்குச் செல்லவோ செய்து விடுவாள். பின்னர் ஜானா தான் அப்பாவை ஒரு பக்கம் பிடிக்கப் போக வேண்டும். அப்போது குமார் அவள் கைமேல் கை வைத்துக் கொள்வான். அவளுக்கு உள்ளுக்குள் மகிழ்ச்சியாக இருக்கும். யாருக்கும் தெரியாமல் மிட்டாய்கூட அவளுக்குத் தருவான். சின்னம்மாவை கண்ட உடன், ''என்னத்தே இது. மாமா இந்த மாதிரி இருக்காரு. எவ்வளவு சொன்னாலும் கேக்கமாட்றாரு'' என்பான். சின்னம்மா தலையெழுத்து என்று சொல்லிவிட்டு தொலைக்காட்சிப் பெட்டி முன்னால் உட்கார்ந்து கொள்வாள். குமார் கிளம்பி விடுவான்.

குமாரைக் கல்யாணம் பண்ணிக் கொள்ள வேண்டும் என்று அவள் ஆசைப்பட்டாள். ஒருநாள் செல்லாச்சியின் பேச்சிலிருந்து பெண்ணுக்குப் பதினெட்டு வயதில்தான் கல்யாணம் பண்ண முடியும் என்ற விபரம் தெரிந்து கொண்டாள். இன்னும் இரண்டு வருடம் வேண்டியிருக்குமே என்று கவலைப்பட்டாள். பத்தாவது படித்து முடித்தாகி விட்டது. மேற்கொண்டு பள்ளிக்கு விடப்போறதில்லை. மேலும் இந்தக் கணக்கு அறிவியல் ஆங்கிலம் எல்லாம் அவளுக்குப்

பிடிக்கவுமில்லை. வீட்டில் வேளா வேளைக்குச் சாப்பாடில்லை. சின்னம்மாவுக்குத் தையல் வேலைகளில் உதவிக் கொண்டு ஆட்டுக்கு இலை தழை பறித்துக் கொண்டு பொழுதை ஓட்ட வேண்டும். குமாரைக் கல்யாணம் பண்ணினால் மிட்டாய், வேளா வேளைக்குச் சாப்பாடு எல்லாம் கிடைக்குமே என்று எண்ணிக் கொண்டாள்.

அவளுக்குப் பசியெடுத்தது. மத்தியானம் சின்னம்மா மரவள்ளிக் கிழங்கு வேக வைத்ததும் தொட்டுக் கொள்ள பச்சை மிளகாய், உப்பு, பூண்டு அரைத்ததும் கொடுத்தாள். சோறில்லையா என்றொரு கேள்வி வருமுன், ''அரிசி வாங்கினாத்தான் சோறு வைக்க முடியும். நேத்தே செல்லாச்சி வீட்லேருந்து கொஞ்சம் அரிசி கடன் வாங்கியிருக்கேன். இன்னிக்கு உங்கப்பாட்ட பணம் கொடுத்திருக்கேன். வாங்கிட்டு வர்றாரோ என்னவோ'' என்று இழுத்தாள்.

சின்னம்மா ரொம்ப அவசரமென்றால் மட்டும்தான் கடைக்கெல்லாம் போவாள். அப்பா விடமாட்டார். வாசலுக்குக் காய்கறி வண்டி வரும்போது காசிருந்தால் சின்னம்மா வாங்குவாள். இன்று அப்பா அரிசி வாங்கி வரவில்லை என்றால் என்ன செய்வது.

''பழைய கஞ்சி கொஞ்சம் போல இருக்கு, வேணுமாடீ'' என்று கேட்டாள் சின்னம்மா. இரவுக்குத் தேவைப்பட்டாலோ என்றெண்ணி வேண்டாமென்று சொல்லிவிட்டாள் ஜானா.

சாயங்காலம் வெறும் தண்ணீர் போல் ஒரு டீ கொடுத்தாள் சின்னம்மா. ஜாக்கட் தைப்பது மட்டும்தான் இப்போதெல்லாம். சுடிதார் எல்லாம் தைக்க சின்னம்மாவுக்குத் தெரியாது. அதனால் காசு கொஞ்சமாகத்தான் கிடைக்கிறது போலும். தையல் மிஷினை ஜானாவைத் தொடவிடமாட்டாள் சின்னம்மா. ''நாசமாக்கிடாதேடீ. அது ஒன்னுதான் சோறு போடுது'' என்பாள். ஆனால் துணி வெட்டக் கற்றுக் கொடுத்துள்ளாள்.

அப்பா அரிசி வாங்கி வருவாரோ மாட்டாரோ, நம்ப முடியாது. சிலநாள் பொறுப்பாகவும் இருப்பார்.

துப்பட்டாவில் போட்ட முடிச்சு அவிழ்க்கும்போது கிழிசலில் விரல் போனது. உடைகளெல்லாம் கிழிந்ததும் ஒட்டுப் போட்டு தைத்ததுமாகத்தான் இருக்கிறது. அம்மாவின் பெட்டியிலிருந்து சிவப்பில் மஞ்சள் பூக்கள் போட்ட புடவை ஒன்றை எடுத்து சின்னம்மா பாவாடையும் ஜாக்கட்டும் தைத்து அதற்கு மாட்சாக இன்னொரு

புடவையை எடுத்து கிழித்து தாவணியுமாகக் கொடுத்துள்ளாள். சுடிதார்தான் போடுவேன்னு அடம் பிடிக்காதெடீ, இதெல்லாம் போட லாம் என்றும் சின்னம்மா உபதேசித்தாள். ஆனால், ஜானாவுக்கென்னவோ சுடிதார்தான் பிடிக்கிறது. குமாரைக் கல்யாணம் பண்ணிக் கொண்டால் நிறைய சுடிதார்கள் வாங்கித் தருவானாயிருக்கும் என்று எண்ணிக் கொண்டாள். அந்த நினைப்பே அவளுக்கு சிரிப்பைக் கொடுத்தது.

காற்று சிலுசிலுவென்று அடித்துக் கொண்டிருந்தது. ஜானா சுற்றுமுற்றும் பார்த்தாள். மின்சாரம் இன்னும் வரவில்லை. இருட்டு கண்களுக்கு நன்றாகப் பழகி விட்டது. மெலிதான நிலவொளியும் இருக்கிறது. அவள் துப்பட்டாவை தலைவழி போட்டுக் கொண்டாள். பின்னர் தோள் வழியாகப் போட்டு இடுப்பில் கட்டிக் கொண்டாள். முந்தின நாள் பள்ளியில் ஒன்றாகப் படித்த ஜெயாவும் ரம்யாவும் இப்படித்தான் போட்டுக் கொண்டு போனார்கள். அவர்கள் பள்ளி விட்டு வந்து கொண்டிருந்தனர். அவர்களுடன் விஜயலட்சுமியும் சேர்ந்து கொள்ள மூன்று பேருமாக ஜானாவிடம், ''ஏன் ஜானா படிப்பை நிப்பாட்டிட்டியா'' என்கிற மாதிரி கேள்விகள் கேட்டார்கள். ஜானா புன்முறுவலாகச் சிரித்துக் கொண்டு பேசாமல் நடந்து விட்டாள். அப்போது அவள் கையில் ஆட்டுக்கான இலை தழைகள் இருந்தன. சற்று தூரம் போய் அவள் திரும்பிப் பார்த்தாள். மூவரின் அப்பாக்களும் அவர்கள் முன்னால் நடந்து போய்க்கொண்டிருந்தனர். தன்னுடைய அப்பாவும் தனக்குப் பாதுகாப்பாக வருகிறார் என்று கற்பனை செய்து கொண்டு இலை தழைகளை ஆட்டிக் கொண்டு வீட்டுக்கு வந்ததை ஜானா நினைத்துக் கொண்டாள்.

கைபேசியை எடுத்து வந்திருக்கலாம் என்று நினைத்தாள். சும்மாவானும் பார்த்துக் கொண்டிருக்கலாம். வீட்டுக்குள் ராமசாமி மாமாவும் சின்னம்மாவும் எதிரும் புதிருமாக உட்கார்ந்து மெழுகுவர்த்தி வெளிச்சத்தில் ரொம்ப நேரமாக பேசிக் கொண்டிருக்கிறார்கள். ராம சாமி மாமா என்ன சொல்வாரோ தெரியாது, சின்னம்மா விழுந்து விழுந்து சிரிப்பாள். ரொம்பவும் சுவாரஸியமாகப் பேசிக்கொண்டிருப்பார்கள். ''இனிமே கரண்ட் வந்தாத்தான் குளத்தங்கரயோட நடந்து வீட்டுக்குப் போ முடியும்'' என்றோ, ''ஊருக்குப் போனப்ப உன் அத்தையைப் பார்த் தேன், பேசினேன். அதெ சொல்லிட்டு போலாம்னிட்டு வந்தேன்'' என்றோ கூறி சில நேரம் வந்து பேசிக்கொண்டிருப்பார். சில நேரம் ஜானாவும் கூடவே இருப்பாள். மாமா பேச்சு கேட்கச் சிரிப்பாக இருக்கும்.

இப்போது படிக்கட்டில் உட்கார்ந்து எட்டிப் பார்த்தால் அவர்கள் பேசுவதைக் காணலாம். ஆனால் எட்டிப் பார்ப்பது சின்னம்மாவுக்குப் பிடிக்காது. ஒரு நாள் எட்டிப் பார்த்ததற்கு, ''ஏன்டீ ஒளிஞ்சு நின்னு பாக்கறே'' என்று திட்டிவிட்டாள்.

நீ ஏன் புள்ளயெ சத்தம் போடறே என்று சின்னம்மாவைக் கடிந்து கொண்டே, நீவாம்மா இங்கெ என்று ஜானாவைக் கை காட்டி அழைத்து ராமசாமி மாமா, பக்கத்தில் வைத்திருந்த பையிலிருந்து ஒரு பொட்டலம் பிரித்து மூன்று வடைகள் எடுத்து ஜானாவுக்கும் சின்னம்மாவுக்கும் கொடுத்து தானும் ஒன்று எடுத்துக் கொண்டார். வீட்டுக்கு வாங்கியது என்றார். ஜானாவுக்கு ரொம்ப சந்தோஷமாக இருந்தது. ராமசாமி மாமாவிடம் போய் உட்கார்ந்து கொண்டாள். அவர் போன பின் வடையில் பாதியைத் தின்று விட்டு மீதியை இரவுக் கஞ்சியுடன் சாப்பிடலாம் என்று சொல்லி தொலைக்காட்சிப் பெட்டி யின் பக்கத்தில் வைத்திருந்தாள். ஆனால் அன்று நேரத்தோடு வந்த அப்பா பார்த்துக் கேட்ட போது, ராமசாமி மாமா தந்தார் என்றாள். சின்னம்மா அப்போது கொடியில் கிடந்தத் துணிகளை மடித்து வைப்பதில் மும்முரமாக இருப்பதாகக் காட்டிக் கொண்டாள். அப்பாவும் சின்னம்மாவும் சண்டை போடுவதை தூக்கத்தின் இடைவெளியில் அவள் கண்டாள். அடுத்த நாள் காலையில் சின்னம்மா ஜானாவுக்கு வெறும் காபி தரும் போது, ''அறிவிருக்கா உனக்கு'' என்று கோபமாகக் கேட்டாள். எதற்கான அறிவு என்று தெரியாததால் அவள் பேசாமல் இருந்து விட்டாள்.

அவள் எழுந்து நின்று தெருவில் எட்டிப்பார்த்தாள். அப்பாவும் குமாரும் வருகிறது போல் ஒன்றும் தெரியவில்லை. அவளுக்கு எரிச்சலாக இருந்தது. பள்ளத்தில் காலைத் தொங்கப்போட்டுக் கொண்டு உட்காருவதுதான் நல்லது என்று அவளுக்குத் தோன்றியது. அன்றொரு நாள் மினுமினுவென்று ஏதோ நகர்ந்தது கண்ட ஞாபகம் வந்தது. அவள் கீழ்ப் படிக்கட்டுக்குச் சென்று உற்று உற்றுப் பார்த்தாள். ஏதோ மினுமினுவென்று தெரிந்தது. பாம்பு தானோ என்று சந்தேகப்பட்டாள். அவளுக்குச் சற்று பயம் தோன்றினாலும் கூடவே உற்சாகமாகவும் இருந்தது. நிலவொளிப் படர்ந்த சுவரோரமாக அது நகர்ந்த போது அவள் உற்றுப் பார்த்து உறுதிப்படுத்திக் கொண்டாள்.

அவள் அதற்கு நாகலட்சுமி என்று பெயர் வைத்தாள். அப்பா பேரு நாகராஜான்னு வச்சுக்குவம். அம்மா நாகராணி. அப்போ என்.என்.நாகலட்சுமி என்று சொல்லிக் கொண்டாள். அவளுக்குப் பெயர்

போடுவது பிடிக்கும். ஆட்டுக்கு அமுலு என்று பெயர் வைத்துள்ளாள். ஆர்.கே.அமுலு என்று போட்டிருக்கிறாள். ஆட்டின் அப்பா பெயர் ராஜா என்றும் அம்மா பெயர் கண்ணம்மா என்றும் வைத்துக் கொண்டாள். குமார் கேட்டபோது, "அப்பா அம்மா இல்லாத ஆடுன்னு வெளியே தெரிஞ்சா அமுலுவுக்குச் சங்கடமா இருக்கும்லே அதான்" என்று சொல்லி அமுலுக்குட்டி பபுலுக்குட்டி என்று ஆட்டைக் கொஞ்சினாள். சின்னம்மாவும் குமாரும் பேசாமல் நின்றனர்.

பள்ளத்தில் காலைத் தொங்கப்போட்டு உட்கார வேண்டும் என்று தோன்றிய எண்ணத்தை குமார் குறித்தச் சிந்தனை துரத்திவிட்டது. ஆனால் மறுபடியும் மினுமினுவென்று தெரிந்தபோது அவள் அது குறித்துச் சிந்திக்க முற்பட்டாள். அங்குமிங்குமாக ஊர்ந்து போகும் அது தன் காலைப் பார்த்து விட்டு இது என்ன கறுப்பாக விறகு குச்சிப் போல இருக்கே என்று கொத்தாமல் போய் விடுமோ என்று சந்தேகப்பட்டாள். அம்மாவின் துணிகள் வைத்திருந்த ட்ரங்கு பெட்டியில் சின்னம்மா துழாவிக் கொண்டிருந்தபோது அதில் தன்னுடைய பழைய அறுந்து போன கொலுசு கிடந்ததை அவள் எடுத்து வைத்திருந்தாள். பச்சை சிகப்பு பாசிமணிகள் மெலிதான செப்புக் கம்பியில் ஒருவிதமாக கோர்க்கப்பட்ட கொலுசு அது. அதை எடுத்து சரி பண்ணி காலில் போட்டுக் கொண்டு பள்ளத்தில் காலைத் தொங்கப்போட்டு உட்காருவது தான் நல்லது என்று தீர்மானித்துக் கொண்டாள்.

மெலிதான இருட்டில் அவள் காலைப் பார்த்துக் கொண்டாள். மீனாட்சியின் கால் போன்றோ சின்னம்மாவின் கால் போன்றோ கொழுகொழுவென்றில்லை. ஒரு நாள் மதியம் செல்லாச்சி வீட்டுக்குப் போன போது செல்லாச்சி தட்டில் சோறு போட்டு மீன்குழம்பு ஊற்றி, "சாப்பிடு மக்கா. பதினாறு வயசுக்கு எப்படி இருக்கணும் பொம்பளப் புள்ள. நீயானா நோஞ்சானாட்டம் இருக்கியே சாப்பிடு" என்றாள். நல்ல உயரமும் பருமனும் உள்ள சின்னம்மா முன் நிற்கும் போது அவளுக்குத் தான் ஒரு எலிக்குஞ்சு என்றே தோன்றும். நேற்று குமார் வந்த போது கோபமாக எழுந்து நின்ற சின்னம்மா அவன் போன பின் சந்தேகத்தோடு, "இந்த தெசயில வர விடக் கூடாது" என்று முணுமுணுத்து விட்டு ஜானாவை விழித்துப் பார்த்தாள். ஜானா பயந்தாள். அவளுக்கும் சின்ன சந்தேகம் இருப்பது நிஜம்தான். குமார் வரும்போது செண்ட் வாசனை வந்தது. பேசும் போது ஏலக்காய் வாசனை வந்தது. அவனும் குடிப்பானோ என்று சந்தேகம் அவளுக்குத் தோன்றியுள்ளது. ஆனால் அந்தச் சந்தேகத்தை அவள் உதறித் தள்ளி விட்டாள்.

மின்சாரம் வந்து விட்டது. ராமசாமி மாமா சரி, நான் கௌம்பறேன் என்று சொல்லி அவசர அவசரமாக நடந்து போவதைப் பார்த்துக் கொண்டிருந்தபோது தெருவில் ஏதோ சத்தம் கேட்பது போல் தோன்ற அவள் திரும்பிப் பார்த்தாள்.

அப்பாதான். ஒரு பக்கம் குமார் பிடித்துள்ளான். அப்பா வாய் குழறியபடி வாழ்வே மாயம் பாடிக் கொண்டு நடக்கிறார். அப்பா தடுமாறும்போது குமார் பிடித்துக் கொள்கிறான். இங்கிருந்து பார்க்கும் போது அவனும் தடுமாறுகிறான் என்றே ஜானாவுக்குத் தோன்றியது. அவளுக்குத் திக்கென்றது. அவள் ஓடி வாசலருகே வந்து நின்றாள்.

அப்பாவை வாசல் படியேற உதவிக் கொண்டிருந்த குமார் தலையை கவிழ்த்து வைத்திருந்தான். ஜானா பக்கத்தில் போனாள். அவன் திரும்பவேயில்லை. அவளுக்குப் புரிந்து விட்டது.

வாழ்வே மாயம் என்றபடி பெஞ்சியில் படுத்த அப்பாவைப் பார்த்து சின்னம்மா கெட்ட வார்த்தையில் திட்டினாள். குனிந்தவாறே வேகவேகமாக நடந்து போய் விட்டான் குமார்.

சின்னம்மா, 'வீட்டுல கஞ்சிக்கு வழியுண்டான்னு பாக்க வக்கில்ல. நாசமா போக'' என்று என்னென்னவோ திட்டினாள். 'இந்தப் புள்ளைக்கு நான் என்ன கொடுப்பேன்' என்று அழுதாள்.

எவ்வளவு திட்டு கேக்கறாரு. பாவம் இந்த குடிகார சம்முவண்ணன் என்று முணுமுணுத்தாள் ஜானா.

அப்பாவின் குறட்டை பலமாகக் கேட்டது. சமையலறையில் கொஞ்சமாக இருந்த கஞ்சியில் நிறைய நீருற்றி ரசம் ஊற்றி ஒரு காய்ந்த நார்த்தங்காய் ஊறுகாயும் போட்டுப் பிசைந்து கலந்து இரண்டு கிண்ணங்களில் போட்டு ஒன்றை தனக்கும், ஒன்றை ஜானாவுக்குமாகக் கொடுத்தாள் சின்னம்மா. நசுங்கின கிண்ணத்தில் சின்னம்மாவின் கண்ணீர் விழுந்து கொண்டிருந்தது. குமார் தன்னை ஏமாற்றி விட்டான் என்ற நினைப்பில் ஜானாவுக்கும் கண்ணீர்ப் பெருகி கிண்ணத்தில் விழுந்தது.

கஞ்சிக் குடித்து முடித்ததும் படுக்கையில் படுக்குமுன் சின்னம்மாவுக்குத் தெரியாமல் கொலுசை சரி பண்ணி காலில் போட்டுக் கொண்டாள் ஜானா. நான் கொஞ்சம் கழிச்சுப் படுக்கறேன் என்று சின்னம்மாவிடம் சொல்லிவிட்டு வாசலுக்கு வந்தாள்.

அங்கே பெஞ்சு மேல் படுத்திருக்கும் அப்பாவைப் பார்த்தாள். ஒருநாள் தானும் குமாரை இதுபோல் தாங்கிப் பிடித்து பெஞ்சுமேல் படுக்க வைத்துப் பார்த்துக் கொண்டு நிற்க வேண்டியிருக்கும் என்று அவளுக்குத் தோன்றியது.

அவளுக்கு, வாழ்க்கையே வெறுத்துப் போனது போல் இருந்தது. மின்சாரம் வந்த பின்னரும் இருட்டாக இருப்பதுபோல் தோன்றியது.

கீழ்ப்படிக்கட்டுப் பள்ளத்தில் காலைத் தொங்கப் போட்டுக் கொண்டு உட்காருவதுதான் நல்லது என்று தீர்மானித்தாள்.

இன்று ஒருநாள் தான் அங்கே உட்காருவேன். நாகலட்சுமியே, எனதருமை தோழியே வருவாயே என்று வசனம் பேசுவது போல் மனத்துக்குள் சொல்லிக் கொண்டாள்.

வேறென்ன செய்யலாம் என்று ஒரு கணம் யோசித்தாள். சுற்றிலும் சும்மா பார்த்தாள். வெளியே மெலிதான காற்று சிலுசிலுவென்று வீசு கிறது. நிலவொளி அழகாகப் பரவிக்கிடக்கிறது. தூரத்திலெங்கோ பூத்த மலர்களின் வாசம் காற்றில் வருகிறது. இரவு அமைதியாக இருக்கிறது. பூனை ஒன்று ஒரு வீட்டுச் சுவர் மேலிருந்து குதித்து எதிர் வீட்டுக்குத் தாவிப் போயிற்று.

செல்லாச்சி வீட்டு மாடியில் செல்லாச்சியின் மகன் சுரேந்திரன் அண்ணனும் மருமகள் ரஜனி அக்காவும் நின்று கொண்டிருக்கிறார்கள். அவர்கள் ஏதோ பேசிக் கொண்டிருக்கிறார்கள் போலும். ரஜனி அக்காவின் கையை சுரேந்திரன் அண்ணன் பிடித்துள்ளார்.

ஒரு கணம் அவளுக்கு குமாரின் கையைப் பிடித்துக் கொண்டு வீட்டின் மொட்டை மாடியில் நிற்க வேண்டும் என்று தோன்றியது. அவள் கண்களை மூடி வாசற்படிமேல் சாய்ந்து நின்றாள். மூடிய கண்களுக்குள் குமார் தெரிந்தான்.

இளம் தென்றல் வீசிக் கொண்டிருக்க அவளது முன் நெற்றியில் வந்து விழும் குழற் கற்றைகளை கையால் காதோரமாக செருகி வைக்கும் குமார். இரைச்சலுடன் பெய்யும் மழையில் ஒரு குடையின் கீழ் அவள் தோளைப் பற்றி அணைத்துக் கொண்டு தெருவில் நடக்கும் குமார்.

ஆட்டுக்குத் தழை எடுக்கப் போன இடத்தில் காலில் குத்தின கண்ணாடிச் சில்லை பிடுங்கி எடுத்தபோது வந்த ரத்தம் கண்டு பயந்து செய்வதறியாது உட்கார்ந்திருந்தபோது ஓடோடி வந்து லுங்கியின் ஓரம்

கிழித்துக் கட்டுப் போடும் குமார். மின்சாரம் போனபோது ஜன்னல் படிமேல் வைக்கப்பட்ட விளக்கின் ஒளி காற்றில் அணையாமலிருக்க அடிக்கடி கையால் மறைத்துக் கொள்ளும் குமார்.

ஒரு கை நிறைய மிட்டாய்களும் மறு கையில் சுடிதார்கள் நிரம்பிய பைகளுமாக சிரித்துக் கொண்டு வந்து ஆச்சர்யப்படுத்தும் குமார்.

அரிசி, பருப்பு, உப்பு, புளி என்று பார்த்து பார்த்து வாங்கி வைக்கும் குமார்.

காட்சிகள் சட்டென மாறிவிட்டன. இப்போது தள்ளாடிக் கொண்டே வந்து அடுத்த வீட்டுக் கதவைத் தட்டி அவர்களிடம் திட்டு வாங்கும் குமார் தெரிந்தான். 'அதில்லெ நம்ம வீடு. வாங்க' என்று அழைக்கும் ஜானாவிடம், 'ஏன்டீ இங்கே இருந்த நம்ம வீட்டெ எடுத்து அங்கெ கொண்டு போய் வச்செ' என்று திட்டும் குமார்.

ஆஸ்பத்திரி வராந்தாவில் தலை கவிழ்ந்து இருமிக் கொண் டிருக்கும் குமாருக்காக நீளமான வரிசையில் மருந்து வாங்க நின்று கொண்டிருக்கும் ஜானா.

வாசல் படிகளில் தடுமாறியபடி ஏறி வராந்தாவில் படுத்துக் கொண்டு வாழ்வே மாயம் என்று பாடும் குமார்.

ஜானா கண்களை திறந்தாள். அவளுக்குப் பயமாகவும் வெறுப் பாகவும் இருந்தது. இரண்டு எட்டு நடந்து படிக்கட்டுப் பக்கம் போனாள். சிந்தனைகளை உதறித் தள்ளிவிட்டு மறுபடியும் வேறென்ன செய்யலாம் என்று யோசித்தாள்.

அவளுக்குச் சட்டென்று தோன்றிற்று. ஒரு தையல் மெஷினை வாங்கித் துணி தைக்கத் துவங்கினால் என்ன, சின்னம்மாவுக்கு சுடிதார் தைக்கத் தெரியாது. விமலாக்காவிடம் போய் கெஞ்சிக் கூத்தாடி எப்படியாவது கற்றுக் கொள்ள் வேண்டும். காதில் கிடக்கும் இரு கம்மல்களை கழற்றி சின்னம்மாவிடம் தந்து அதை விற்று தையல் மிஷின் வாங்கச் சொல்ல வேண்டும். அடம் பிடித்துத்தான் செய்ய வேண்டும். அப்பாவிடம் கம்மல் தரக்கூடாது. அவள் யோசித்துக் கொண்டு இருந்தாள்.

இப்போது ஜானா கீழ்ப் படிக்கட்டு பள்ளத்தருகே நிற்கிறாள்.

●

காலமேதாயினும்

வெயிலுக்குச் சூடேறிக் கொண்டிருந்தது. சிமெண்ட் தரையில் காணம் என்று சொல்லப்படும் சிறு சிறு சிப்பிகளை நீளமான ஒரு ஊசியால் குத்தி ஓட்டை போட்டுக் கொண்டிருந்தாள் சாந்தி. கை அந்த வேலையை ஒழுங்காக செய்து கொண்டிருக்க பார்வை அங்கேயும் இங்கேயும் அலைந்தது. வாசல்பக்கம் சிமெண்ட் தரையில் குப்புறப்படுத்துக் கொண்டு கால்களை மேல் நோக்கி வைத்து முன்னும் பின்னும் ஆட்டிக் கொண்டு பிரித்து வைத்த நோட்டுப் புத்தகத்தில் என்னவோ எழுதிக் கொண்டிருந்த குட்டி மீனாவைப் பார்த்தாள் சாந்தி. கருகருவென்ற சுருட்டை முடி ஒழுங்காக வாரப்படாமல் பின்னங்கழுத்திலும் நெற்றியிலுமாகப் பரவிக்கிடக்கிறது. ஒரு கையால் அடிக்கடி முடிக்கற்றைகளை காதோடு தள்ளி வைக்கிறாள். எழுத்தில் மிகத் தீவிரமாக இருக்கிறாள். கணக்கு செய்கிறாளாயிருக்கும். அவளுக்குக் கணக்கே வராது. பாவம் என்ன செய்வது, கணக்கு வாத்தியாரை அவளுக்குப் பிடிக்காது. கணக்குப் பரிட்சையன்று சாமி கும்பிட்டுக் கொண்டே இருப்பாள். எப்படியோ பாஸ்மார்க் வாங்கி விடுவாள்.

இன்று பள்ளி விடுமுறை. மேல் நோக்கி ஆடிக் கொண்டிருக்கும் இரு கால்களை கூர்ந்து பார்த்தாள் கமலம். கொழுகொழுவென இரண்டு கால்கள். ஆங்காங்கே சலங்கை மணிகள் உதிர்ந்து போன கொலுசு இறுகிக் கிடக்கிறது. பெரிய கழுத்து வைத்து ஜாக்கட் போடாதே என்றால் கேட்கமாட்டாள். கால் முட்டியிலிருந்து சிறிது மட்டும் கீழே இறங்கும் பாவாடைதான் கட்டுகிறாள். உடை பற்றி அவளுக்கு அக்கறையேயில்லை.

முருகனின் அப்பாவின் அம்மாவான பெரமு 'ஆச்சி இந்த குட்டி மீனா பதிமூணு வயசுக்கு எரும மாதிரிதான் வளந்திருக்கு' என்று சொல்வது சாந்தியின் நினைவில் வந்தது. முகமும் சிரிப்பும் வசீகரமாக இருக்கிறது. சாந்திக்கு சற்றே பயம் தோன்றியது. அந்தப் பயத்தை விரட்டியபடி அந்தக் காலத்தில் தானும் இந்த மாதிரிதான் இருந்தோம், இப்போது தானே இப்படி மெலிந்து கிடக்கிறோம் என்று நினைத்துக் கொண்டே தன் சின்ன வயசு உருவத்தைத் திரைப்படத்தில் காண்பது போல் மனசுக்குள் பார்த்தாள். அது சாந்திக்கு ஒரு பழக்கம். கற்பனையோ

கடந்த கால நிகழ்வோ எதுவாயினும் திரைப்படத்தில் என்பது போல் மனத்துக்குள் கொண்டு வந்து பார்ப்பாள்.

உள்ளே கடிகாரத்தில் மணியடிப்பது கேட்டு சாந்தி நிகழ் காலத்துக்கு வந்து, 'சோறாக்க வேண்டாமா இப்படி இருந்தால் போதுமா' என்று தனக்குத் தானே பேசியபடி மகளிடம் சொன்னாள். ''போய் விறகு வாங்கிட்டு வாட்டீன்னு எத்தன மட்டம் சொல்லுகேன், கேக்காளா பாரு. சமையல் காஸ் இன்னும் ரெண்டு நாளைக்கு வருமோ என்னவோ. சோறைல்லாம் விறகடுப்பில தான் ஆக்கணும்.''

''போம்மா, எனக்கு கணக்குப் படிக்கணும். அது மட்டுமில்லாம ஒரே வெயிலாருக்கு'' என்று உடனடியாகப் பதில் சொன்னாள் குட்டி மீனா.

சாந்திக்குக் கோபம் வந்தது. இந்தக் காணத்தை குத்து என்றால் குத்த மாட்டாள். ஆனால் சின்னதாய் வாசல் தோரணம் செய் என்றால் தன் கற்பனைக்கேற்றார் போல் சிப்பியும் மணிகளும் எல்லாம் கோர்த்து அழகாகச் செய்வாள். கடைக்கார ஏஜண்ட் வாங்க வரும்போது அதற்கானக் கூலியை அவளே வாங்கிக் கொள்வாள். அந்தக் காசுக்குப் பொட்டு வளையல் எல்லாம் வாங்குவாள். தலைக்கு வைக்கும் கிளிப்பால் சுருட்டை முடியை கட்டுப்படுத்தி மினுங்குகிற பொட்டு வைத்துக் கொண்டு அவள் நிற்கும் போது மிகவும் அழகாக இருப்பாள்.

'ஏட்டீ... குட்டி மீனா... ஏட்டீ...' சாந்தி மறுபடியும் அழைத்தாள். குட்டி மீனா முகத்தை உயர்த்தி என்ன எனும் பாவனையில் அம்மாவைப் பார்த்தாள். ''நீ விறகுக் கடைக்குப் போவ வேண்டாம். அந்த ராசா மாமாக்க புளியந்தோப்புக்குப் போய் கொஞ்சம் சுள்ளி பொறுக்கீட்டு வாறியா? வேலிக்கிட்டை நிறைய தென்னை ஓலையெல்லாம் விழுந்து கிடக்கும் நேத்துத்தான் தேங்கா வெட்டினான்'' என்றாள் சாந்தி.

குட்டி மீனா வேகவேகமாகத் தலையை ஆட்டினாள். 'போம்மா வெறகுக் கடைக்கும் போகமாட்டேன். புளியந்தோப்புக்கும் போகமாட்டேன். எனக்கு பயமாருக்கும்' என்று எதையோ நினைத்து பயந்தவள் போல் சொன்னாள். குட்டி மீனா, புளியந்தோப்புக்குப் போற வழியில் பேய் வரும் என்று சொல்வாள்.

சாந்தி ஒன்றும் பேசாமல் சூடேறி வரும் வெயிலைப் பார்த்தாள். தெருவில் ஒரு சிலர் நடந்து போனார்கள். மோர்க்காரி வீட்டைக் கடந்து போகும் போது 'என்ன வெயிலு' என்று சொல்லிக் கொண்டு

வேகவேகமாக நடந்தாள். 'அம்மா எனக்கு மோரு' என்று குட்டி மீனா கத்துவாளோ என்று சாந்தி பயந்தாள். ஆனால் அவள் மும்முரமாக கணக்குப் போட்டுக் கொண்டிருக்கிறாள். மோர்க்காரிக்குப் பழைய பாக்கி நிறைய சேர்ந்து விட்டது. அது கொடுத்தப் பின் தான் காலையில் பாலும் மதியம் மோரும் வாங்க வேண்டும் என்று நினைத்து சாந்தி தான் நிறுத்தி விட்டிருந்தாள். இந்த வெயிலுக்கு மோர் வாங்கி உப்பு, இஞ்சி, பச்சை மிளகாய், கறிவேப்பிலை எல்லாம் போட்டு குடிக்கலாம் தான்... சாந்திக்கு வாயில் நீர் நிறைந்தது.

வேலைக்குப் போயிருக்கும் முருகனுக்கு வீட்டில் என்ன இருக்கு இல்லை என்பது குறித்து கவலையில்லை. ஆனால், மதியம் சாப்பிட வரும்போது 'எல்லாம் சரியா இருக்கணும்' என்று முணுமுணுத்தவாறே சாந்தி காலை நீட்டி இருப்பின் நிலையை மாற்றினாள். கால் வலிக்கிறது. சின்னதாய் குவித்து வைத்திருக்கும் காணத்தைக் குத்திக் கொடுத்தால் சாயங்காலம் ஏஜண்ட் வரும் போது கொஞ்சம் பணம் கிடைக்கும். இந்நேரம் புளியந்தோப்புக்குப் போனால் இந்த வேலை நடக்காதே என்று தான் சாந்தி குட்டி மீனாவைக் கெஞ்சுகிறாள்.

முருகன் சில நாள் வயிற்றுவலி அல்லது வேறு ஏதாவது வலி என்று சொல்லி வேலைக்குப் போவதில்லை. முன்பு போல் எந்த வேலை ஆனாலும் பரவாயில்லை என்று போவதில்லை. தெற்குத் தெரு வீரமணி வைத்தியனிடம் போய் மருந்து வாங்கிச் சாப்பிடுகிறான்; சில வருடங்கள் முருகன் வெளிநாட்டில் கட்டட வேலைக்குப் போய்க் கொண்டு வந்தப் பணத்தில் தான் மூன்று அறைகளும் சின்னத் திண்ணையும் கொண்ட இந்த வீடு கட்டினது. குளியலறைக்கு இன்னும் கூரை போடவில்லை. மூன்றாவது தடவை விடுப்பில் வந்தவன் பின் போகவேயில்லை.

'இதோ போறேன், அதோ போறன்னு சொல்லிட்டு திரியறான். இவன அங்கேருந்து தொரத்தி விட்டிருப்பா போலேருக்கு, லீவில் வந்து வருஷம் இரண்டாவுது' என்று அலுத்துக் கொண்டு பெரமு ஆச்சி திட்டும் போது சாந்தியும் சேர்ந்து கொள்வாள்.

'ஆமாமா, ஒரு பொம்பளப்புள்ள வளருதுன்னு உணர வேண் டாமா? வீட்டுல மூணுநேரம் சாப்பாடு எப்படி வருதுன்னு ஆம்பள யோசிக்க வேண்டாமா? என்னிக்காவது நூறு ரூபா தந்துவிட்டு, நான் நூறு ரூபா தந்தேமில்லா, நான் நூறு ரூபா தந்தேமில்லான்னு சொல்லிட்டே இருக்கும். நான் கத்தாரில் இருந்தப்ப எவ்வளவு பணம்

கொண்டாந்தேன்னு கதையா சொல்ல ஆரம்பிக்கும். பழய கதய சொல்லிக்கிட்டிருந்தா வயிறு நெறயுமா என்ன' என்பாள். கூடவே 'இந்த வயிற்று வலி தல வலி எல்லாம் என்னன்னே தெரியலே' என்றும் கவலையாகச் சொல்வாள்.

பழைய கதைகள் கேட்க சாந்திக்கு விருப்பமே இருப்பதில்லை. சிலநேரம் பெரமு ஆச்சி முருகனின் அம்மா வில்லுவண்டி கட்டிக் கிட்டு பட்டுப் புடவையும் நகைகளுமாக இந்த வீட்டுக்கு மருமகளாக வந்ததைப் பற்றியும் சொந்தமாக கோழிப்பண்ணை வைத்திருந்ததைப் பற்றியும் கூறும்போது சாந்தி விருப்பமற்று கேட்டுக் கொண்டிருப்பாள். வெளியூர் கல்யாணங்களுக்கு வில்லுவண்டியில், போவதைக் குறித்தும் ஓரிரு தடவை ப்ளஷர் காரில் போனதைப் பற்றியும் சொல்வாள். முருகனின் அப்பா வியாபாரம் செய்து எல்லா காசையும் தொலைத்து விட்டார் என்று கேட்கும்போது சாந்திக்கு வருத்தமாக இருக்கும். பாவம் வயதான மூதாட்டிக்குப் பழைய பெருமை சொல்வதில் ஏதோ ஆறுதல் கிடைக்கிறது போல என்றெண்ணி கருணையோடு கேட்டுக் கொண்டிருப்பாள். எப்போதாவது வீட்டுக்குச் செல்லும் போது அம்மாவும் இதுபோல் வில்லுவண்டிக் கதை சொல்வாள். சிவப்பு ஸாட்டின் துணி விரிக்கப்பட்டு மஞ்சள் ஸாட்டின் துணியால் திரை போடப்பட்ட இந்த வில்லுவண்டியை சாந்தி கற்பனையில் காண்பாள். தான் சின்னஞ்சிறு குழந்தையாக அம்மா மடியில் படுத்திருந்ததாக நினைத்துக் கொள்வாள். ஆனாலும் பொதுவாகவே பழங்கதைகள் சாந்திக்கு இஷ்டமில்லைதான்.

சாந்தி தரையில் கைகள் ஊன்றி எழுந்தாள். முதுகெல்லாம் வலித்தது. குத்தின காணத்தை அள்ளி ஒரு பெட்டியில் வைத்து அடுத்த அறைக்குச் சென்றாள். அங்கே நிறைய சிப்பிப் பொருட்கள் வைக்கப்பட்டிருந்தன. சாயங்காலம் கடை ஏஜண்ட் வந்து எடுத்துக் கொண்டு போகும்போது எவ்வளவு காசு தருவார் என்று கணக்குப் பார்க்க அவளுக்குச் சந்தோஷமாக இருந்தது.

ஒரு பெருமூச்சுடன் அவள் சமையலறைக்குச் சென்றாள். இருந்த சுள்ளி, விறகு, கொட்டாங்கச்சி எல்லாம் எடுத்து வைத்து அடுப்பைப் பற்ற வைத்து சின்ன அலுமினியம் பாத்திரத்தில் நீர் ஊற்றி அடுப்பு மேல் வைத்தாள். 'அரிசி வாங்கி வாறேன்' என்று சொல்லிச் சென்ற பெரமு ஆச்சி இன்னும் வரக்காணோம். அரிசி வாங்கி வரும் வழியில் யாராவது ஊர்க்கதை சொன்னால் வாய்ப்பிளந்தபடி நேரம்

போறது தெரியாம கேட்டுக்கிட்டு நிக்குதோ என்னவோ' என்று சாந்தி முணுமுணுத்தாள். அவளுக்கு ஊர் வம்பிலும் இஷ்டமில்லை. ஊர் விவகாரங்கள் அவ்வளவாய் தெரியவும் தெரியாது. எப்போதும் காணம் குத்துதல், சிப்பிப் பொருட்கள் செய்தல், வீட்டு வேலைகள் பார்த்தல், ராணிப் புத்தகம் படித்தல், குட்டி மீனாவைப் பார்த்துக் கொள்ளுதல், முருகனுக்கும் பெரமு ஆச்சிக்கும் வேண்டியது செய்தல் என்று அவளது தினங்கள் கடந்து செல்கின்றன.

அவள் அடுப்பைப் பார்த்தாள். விறகு பற்றாதுதான். மீண்டும் வெளியே வந்து குட்டி மீனா எங்கே என்று பார்த்தாள். கணக்கு நோட்டின் பக்கங்கள் காற்றில் படபடத்துக் கொண்டிருக்க, குட்டி மீனா தெருவில் அங்குமிங்குமாய் ஓடும் கறுப்புக் கோழியை பிடிக்க ஓடுகிறாள். கோழி சின்னதாய் சத்தம் போட்டுக் கொண்டு ஓடுகிறது. அவளும் அதேபோல சத்தம் போட்டுக் கொண்டு கைகளை விரித்தபடி ஓடுகிறாள்.

'ஏட்டீ... ஏன் இந்த வெயில்ல ஓடுக. வெறகு வாங்கிட்டுவான்னு சொன்னா வெயிலாருக்கு போகமாட்டேன்னே. இப்பன்ன நிலாவா காயுது' என்று சாந்தி சத்தம் போட்டாள். குட்டி மீனா ஓடுவதை நிறுத்தி விட்டு வாசல் படிக்கட்டில் வந்து உட்கார்ந்தாள். பின்னர் எழுந்து 'சரி நான் போய்விட்டு வாறேன்' என்று சொல்லி விட்டு கொடியில் கிடந்த ஒரு வெள்ளைத் துண்டை எடுத்து தலையில் கட்டினாள். ஒரு கயிறும் எடுத்துக் கொண்டு நடக்க ஆரம்பித்தாள். வெள்ளைத் துண்டும் சிகப்புச் சட்டையும் பாவாடையுமாக கயிற்றை காற்றில் வீசி ஆட்டியபடியே நடந்து போகும் குட்டிமீனாவைப் பார்த்துக் கொண்டே சாந்தி சற்று நேரம் அப்படியே நின்றாள். 'நல்லா வளந்திட்டா. யார் பேசினாலும் நின்னு பேசுவா, சிரிப்புன்னா அப்படி சிரிப்பா. விவரம் தெரியாத பெண்ணாயிருக்கே' என்று தனக்குத் தானே சொல்லிக் கொண்டாள். அவளை அனுப்ப வேண்டாம் என்று தோன்றியது. திருப்பி வரச் சொல்லி கூப்பிடுவோமா என்று ஒரு கணம் நினைத்தாள். பின்னர், சரி போயிட்டுதான் வரட்டுமே என்று முணுமுணுத்தவாறே சமையலறைக்குச் சென்று புகையும் அடுப்பை ஒரு தரம் பார்த்து விட்டு மீண்டும் வாசல் பக்கம் வந்து உட்கார்ந்து கொண்டாள். தூரத்தில் குட்டிமீனா நடந்து போவதைப் பார்க்கையில் தன்னுடைய சிறுவயது அவளுக்கு ஞாபகம் வந்தது. அவள் திரைப்படம் பார்ப்பது போல பார்க்க ஆரம்பித்தாள்.

திரையில் சாந்தியின் அம்மா சொல்கிறாள். 'பாத்துப் போ மக்கா. அங்கே இங்கே நிக்காதே. தம்பியை கூட்டிட்டு நேரா வீட்டுக்கு வந்துரு.

நர்சரிப் பள்ளியிலிருந்து தம்பியை கூப்பிட்டுக் கொண்டு வர சின்ன சாந்தி கிளம்புகிறாள். வயதுக்கு மீறின உடல் வளர்த்தி உள்ள சாந்திக்குத் துணைக்கு அந்நேரம் ஐஸ்குச்சியுடன் ஓடி வந்த சித்திப் பையனை ‘கூடப் போடா’ என்கிறாள் அம்மா. உள்ளேயிருந்து வந்த பாட்டி ‘சடங்காகப்போற புள்ளைய இந்த வெள்ளிக்கிழமை மதியத்துல ஏன் அனுப்பறே’ என்று கடிந்து கொள்வதையும் ‘அதுக்கெல்லாம் இன்னும் நாளாவும்’ என்று அம்மா சொல்வதையும் காதில் வாங்கியவாறே சாந்தி நடக்கிறாள். அவளுக்கு நர்சரிப் பள்ளிக்குச் செல்வது பிடிக்கும். அந்த ஆயா உப்புமாவோ வேறு ஏதாவதோ கொஞ்சம் சாந்திக்குத் தருவாள். சாந்திக்கு உடம்பு பெரிது தான். பள்ளியில் மாணவிகள் சண்டை வரும் போது மட்டும் ‘போட்டீ குண்டு சாந்தி’ என்பார்கள். மற்றபடி ஐந்து ‘பி’ யில் உள்ள குண்டு சாவித்திரி அளவுக்குத் தான் குண்டு இல்லை என்பதில் சாந்திக்குத் திருப்திதான்.

நடந்து போகையில் தம்பி சட்டென்று நின்று விடுகிறான். புதரில் ஏதோ நெளிகிறதென்று சொல்லி அங்கேயே நிற்கிறான். அந்நேரம் அங்கே வந்து மாமரத்துப் பொந்தில் புறாமுட்டை இருக்கு, காட்டித்தறேன் வா என்றழைத்த நண்பன் தயாபரனுடன் தம்பி ஓட முற்படுகிறான். சாந்தி அவன் கையை பலமாகப் பிடித்துத் தடுத்து நிறுத்துகிறாள். கையை பலமாக உருவிக் கொண்டு போட்டீ குண்டு சாந்தி... போட்டீ குண்டு சாந்தி...என்று கூவிக்கொண்டே ஓடுகிற அவனைப் பார்த்து போடா சோனி, புல் தடுக்கி பயில்வான், ஒல்லிப் பிச்சான் என்றெல்லாம் உரக்கக் கூறிக் கொண்டு சுற்றுமுற்றும் பார்க் கிறாள். இருபக்கமும் வயல்வெளிகளும் தூரத்தில் ஒரு சிறுபெட்டிக் கடையும் சில வீடுகளும் இருக்க ஆள் நடமாட்டமற்ற அந்த மத்தியானம் சாந்தியை பயமுறுத்துகிறது. வெள்ளிக்கிழமை மத்தியானம் பேய் வரும் நேரமெனப் பக்கத்து பெஞ்சு விஜயாள் சொல்வது ஞாபகம் வர சாந்தி ஓடுகிறாள். கல்தடுக்கி விழுகிறாள். கலைந்து போன உடைகளைச் சரி செய்தவாறு ஓவென அழுதபடியே பார்க்கிறாள் கால் முட்டியில் தோல் லேசாகப் போயிருக்கிறது. ‘என்ன மக்கா விளுந்திட்டியா’ என்றவாறே பெட்டிக் கடைக்கார கணேச மாமா ஓடி வந்து தூக்குகிறார். ‘என்னா கனம்’ என்று சொல்லி கீழே விட்டு விட்டு கை பிடித்து அழைத்துச் சென்று பெட்டிக் கடைக்குள்ளே உள்ள சின்ன பெஞ்சிமேல் உட்கார வைக்கிறார். மண்பானையிலிருந்து நீர் எடுத்து கொடுக்கிறார். அவளை உற்றுப்பார்க்கிறார்.

கணேச மாமாவைப் பற்றி அம்மாவும் சித்தியும் பக்கத்து வீட்டு தாணம்மை அத்தையும் ஏதோ பேசும் போது பக்கத்தில் நின்று

கொண்டிருந்த சாந்தியை 'போட்டீ இங்கேந்து, வம்பு கேக்க வந்திருக்கா' என்று துரத்தி விட்டதிலிருந்து கணேச மாமா சரியில்லை என்று சாந்திக்கு தோன்றியுள்ளது. எனினும் மாமா கொடுத்த ஆரஞ்சு மிட்டாயை கையில் வாங்கி அதையே பார்த்துக் கொண்டிருக்கிறாள்.

'என்னண்ணே' என்று கேட்டுக் கொண்டு மாரி அண்ணனும் அவன் தோள் மேல் கைபோட்டுக் கொண்டு வேலப்பண்ணனும் வருகிறார்கள். சாந்தியைப் பார்த்து 'என்னட்டீ கீள விளுந்திட்டியா' என்று வேலப்பண்ணன் கேட்கிறார். அவள் பேசாமல் கால் முட்டியில் உள்ள சிராய்ப்பைப் பார்த்துக் கொண்டு இருக்கிறாள். சத்தமாகவும் பின்னர் மாரி அண்ணன் காதோடு ஏதோ ரகசியமாகவும் சொல்கிறார், வேலப்பண்ணன். இருவரும் சத்தம் போட்டு சிரிக்கிறார்கள். கணேச மாமாவும் 'சும்மாயிருங்கலே' என்று சொல்லிச் சிரிக்கிறார். 'குண்டு சாந்திக்கு... ' என்று மறுபடியும் இரகசியம் சொல்லிச் சிரிக்கிறார்கள். சாந்திக்கு ஒன்றும் புரியவேயில்லை. அவள் அழுது கொண்டே எல்லோரையும் ஒருமுறை பார்த்துவிட்டு ஆரஞ்சு மிட்டாயை அங்கேயே வைத்துவிட்டு வெளியே ஓடுகிறாள். முட்டிக் கால் சிராய்ப்பை விட அவர்களது சிரிப்பு அவளது அழுகையை அதிகப்படுத்தியது. நர்ஸரி ஸ்கூல் போய் தம்பியை அழைத்துக் கொண்டு திரும்பும் போது தூரத்தில் அம்மா தேடிக்கொண்டு வருவதைக் காண்கிறாள்.

திரைப்படம் சட்டென்று நின்று விட்டது. பெரமு ஆச்சி ஒரு கையில் அரிசிப் பையையும் ஒரு கையில் நான்கைந்து மெல்லிய விறகுக் குச்சிகளையும் தூக்கிக் கொண்டு வந்தாள். விறகைக் கீழே போட்டு அரிசிப் பையை திண்ணை மேல் வைத்து அங்கேயே உட்கார்ந்து தன்னை ஆசுவாசப்படுத்திக் கொண்டாள். சாந்தி அவசரமாக எழுந்து போய் டம்ளரில் தண்ணீர் கொண்டு வந்து கொடுத்தாள். அதைக் குடித்து விட்டு 'குட்டி மீனா எங்கே' என்று கேட்டாள்.

'அதான் அந்த புளியந்தோப்புக்கு சுள்ளிப் பொறுக்கப் போயிருக்கா. வெறகே இல்லை இங்கே' என்றாள் கமலம்.

சட்டென்று முகம் மாறினாள் ஆச்சி. 'ஏன் டீ அவளை அங்கே அனுப்பினே? புளியந்தோப்பில் போன வாரம் ராசாவுக்குச் சின்ன மகன் வெளியூர்ல எங்கேயோ படிக்கிறானாமில்லை... அவனும் அவனுக்க கூட்டாளிகளும் வந்திருக்காங்களாம். அந்த கூட்டாளிங்க சரியில்லையாம். அதுக அரக்கால் டவுசரோ என்னவோ போட்டுகிட்டு ஒரே பாட்டும் கூத்துமாம். அங்கே வேலைக்கு நிக்கற காளியம்மக்க

மக கூடமாட உதவிக்காக இனிமே அங்க போமாட்டேன்னுட்டாளாம். அந்தப் பயலுவ போறவரைக்கும் பட்டினி கிடந்தாலும் வீட்டுலதான் இருப்பன்னிட்டாளாம். ஒரு காதில சின்னதா வளயம் போட்டிருந்த ஒரு பய நம்ம மேலத்தெரு ராணி வாய்க்கால குளிச்சிட்டிருந்தப்ப ஏதோ வம்பு பண்ணினானாம். அவ பாதி குளியல்ல ஓடி வந்துட்டாளாம். ராசா ஊரில் இல்லையாம். அந்த சின்ன மகன் நல்லவன்தானாம். கூட்டாளிங்க தான் சரியில்லையாம். அப்பேர்ப்பட்ட இடத்தில் குட்டி மீனாவை அனுப்பியிருக்கியே' என்று கடிந்து கொண்டாள் பெரமு ஆச்சி.

சாந்தி நெஞ்சு படபடக்க எழுந்தாள். பத்திரிகைகளில் படிப்பதும் பலர் சொல்வதும் எல்லாம் அவள் மனதில் வர அவளுக்குத் தலை சுற்றுவது போலிருந்தது. 'கடவுளே' என்றழைத்தப்படி கலைந்து கிடந்த தலைமுடியை கொண்டை போட்டுக் கொண்டே 'போய்ப் பாத்துட்டு வாறேன்' என்ற படியே வேகவேகமாகப் புளியந்தோப்பு நோக்கி நடந்தாள் சாந்தி. தெரு திரும்பியதும் தூரத்தில் தோப்பு தெரிந்தது. அங்கே வெள்ளையும் சிகப்புமாக பொட்டு போல் தெரிவது குட்டி மீனா தானா? புளியந்தோப்புக்கு விரைந்தாள் சாந்தி.

●

பனிக்கூடாரம்

ஒரு பறவை கூட கண்ணில் படாத, வெறிச்சென்ற வெயிலில் கிடக்கும் தெருவைப் பார்த்து விட்டு நான் வாயிற்கதவைத் தாழ்ப் போட்டேன். பின்பக்கத்துக் கதவை ஏற்கனவே தாழ் போட்டு பத்திரமாக அடைந்து கிடந்த எல்லா ஜன்னல்களையும் திறந்து வைத்தேன். வெளியே பரவிக்கிடந்த வெயில் வீட்டுக்குளே கொஞ்சமாய் எட்டிப்பார்த்தது. பக்கத்தில் பூத்திருக்கும் செண்பகமலர்களின் வாசனையுடன் காற்று வந்து எல்லா அறைகளிலும் ஏறி இறங்கிவிட்டுப் போனது. எனக்கு மூச்சு முட்டிக்கொண்டிருந்ததனால் நான் சுத்தமான காற்றை இழுத்து என் நுரையீரல்களை நிரப்பிக்கொண்டேன்.

இனி சற்று நேரம் எனக்குச் சொந்தமானது. பெரிய வாயுடன் என்னை விழுங்கக் காத்திருக்கும் எரிச்சலூட்டும் இருள் நிறைந்த அறைகளை நான் மறந்துவிட நினைப்பேன். அல்லது உதாசீனப்படுத்துவேன். அப்போது ஒளிக்கற்றைகள் என் கண்களில் தட்டுப்பட்டு வழி காட்டும். நான் கண்முன் தெரியும் நீளமான இருட்டுவழியைப் புறக்கணித்து நேராக நடப்பேன்.

பாலையில் தள்ளிவிடப்படும் போது தான் இன்னும் கஷ்டமாக இருக்கும். ஏன் என்றால் குகையில் ஒரே பாதை தான். பாலையில் பரந்து விரிந்து கிடக்கும் மணலில் எந்தத் திசையில் நடக்க வேண்டும் என்று சொல்லும் திசை காட்டிகளை நான் கண்டதில்லை. மணலில் புதைந்து விடும் கால்களை இழுத்து இழுத்து நடக்கும் போதும் வீசியடிக்கும் காற்றிலிருந்து தப்பிக்க முகத்தை மூடிக்கொள்ளும் போதும் பயமாக இருக்கும்.

இப்போ எனக்குச் சங்கிலிகளில்லை, கயிறுகளில்லை. நான் கையை காலை வீசி எப்படி வேண்டுமானாலும் நடக்கலாம். சத்தம் போட்டுச் சிரிக்கலாம். யாரும் கேட்கப்போவதில்லை. சமையலறை ஜன்னல் வழி பார்த்தால் தெரியும் முருங்கை மரத்திலிருக்கும் சிறு அணிலோ, கழுத்தைச் சாய்த்துப் பார்க்கும் காகமோ என் சிரிப்பைக் கேட்டு ஒரு கணம் நின்று விட்டு நகரக்கூடும். அவ்வளவுதான்.

நான் ‘தீராத விளையாட்டுப்பிள்ளை’ என்று சின்னக்குரலில் பாடி நாட்டியமாடலாம். நான்கு சுவர்களும் சாம்பல் நிறக் கோடு

களுள்ள ஷக்கு எனும் பூனையும் தொலைக்காட்சிப் பெட்டி இன்ன பிற சாமான்களும் கொஞ்சம் குப்பையும் தூசியும் ‘இந்த வயதில் என்னமாய் நாட்டியமாடுகிறாள்’ என்று வியந்து பார்க்கும். அப்போது நான் தலையை குனிந்து மிகவும் வணக்கத்துடன் அந்தப் பாரட்டுதல்களை ஏற்றுக்கொள்வேன்.

இப்போது இந்த அறைகளில் ஏராளமான வெளிச்சம் நிரம்பி வழிகிறது. காற்றில் பலதரப்பட்ட வாசனை கலந்து வந்து எல்லா அறைகளிலும் நுழைந்து என்னையும் தழுவிவிட்டுப்போகிறது. எங்கும் அமைதியாக இருக்கிறது.

நான் சற்று உரக்கவே ‘தூக்கம் என் கண்களை தழுவட்டுமே’ என்று பாடினேன். தூக்கம் குறைந்த இரவுகளுக்குப்பின் சோர்ந்த விழிகளை நான் கண்ணாடியில் பார்க்கும்போதெல்லாம் இந்தத் திரைப்பட பாடலைப் பாடுவேன். இப்போதும் பாடினேன். இரண்டு வரிகளுக்குப்பின் பாடல் வரிகள் மறந்து போனது மட்டுமல்ல குரல் உடைந்தும் போனது. நான் முன்னர் வானொலியில் பாடியதை நினைவு கூர்ந்து பெருமூச்சு விட்டேன். எனக்குத் தூக்கம் வராத இரவுகளில் யாராவது ‘தூக்கம் உன் கண்களை தழுவட்டுமே’ என்று பாடுவதைக் கேட்க வேண்டும் போலிருக்கும். நிச்சயமாக ராஜு அந்தப் பாடலை பாடப்போவதில்லை. அரூபியான யாரோ எனக்காக அதைப் பாடுகிறார்கள். அதைக்கேட்டு நான் தூங்கப் போகிறேன் என்றெல்லாம் நான் கற்பனை செய்து கொள்வேன்.

இங்கே அதிகமாக யாரும் வருவதும் கிடையாது. நான் இந்த பனிக்கூடாரத்தினுள் இருக்கிறேன் என்று அவ்வளவாக யாருக்கும் தெரியாது. கூரையின் ஒரு பக்கம் பனி படர்ந்து இந்தக் கூடாரத்தை பாதி மறைத்து விடுகிறது. நீளமான கைப்பிடி கொண்ட மண்வெட்டி போன்ற ஒரு கருவி கொண்டு பனிப்பாளங்களை வெட்டி மாற்றினால்தான் பனிக்கூடாரம் இருப்பது முழுவதுமாக தெரியவரும். இந்த மாதிரி பனிப்பாளங்களை அகற்றிவிட யார் வருவார்கள். யாராவது வரக்கூடும் என்று மிகுந்த நம்பிக்கையுண்டு எனக்கு என்பது நிஜம். அல்லது தானாகவே பனிப்பாளங்கள் கரைந்து போய்விடும் என்றும் நம்பினேன்.

மலைகளும் கடல்களும் தாண்டி ஒரு கடலுக்கடியில் ஒரு மாளிகைக்குள் சிறைப்படுத்தப்பட்டிருக்கும் இளவரசியை மீட்க வரும் இளவரசன் போல் ஒருவன் இந்த பனிப்பாளங்களை அகற்றி பனிக் கூடாரத்தை கண்டுபிடிப்பான் என்ற நான் எதிர்பார்க்கவில்லை.

ஏனென்றால் நான் அந்தக் காலங்களையெல்லாம் கடந்தவள். நான் இளவரசியுமல்ல. என்னை மீட்க ஒரு இளவரசன் தேவையுமில்லை. ஏனென்றால் இங்கே ஏற்கனவே ஒரு அரசன் தன்னுடைய அரண்மனையை காவல் காத்துக் கொண்டு ஆட்சி செய்து கொண்டிருக்கின்றார். அவர் தான் இந்தப் பனிப்பாளங்களை அகற்ற வேண்டும். ஆனால் அவரோ பனிப்பாளம் குறித்த எந்த அறிவுமில்லாதவர். பனி மூடாத பகுதி வழியாக அவர் வெளியே போகவும் உள்ளே வரவும் செய்கிறார்.

அப்போது நான் ஒரு தொண்டு நிறுவனத்துக்காக வேலை செய்து கொண்டிருந்தேன். என் சுதந்திரம் பற்றி நான் கவலை கொண்டிருந்தேன். உறவுகள் கூடி நல்லதே நினை என்று உபதேசித்து அந்த அரசனுடன் சேர்த்து வைத்தார்கள்.

முதலில் ஒன்றும் தென்படவில்லை. நாளடைவில் மெதுவாக என்னைச் சுற்றிக் கட்டப்படும் நூல்கள் கண்டேன். பின்னர் புன்னகைத்த வாறே கயிறுகளால் என்னைக் கட்டி வைக்க ஆரம்பித்தான்.

கயிறு இறுகி எனக்குக் காயங்கள் ஏற்பட்டன. அந்தக் காயங்களை அவன் காணவேயில்லை. கண்டபோது பொருட்படுத்தவுமில்லை.

''பாட்டி, அம்மா எல்லாம் எவ்வளவு கஷ்டப்பட்டு வேலை செய்தாங்க அந்தக் காலத்துல, இந்தக் காலப்பெண்களுக்கு கஷ்டப்பட மனசில்லே'' என்று அடிக்கடி சொல்லிக் கொண்டு மிக்சி, க்ரைண்டர் போன்றவைகளைப் பார்த்தான்.

ஆரம்பத்தில் கணிப்பொறியில் அவனுக்கிருந்த கொஞ்சமான அறிவை என்னிடம் கேட்டுக்கேட்டு விரிவு படுத்திக் கொண்டான். அவன் மிகுந்த நேரமெடுத்து செய்வதை வெகு விரைவில் செய்யும் வழிகளை நான் கற்றுக் கொடுத்தேன்.

தொண்டு நிறுவன வேலையை விட்டு விடு என்று அவன் நிர்பந்திக்கவில்லை. ஆனால், ''நீ எதுக்கு கஷ்டப்படறே? நேரம் காலம் இல்லாம இதென்ன வேலை. இந்த அழகான வண்ண மலர் வாடா திருக்கவேண்டும் கண்ணே'' என்று வசனம் பேசினான்.

சில பொழுதுகளில் அலுவலக விஷயமாக வெளியூர் அழைத்துச் செல்ல எனக்கு வண்டி வரும்போது மதிய உணவு வெளியே எனும்போது அவனது வார்த்தைகள் வேறு விதமாய் வந்தன.

''உனக்கு மட்டும் வண்டி வருது. நான் பஸ் பிடிக்கணும்'' என்றான்.

"உனக்கு மட்டும் ஓட்டல் சாப்பாடு, எனக்கு வெறும் தயிர் சாதம்" என்று முணுமுணுத்தான்.

வரிகளின் நடுவே நான் படித்து முடித்து விட்டேன். குழந்தை வந்தப் பின் வேலையை விடும்படியே ஆகிவிட்டது. அவன் திருப்தியடைந்தான்.

ஆனால், "சும்மாவே இருந்தால் உடம்பு வீணாப்போய்டும். கிடைக்கிற நேரத்துல வீட்டில் இருந்தே ஸிஸ்டத்தில் வேலை செய். வர்க் நான் பிடிச்சுத்தரேன்" என்றான்.

அவன் எனக்கு வேலைகள் தந்து கொண்டே இருந்தான். டைப் செய்யும் வேலைகள் தந்து விட்டு வெளியே போய் வரும் போது உணவு மேஜையில் அவனுக்குப் பிடித்த உணவு இருக்க வேண்டுமென்று எதிர்பார்த்தான். பக்கத்தில் டைப் செய்த தாள்களும் இருக்க வேண்டும் என்றான். வீடு மிகவும் சுத்தமானதாகவும் தூசி இல்லாததாகவும் இருக்க வேண்டும் என்று எதிர்பார்ப்பதாகவும் சொன்னான்.

"எப்பப் பாத்தாலும் சாப்பிடணும், தூங்கணும்னு நினைக்கக் கூடாது" என்று உபதேசம் வேறு செய்தான். வீட்டு வேலைகள் குழந்தையைப் பார்த்துக் கொள்வது எல்லாம் பெண்ணின் வேலை என்றான். எப்போதாவது ஒரு காய் நறுக்கி விட்டு, "காய் நறுக்கற தெல்லாம் நான் தான் செய்றேன்" என்று சொல்லிக்கொண்டு நடந்தான். இப்போதெல்லாம் கம்ப்யூட்டர் முன் அமர்ந்து என் கழுத்தும் தலையும் வலிக்கிறது. கண்கள் சோர்ந்து போகிறது. என் தலைவலியை அவன் உதாசீனப்படுத்துகிறான். இரவில் மீதமிருக்கும் வேலையை முடித்துவிட்டுத்தான் தூங்கவேண்டுமென்று கட்டளையிட்டு விட்டு அவன் தூங்கப்போய் விடுகிறான்.

நான் கணினியிலிருந்து வெளிப்படும் வார்த்தைகளுடன் உறவாடிக் கொண்டு அந்த உலகத்துக்குள் அமிழ்ந்து போகிறேன். அடித்தும் திருத்தியும் எழுதுவதுபோல் மாற்றியும் திருத்தியும் டைப் செய்து நான் வேலைகள் முடிப்பேன். என்னைவிட்டு விலகி நிற்கும் தூக்கத்தை வரவழைக்க முயற்சிப்பேன். சாத்தப்பட்ட ஜன்னல்கள் திறக்கவோ வானத்தையும் நட்சத்திரங்களையும் தெருவின் அமைதியையும் காணவோ எனக்கு அனுமதி இல்லாததால் நான் வெறுமையை உணர்ந்து கொண்டு கண்மூடியும் திறந்தும் கிடப்பேன்.

பின்னர் எப்போதோ தூங்கிப்போய் பற்பல வெளிகளில் அலைந்து திரிந்து கனவுகளும் நனவுகளும் கலந்து கிடக்கும் இடங்களில்

மணற்பரப்பில் காலமுழந்த நடந்து கொண்டிருக்கும்போது விடிந்து விடும். காலை அதன் எல்லா அழகுகளோடும் மலரத் துவங்கும் பொழுது நான் சோர்ந்தக் கண்களுடன் விழித்தெழுந்து மற்றுமோர் நாளின் சூழல்களுடன் கரைந்து போக ஆயத்தமாவேன். காலம் உருண்டோடிக் கொண்டே இருக்கிறது. இருட்டானதென்றோ வெளிச்சம் நிறைந்ததென்றோ சொல்ல முடியாதபடி உள்ள குறுகலான வழிகளில் நடக்கும்போது என் மகன் என்னை அழைப்பான். அவன் இந்த உலகத்தில் என் இருப்பை நிதர்சனமாக்கி வாழ்வின் ஆதாரமாகிறான்.

நான் பீரோ கண்ணாடி முன்பு போய் நின்றேன். கண்ணாடியிலிருந்து ஒரு பெண் பச்சைநிற இரவு உடையில் வாரப்படாத கூந்தலுடன் சோர்ந்து போன கண்களுடன் என்னைப் பார்த்துக் கொண்டிருந்தாள். நான் கண்கொட்டாமல் அவளைப் பார்த்தேன். அவள் தலையில் பல நிறங்களில் கற்கள் பதித்த கிரீடம் தென்பட்டது போல் எனக்குத் தோன்றியது. ஆடையும் அணிகலன்களுமாகப் புன்சிரிப்பாக சிரித்துக் கொண்டிருந்தாள். நான் கண்ணை இறுக்க மூடித் திறந்து அதை அழித்து விட்டேன்.

''நீ அருள் செய்யவேண்டியவள். ஸ்ரீதேவி. தெருவில் மழையில் அலைய வேண்டியவளல்ல'' என்னை அணைத்துக் கொண்டு என்னிடம் கூறி என்னை வீட்டுக்குள் இருக்க வைத்து விட்டு அவன் வெளியே செல்லும்போது வாரப்படாத கூந்தலுடன் சோர்ந்த கண்களுடன் நிற்கிறேன், நான். அவன் எதையும் காண்பதில்லை.

நீண்ட கூந்தலில் ஷாம்பூப் போட்டு அலசி மொட்டை மாடியில் வெயிலில்லாத காலை நேரம் இளம் காற்றில் கூந்தல் பறக்க நின்று கொண்டிருந்தபோது பக்கத்து வீட்டு முதியவர் ஒரு பத்திரிகையுடன் ஜன்னல் பக்கம் உட்கார்ந்து நட்பாகச் சிரித்து சாப்பிட்டாச்சா என்று சைகையால் விசாரித்தது கண்டுகொண்டு வந்த அவன் அன்று சாயங்காலம் சொன்னான்.

''பிஸினஸ் சுமாராத்தானிருக்கு.''

அடுத்த நாள் சொன்னான். ''நீள முடி தரித்திரம்னு என் பாட்டி சொல்வாள்.''

அதற்கும் அடுத்த நாள் சொன்னான். ''தலைமுடி கொஞ்சம் வெட்டிடு. வெயிலுக்கும் வேர்வைக்கும் தலைமுடி நீளமா இருந்தா எரிச்சலா இருக்காதா.'' வரிகளின் மத்தியில் நான் புரிந்து கொண்டேன். தலைமுடியை குட்டையாக வெட்டி விட்டேன்.

என் சோர்ந்து போன, ஒளி குறைந்த கண்கள், எலும்பு தெரியும் கழுத்து, குறைந்த தலைமுடி எல்லாம் அவனுக்கு மகிழ்ச்சியை தருகிறது. என்னுடைய கொஞ்சமான அறிவையும்கூட நான் ஓரமாக ஒளித்து வைத்தேன். அர்த்தம் தெரியாத வார்த்தைகளுக்கு கணினியையோ அகராதியையோ நாடாமல் என்னிடம் வந்து கொண்டிருந்தவனை மெதுவாக அகற்றினேன். ''அஸிமட்ரிக்கல்'' என்றால் என்ன என்றால் தெரியாது என்று சொன்னேன். ''யூதனேசியா'' என்றால் என்ன என்ற போது தெரியவே தெரியாது என்றேன். அதில் அவன் மகிழ்ச்சியடைந்தான். இதுபோல சின்னச் சின்ன மகிழ்ச்சிகள் அவனுக்கு அளிப்பதில் நான் கவனமாக இருக்கிறேன் இப்போதெல்லாம். ஒவ்வொரு சின்னத் தேவைக்கும் காசு வேண்டும் என்று அவன் முன் நான் நிற்பது அவனுக்கு மகிழ்ச்சியளிக்கிறது என்பது எனக்குத் தெரியும். அவனுக்கு அந்த மகிழ்ச்சியைத் தருவதில் எனக்கு இஷ்டமேயில்லை.

ஒரு கட்டத்துக்குள்தான் நான் நடமாட வேண்டுமென்ற ஒரு கட்டளை எனக்குக் கவலை தருகிறது. இது போன்ற பற்பல கட்டளைகள் என்னைச் சுற்றி வந்து என்னைப் பயமுறுத்தி என் தலைமேல் உட்கார்ந்து கொள்கின்றன. என் தலைபாரத்தால் குனிந்து குனிந்து கண்கள் நிலம் நோக்கித் தாழ்ந்து விட்டனவே.

தெருவில் பெரும் இரைச்சலுடன் ஒரு வண்டி கடந்து போனது. நான் ஒவ்வொரு வேலையாக செய்து கொண்டிருந்தேன். நான் அடிக் கடி சோர்ந்து சோர்ந்து போவதாலும் பள்ளிச் செல்லும் பையனை கவனிக்க முடியாததாலும் அவன் ஒரு பெண்ணை வேலைக்கு ஏற்பாடு செய்துள்ளான். அவள் இன்னும் சற்று நேரத்தில் வந்து விடுவாள். அவள் வந்து விட்டால் பின்னர் எனக்கு ஷக்குவிடம் பேச முடியாது. ஷக்குவிடம் பேசிவிட்டால் என் மனது லேசாக சிறு இறகு மாதிரி ஆகிவிடும்.

உதவிக்கு வரும் மல்லியிடம் பேச முடியது. அவளே வாய் ஓயாமல் பேசிக் கொண்டிருப்பாள். ஷக்கு அப்படியல்ல. அவளுக்கு நான் சொல்லும் விஷயங்களைப் பாதுகாக்கத் தெரியும். நான் நிம்மதியாக இருக்க முடியும். பெரிய ஒரு கல்லை சின்னச் சின்னதாகப் பொடித்து வெளியே வீச வேண்டும், என்றால் எனக்கு ஷக்குவிடம் பேசாமல் முடியாது. பேசாவிட்டால் இந்த வாழ்க்கையின் கனம் என்னை அழுத்தி பாதாளத்துக்குள் போகச்செய்து விடும்.

எனக்குக் கவலையாக இருக்கிறது. ஏனென்றால் மல்லிக்கு இன்று

சம்பளம் தர வேண்டும். ராஜூ அதை எனக்குத் தராமல் வெளியே சென்று விட்டான். நான் செய்யும் வேலைகளிலிருந்து எவ்வளவு பணம் வருகிறதென்று எனக்கு அவன் சொல்வதில்லை. பணம் என் கைக்கு வருவதேயில்லை. ஏதாவது கேட்டால் எல்லாம் நம்ம பணம் தானே, எதுக்கு உனக்கு எவ்வளவு வந்ததுன்னு கேக்கறே என்பான். நம்ம பணம் தானே என்று சொல்லி அவன் மட்டும் வங்கிக் கணக்கு வைத்துள்ளான். மாதம் ஒரு குறிப்பிட்ட தொகை தந்து விட்டு மற்றபடி எந்தக் கவலையுமில்லாமல் இருக்கிறான். அந்தப் பணம் தீர்ந்து போகும்போது மேற்கொண்டு செலவுகளுக்காக நான் அவனிடம் போய் நிற்க வேண்டும். மறுபடியும் மறுபடியும் கேட்க வேண்டும். அதில் அவன் ஆனந்தம் பெறுகிறான் என்பதை நான் அறிவேன்.

அவன் முன் போய் நின்று காய்கறி, பழங்கள் எல்லாம் வாங்கக் காசு வேண்டும் என்று கேட்டுக் கொண்டு நிற்பது நானல்ல. ஆனந்தி என்ற ஏதோ ஒரு பெண் அது. நானல்ல என்று பலதடவை சொல்லி உறுதிப்படுத்திக் கொள்வேன். பணம் தந்த பின்பு மீதிப் பணத்துக்கு கணக்குக் கேட்டு ''சிக்கனமாக செலவு பண்ணணும்'' என்று எனக்கு உபதேசம் பண்ணிவிட்டுப் புகை பிடித்துக்கொண்டிருக்கும் அவனிடம் என் வருவாய் கணக்கென்ன என்று கேட்க எனக்குத் தோன்றும். ஆனால் நான் கேட்பதில்லை.

முன்னறைக் கடிகாரம் பாட்டு பாடி நேரத்தை அறிவித்தது. நான் வேலைகளைப் பார்த்துக் கொண்டே ஷக்குவைத் தேடினேன். வழக்கம் போல் ஷக்கு வந்து விட்டாள். நான் அவளது கிண்ணத்தில் பாலூற்றினேன். இன்று பால் கொஞ்சமாகத்தான் மீதி இருக்கிறது. என் பேச்சை கேட்பதற்கு யாருமில்லாத பொழுதுகளில் ஷக்குவிடம் நான் பேச ஷக்கு கண்களை மூடியும் திறந்தும் கொண்டு கேட்டுக் கொண்டிருக்கும்.

ஆனால் இன்று என் மனம் கனமாகவே இருக்கிறது. மல்லியின் கேள்விகள் என்னை துளைத்துதெடுக்கின்றன. ஒரு நாள் அவள் கேட்டாள்.

''ஏன்க்கா, நீ நல்லா படிச்சுருக்கே. வீட்ல இருந்தே சம்பாதிக்கவும் செய்றே. அப்புறம் ஏன் இந்த மாதிரி அண்ணனெப் பார்த்துப் பயப்படறே? அண்ணன் மத்தியானம் சாப்பிட்டிரும். ஆனா நீ மட்டும் நாலு மணி வரைக்கும் காத்துக்கிட்டிருக்கறே. டி.வி. பாக்காதே வேலை செய்னு சொன்னாருன்னுட்டு நீ டி.வி. வைக்காம இருக்கியே! என்ன

குழம்பு வெக்கணும், என்ன கூட்டு வெக்கணும்னுகூட கேட்டுத்தான் செய்யறே, இதென்ன கூத்து'' என்று சொல்லி இருகைகளையும் தட்டி ஒரு கையை கன்னத்தில் வைத்தாள். நான் பேச ஒன்றுமில்லாமல் நின்றேன்.

''நான் எப்பவாச்சும் நூறு ரூபா கடன் வேணும்னு கேட்டா, அண்ணனைக் கேக்கணும் என்கிட்ட பணமில்லன்னு சொல்றே நீ. நான் நம்புவேனா?'' என்றாள் ஒரு நாள். அப்போதும் நான் சொல்ல ஒன்றுமில்லாமல் நின்றேன்.

இன்னொரு நாள், குனிய குனிய குட்டிக்கிட்டே தான் இருப்பாங்க. எங்க வீட்டு மாரிமுத்து அடிக்கடி பாத்திரத்தையெல்லாம் எடுத்துக் கடாசி சண்டைபோடும். கொஞ்ச நேரம் பொறுமையாயிருப்பேன். அப்புறம், ''த பாரு இனிமே எதுனா பண்ணினே உன்னைத் தூக்கிக் கடாசிப்புடுவேன்னு கத்துவேன். அவன் கம்முன்னு கிடப்பான்'' என்றாள்.

''இதப்பாருக்கா, நீயும் சம்பாதிக்கறே. அண்ணனும் சம்பாதிக் கறாரு. ஆனா எல்லா பொறுப்பையும் நீயே சுமக்கணும். அப்புறம் எப்படி சரி சமம்? பொம்பள சம்பாதிக்கறதுக்கு கணக்குக் கேக்கறான். தன்னோட சம்பளத்துல பத்து காசு தன் அம்மா அப்பாக்குக் கொடுக்க சுதந்திரமிருக்கா பொம்பளக்கு? பின்ன என்னக்கா சமம்?'' அவளுடைய வார்த்தைகள் ஈட்டியாகப் பாயும்.

அவள் இன்றும் எனக்கு உபதேசம் செய்யப்போகிறாள்.

''நாளைக்கு ஒன்னாந்தேதி, நாளைக்கே என் சம்பளத்தை கொடுத்திருக்கா. சீட்டுப் போட்டிருக்கேன் கொடுக்கணும்'' என்று நேற்றே சொல்லி விட்டாள். அவனிடம் சொன்னபோது, ''ஒன்றாம் தேதியே கொடுக்கணுமா என்ன. பத்து தேதிக்குள்ளத்தான்னு சொல்லிடு'' என்று கோபமாகச் சொல்லி விட்டு வெளியே போய் விட்டான். மல்லி இன்று என்னை என்ன சொல்லப்போகிறாளோ. நான் அவன் முன் கூனிக்குறுகி நிற்க வேண்டியிருக்குமோ. எனக்குக் கவலையாக இருக்கிறது.

நான் பணம் வைக்குமிடமெல்லாம் தேடினேன். என் கையில் கிடக்கும் சிறு மோதிரத்தைக் கழற்றி அவளிடம் தந்து விடலாமா என்று யோசித்தேன். ஆனால் அதற்கும் அவனிடம் அனுமதி கேட்க வேண்டுமே. நான் அங்குமிங்கும் தேடி மல்லியின் சம்பளத்தில் பாதிப்

பணத்தை எடுத்து வைத்தேன். எனக்குச் சற்று நிம்மதியாக இருந்தது. இருந்தாலும் அவள் வாயில் விழுந்து எழுந்திருக்க வேண்டுமே என்று பயமாகவும் இருந்தது. அவனது மேஜை பக்கம் போன போது பெண்களும் பொருளாதார சுதந்திரமும் எனும் கட்டுரை கிடந்தது. வந்த உடனே அவன் என்னிடம் டைப் செய்யத்தரக்கூடும்.

நான் மறுபடியும் கண்ணாடியில் என்னைப் பார்த்தேன். கண்ணாடியிலிருந்து என்னை உற்றுப் பார்த்தப் பெண்ணைப் பார்க்க எனக்குப் பாவமாக இருந்தது. ஒரு முட்டாள் போலவும் மந்த புத்தி போலவும் தெரிந்தாள் அவள். நான் பார்வையை அகற்றி விட்டேன்.

காலில் ஷக்கு உரசிற்று. நான் கீழே உட்கார்ந்தேன். வெளிச்சுவர் ஓரமாக ஓடிய ஏதோ ஒரு சிறுபிராணியை ஓடிப்போய் பிடித்து விட்டது ஷக்கு. அதைத் தின்று விட்டு சாவகாசமாக வந்து என் காலருகே உட்கார்ந்து என்னையேப் பார்த்துக் கொண்டிருக்கும் அது, என்னவோ சொல்வது போல் எனக்குத் தோன்றியது. நான் அதன் சாம்பல் நிற கோடுகள் உள்ள உடலை வருடிக்கொடுத்தேன்.

''நீ தினமும் பாலூற்றித் தருவாய் என்று நம்பிக் கொண்டா நானிருக்கிறேன். இருக்கவே இருக்கிறது, எலி, சிறு பிராணிகள், இன்ன பிற. நான் என்னையே நம்பியிருக்கிறேன். ஆனால் நீயோ ஆனந்தீ?'' நான்கு சுவர்களிலும் பட்டுத் தெறித்து விழுந்த வார்த்தைகள் ஷக்கு சொன்னது அல்லது ஷக்குவின் மொழியை நான் பரிபாஷை படுத்தியது.

''ஏதாவது ஒரு கருவியை நீயே கண்டெடுத்துப் பனிக்கூடாரத்தின் மேலிருக்கும் பனிப்பாளங்களை அகற்று. யாராவது அதைச் செய்வார்கள் என்று நீ ஏன் காத்துக் கொண்டிருக்கிறே'' ஷக்குவின் மொழி மறுபடியும் பரிபாஷை படுத்தப்படுகிறது. ஷக்கு மறுபடியும் என்னை உரசுகிறது.

நான் ஜன்னல் வழியாக வெளியே பார்த்தேன். தூரத்தில் மல்லி வந்து கொண்டிருக்கிறாள். பனிப்பாளங்களை அகற்றும் வழி குறித்து நான் யோசிக்க ஆரம்பித்தேன்.

●

ஒளி வரும் வழி

அந்த வீடு இருட்டில் இருந்தது. பெரிய ஒரு குளத்தின் கரையில் வரிசையாக அமைந்திருந்த வீடுகளில் கடைசி வீடு அது. இரண்டு தெருக்கள் சேரும் மூலையில் இருந்தது. வலப்பக்கத்து வீடு பூட்டியிருந்தது. மறு பக்கத்து வீட்டிலும் ஆள் இருப்பது போல் தெரியவில்லை. சற்றுத் தள்ளி இருந்த மின்கம்பத்தில் விளக்கு எரியவில்லை. மொத்தத்தில் அந்த இடம் மிகவும் இருட்டாக இருந்தது.

அந்த இருட்டின் திண்ணையில் உட்கார்ந்து கொண்டான் சிவா. எதிரே குளம், நிறைய தண்ணீருடன் அமைதியாக இருந்தது. சில்லென்று காற்று வீசியது. எதிர்பக்கப் படித்துறையில் யாரோ துணி துவைக்கும் சத்தம் கேட்டது. தூரத்தில் கோயில் கோபுரம் கம்பீரமாக நிமிர்ந்து நின்றது. அதன் உச்சியில் பளிச்சென்று விளக்கு ஒளி பரப்பிக் கொண்டிருந்தது. இருட்டுக்கு கண்கள் பழகிய போது அந்தத் திண்ணையில் சுவரோரமாக ஒரு சிமெண்ட பெஞ்ச் கிடப்பதை அவன் கண்டான்.

சில வீடுகளின் வெளிச்சம் தெருவில் நீள் சதுரமாக கட்டம் கட்டமாக எல்லாம் கிடந்தது. மெலிதாக தொலைக்காட்சியின் குரல் காற்றில் கலந்து வந்தது. ஏதோ வீட்டில் தொலைபேசி மணியடித்தது. பக்கத்தில் எங்கோ எண்ணெயில் சின்ன வெங்காயம் போட்டு வறுப்பது போல் வாசனை வர அவனுக்குப் பசியெடுத்தது. சின்ன வெங்காயத்தை பொடிப்பொடியாக நறுக்கி தேங்காய் தூவலும் சேர்த்து நெய்யில் வறுத்து சோற்றில் கலந்து அம்மா சாப்பிட தருவது ஞாபகம் வர அவனுக்குக் கண் நிறைந்தது. பிறந்ததிலிருந்து இது போன்று மிகவும் அனாதையாக உணர்ந்ததில்லை என்று நினைத்துக் கொண்டான். ஓரிரு உடைகளும் வீட்டின் சாவியும் கொஞ்சம் பணமும் உள்ள புத்தகப் பையை உடம்போடு சேர்த்து வைத்துக் கொண்டான்.

கறுப்பு நாய் ஒன்று தெருவில் நின்று சிவாவைப் பார்த்தது. அவன் பயந்தான். என்ன நினைத்தோ நாய் அவசரமாக ஓடிப்போயிற்று. அவன் பெருமூச்சு விட்டான். சின்ன வயதில் ஒரு நாள் நெஞ்சுவலியில் அப்பா இறந்து போன பின் அம்மா பெரிய பண்ணையார் வீட்டில் வேலை செய்ய ஆரம்பித்தப் புதிதில் இப்படி தனியாக உணர்ந்ததுண்டு. அதற்கு முன்பெல்லாம் சாயங்காலம் பள்ளி விட்டு வந்ததும் அம்மா

அணைத்துக்கொண்டு உடை மாற்றி ஏதாவது சாப்பிட தருவாள். பின்னர் அடுத்த நாள் காலை பள்ளிச் செல்லும் வரை அவனுடனே இருப்பாள். ஆனால் வேலைக்குப் போக ஆரம்பித்தப் பின் அம்மா வரும் போது இருட்டிவிடும் கையில் தூக்குப் பாத்திரத்துடன் ஓட்டமும் நடையுமாக அவள் வருகிறாளா என்று பார்த்துக்கொண்டு வீட்டின் பின் பக்க திண்ணையில் ரெயில்கள் வருவதையும் போவதையும் பார்த்துக்கொண்டு ரெயில் தண்டவாளம் தாண்டிவரும் அம்மாவுக்காகக் காத்திருப்பான். அந்தக் காத்திருத்தல் சில நாட்களில் பழகிப் போனது.

பள்ளி விட்டு வந்து கைகால் கழுவி டப்பாவில் ஏதாவது இருந்தால் கொஞ்சம் எடுத்துத் தின்று பானையிலிருந்து தண்ணீர் குடித்தப் பின் வீட்டுப்பாடம் செய்து கொண்டு ரெயில் கூவிப்போகும் பொழுது அவன் டாடா என்று கையசைப்பான். சில நாள் யாராவது அவனுக்கும் கையசைப்பார்கள். அவன் குதூகலத்துடன் சிரிப்பான். இருட்டு வரும் பொழுது அம்மாவும் வருவாள். பெரிய பண்ணையாரின் மனைவி சிவாவுக்குத் தனியாக ஏதாவது கொடுத்து விடுவார்கள். தூக்குப் பாத்திரத்தைத் திறந்து அவனை சாப்பிட அழைக்கும் அம்மாவைக் காண பாவமாக இருக்கும். கண்கள் சோர்ந்து போய் முகமெல்லாம் வாடியிருக்கும். ''உடம்பெல்லாம் வலிக்குது கண்ணா. அங்க வேலையொன்னும் அவ்வளவு கஷ்டமில்லை. ஆனா அந்தத் தொழுவம் கழுவுறது தான் பெரிய கஷ்டம். உன் துணியை நீயே துவைச்சுக்குவியா ராசா, இல்லேண்ணா வேண்டாம், நானே துவைக்கிறேன்'' என்று துணிகளை அள்ளிக்கொள்வாள். சிவா அதனாலேயே சாயங்காலம் சீருடைகளைத் துவைத்துக் காயப்போட்டு விடுவான். எல்லாவற்றையும் நினைக்க நினைக்க அவன் கண்கள் நிரம்பி வழிந்தன.

தூரத்தில் எங்கோ ஒரு நாய் குரைத்தது. தெருவில் எப்போதாவது ஓரிருவர் நடந்து போனார்கள். யாரும் திண்ணையில் எட்டிப் பார்க்க வில்லை. காலையில் யாருமில்லாமல் வெறிச்சென்றிருந்த தன் வீட்டை ஒரு தடவை திறந்து பார்த்துவிட்டு புத்தக பைக்குள் ஒரு சில உடுப்புகளைத் திணித்துக்கொண்டு வீட்டை பூட்டி யாருக்கும் முகம் கொடுக்காமல் ரெயில் தண்டவாளம் வழியாக நடந்து பஸ் நிலையம் வந்து பஸ்பிடித்து பக்கத்து டவுனில் இறங்கியதிலிருந்து நினைத்துப் பார்த்தான். ஒன்பதாம் வகுப்பில் தன்னுடன் படித்த செந்தில் காலாண்டுத் தேர்வுக்குப்பின், ''இனி நான் படிக்கலே, வேலைக்குப் போறேன்'' என்று சொல்லி வேலைப் பார்க்கப் போகுமிடத்து முகவரியை ஒரு சின்னத் துண்டு காகிதத்தில் எழுதித் தந்ததை வைத்து டவுனில் தேடி அலைந்ததும்,

முகவரி கண்டுபிடித்து விசாரித்த போது அவன் இப்போது அங்கில்லை என்று தெரிய வர, இனி என்ன செய்வது என்று அதிர்ந்து போய் நின்றதும் ஞாபகத்துக்கு வந்தது. கடைத்தெருவெல்லாம் தாண்டி நடந்த போது பெரிய பெரிய வீடுகள் கொண்ட தெருக்கள் காணப்பட்டன. சில வீடுகளில் வாட்ச்மேன் போல் ஒருவர் உட்கார்ந்திருந்தார். அநேகமாக எல்லா வீடுகளிலும் கேட் பூட்டப்பட்டு தான் இருந்தது. அவனுக்கு பயமாக இருந்தது. தெருவில் கார்களும், ஸ்கூட்டர்களும் விரைந்து கொண்டிருந்தன. நடந்து போன ஒரு சிலரும் இவனைச் சட்டை செய்யவில்லை.

வழியில் ஒரு பெரிய கோயிலில் அன்னதானம் நடைபெற்றுக் கொண்டிருந்ததினால் சாப்பிட முடிந்தது. பின்னர் அடுத்த பஸ் பிடித்து உயரமான கோபுரம் தெரிந்த ஊரில் இறங்கி கால் போன போக்கில் நடந்து இந்த திண்ணையில் இனி என்ன செய்வது என்று யோசித்துக் குழம்பி அனாதையாக உட்கார வேண்டிய நிலைமை வந்தது குறித்துச் சிந்திக்க அவனுக்குத் தாங்க மாட்டாத துக்கம் ஏற்பட அழுதான்.

உள்ளே ஏதோ பேச்சுக் குரல் போல் கேட்க சிவா கவனித்தான். யாரோ பேசுகிறார்கள்.

"பாம்புதான் கடிச்சிருச்சோன்னு தூக்கித் தோள்ல போட்டுட்டு ஓட்டமா ஓடினேன். பாம்பெல்லாம் ஒன்றுமில்லை. என்னவோ பயந்திருக்கான். அதுதான் அப்படீன்னு டாக்டர் சொன்னப்புறம் தான் எனக்கு உசிரே வந்திச்சு. உனக்கு ஞாபகமிருக்கா கேசவா." சற்று நேரம் அமைதியாகக் கடந்து போனது. எங்கே ஞாபகம் இருக்கப் போவுது, வேலைக்குப் போன இடத்தில மனசுக்குப் பிடிச்ச ஒருத்தியை கட்டிக் கிட்ட உனக்கு ஊரே மறந்திருக்குமே, வாரா வாரம் போன் பேசறதோட உன் கடமை முடிஞ்சி போச்சில்ல."

சிவா மெதுவாக சாத்தப்பட்டிருந்த ஜன்னலைத் தள்ளினான். அது திறந்து கொண்டது. உள்பக்கம் ஒரு அறையில் சிறிதாக வெளிச்சம் பரவியிருந்தது. அவனுக்கு ஆச்சரியமாக இருந்தது. யாருமே இல்லாத வீடென்றல்லவா நினைத்தோம். சட்டென்று வேகமான காற்றொன்று கொஞ்சம் புழுதியைப் பரப்பிக்கொண்டு வீசிற்று. அவனுக்கு இருமல் வந்தது. அவன் வாயைப் பொத்திக்கொண்டு இருமினான்.

உள்ளேயிருந்து 'யாரு' என்று குரல் வந்தது. அவன் பேசாமல் இருந்தான். சற்றுப் பொறுத்து மீண்டும் பேச்சு கேட்டது. "அப்பெல்லாம் பிரைமரி ஸ்கூல் வாத்தியாருக்குச் சம்பளமெல்லாம் குறைவு தான்

எப்படியோ காலத்தை ஓட்டியாச்சு. உனக்கு பீஸ் கொடுக்க எல்லாம் எவ்வளவு கஷ்டப்பட்டிருப்பேன். உனக்கு ஞாபகமிருக்கோ, என்னமோ.'' சற்று நேரம் அமைதியாக கடந்து போனது. ஜன்னல் கம்பியில் முகத்தை ஒட்ட வைத்து உள்ளே பார்த்ததில் கம்பி மேலிருந்த தூசிப் பட்டு அவனுக்குத் தும்ம வேண்டியதாயிற்று. அவன் இரண்டு தரம் தும்மினான்.

இப்போது பேச்சுக்குரல் சுத்தமாக நின்று விட கைத்தடி ஊன்றும் ஓசையுடன் ஒருவர் நடந்து வருவதை சிவா கண்டான். பையை எடுத்துக் கொண்டு ஓடிவிடலாமா, எங்கே ஓடுவது என்றெல்லாம் யோசித்து செயல்படுத்துமுன் வாசல் கதவு திறக்கப்பட்டு ஒரு டார்ச்சின் பளீரென்ற ஒளி அவன் முகத்தில் பட்டது.

''யாரு? யாரு? எந்த வீடு'' என்றார் ஒரு முதியவர். எந்தக் கேள்விக்கும் பதில் சொல்லாமல் அழுகையும் பயமுமாக அவன் நின்றான். சாயம் போன சட்டை பாண்டுடன் நின்ற அவ்னது கருப்பான மெலிந்த உடல் நடுங்கிற்று. அவனை உற்றுப் பார்த்த முதியவர், ''உனக்கும் பசிக்குதா'' என்றார். பல நாட்களாக கேட்கப்படாத இந்தக் கேள்விக்கு அவன் கண்ணில் நீர் வழிய ஆமென்று தலையாட்டினான்.

''உள்ளே வா'' என்று கைகாட்டி அழைத்தார். அவன் பயந்து கொண்டே வாசலைக் கடந்து உள்ளே சென்றான். முதியவர் கதவைப் பாதி சாத்தி விட்டு கட்டிலில் உட்கார்ந்தார். அந்த அறையில் விளக்கு போடப்படவில்லை. அடுத்த அறையில் எரியும் மங்கலான குண்டு பல்பின் வெளிச்சம் கொஞ்சமாக அங்கே விழுந்து கிடந்தது. சிவாவை உக்காரு என்றார் முதியவர். கட்டிலும் ஒரு மேஜையும் தவிர வேறொன்றுமில்லை. அவன் தரையில் உட்கார்ந்து கொண்டு பையைப் பக்கத்தில் வைத்துக்கொண்டான். அந்த அறையில் புழுக்கமான ஒருவித நெடி வீசிற்று.

மழைக் காலத்தில் காயாத துணியின் ஈர வாசனைப் போன்று ஏதோ ஒரு நெடி. சிமெண்ட் தரை மிகவும் சில்லென்று இருந்தது. முதியவரை நிமிர்ந்து பார்த்தான். மிகவும் ஒல்லியாக எலும்புக்கூடு போலத் தெரிந்தார். ஒரு லுங்கிக் கட்டிக்கொண்டு ஒரு துண்டு, தோளில் போட்டிருந்தார்.

முதியவர் அவனை உற்றுப் பார்க்க அவனுக்குப் பயமாக இருந்தது. அவர் வேறு ஏதோ உலகத்தில் இருப்பவர் போன்று கண்கள் மூடியும், திறந்தும் மௌனமாக இருந்தார்.

''ஏன் நீ பேசாமல் இருக்க? வாயில் என்ன கொழுக்கட்டையா இருக்கு?'' என்று பக்கத்து அறையின் இருட்டைப் பார்த்து கேட்டு விட்டு, ''அவனுக்குக் கொழுக்கட்டைன்னா ரொம்பப் பிடிக்கும்'' என்று சிவாவிடம் சொல்லிவிட்டுப் பெரிதாகச் சிரித்தார். அவரது சிரிப்பு அந்தச் சின்ன அறையில் எதிரொலித்தது.

''கோமதி நல்லா கொழுக்கட்டை செய்வா, அவ போனதோட எல்லாம் போச்சு'' என்று தனக்குத் தானே சொல்லிக்கொண்டு வெற்றுச் சுவரை வெறித்தார் முதியவர். அவர் ஏதோ கடந்த கால நினைவுகளில் அமிழ்ந்திருக்கிறார் போலும் என்று நினைத்து சிவா அவனுடைய கவலைகளுக்குத் திரும்பினான். என்ன செய்வது இன்று, எங்கே படுத்துத் தூங்குவது, இந்த வீட்டுத் திண்ணையில் படுக்க அனுமதி கேட்கலாமா, அங்கே நாய் வருமோ, நாளை விடிந்ததும் என்ன செய்வது என்றெல்லாம் யோசிக்க அவனுக்குப் பயமும் கவலையும் அதிகரித்தது.

''ஏன்பா , உன் அம்மா அப்பா எல்லாம் என்ன செய்யறாங்க?'' என்று கேட்டார்.

''எனக்கு யாருமில்ல'' என்று முனகுவதுபோல் அவன் சொன்னான்.

''யாருக்குத்தான் யாரிருக்கா? எல்லாருமே தனித்தனிதான். உனக்கு அம்மா அப்பா இருந்தா அவங்களை நீ நல்ல கவனிக்கணும்னு சொல்ல வந்தேன். எனக்கு அவங்களைச் சரியானபடி பாத்துக்க முடியலே, வேல வேலன்னுட்டு போயிட்டிருந்தேன். நான் இப்ப இருக்கிற மாதிரி தான் அவங்க அன்னிக்கு இருந்திருப்பாங்க'' முதியவர் சொல்லும் போது குரல் கம்மியது. அவரது கண்ணில் இருந்து நீர் வழிவது போல் அவனுக்குத் தோன்றியது.

கமலத்தை ஒன்னும் சொல்ல முடியாது. அவ புருஷன் ஒரு முரடன். நாந்தான் முடிச்சுக் கொடுத்தேன்'' என்று தனக்குத் தானே சொல்லிக் கொண்டார். பின்னர் அடுத்த அறையைப் பார்த்து, ''ஏன் மக்கா கமலம், நீ வீட்டுக்குப் போகலையா? அவன் தேடிக்கிட்டு வரப்போறான். பின்ன சண்ட தான் போ. நீ போயிரு'' என்று உரக்கச் சொன்னார்.

சிவா மறுபடியும் குழம்பினான். ஏன் இவர்கள் எல்லாம் இருட்டில் இருக்கிறார்கள். கமலம் என்பவர் எங்கிருக்கிறார் என்று அவன் அடுத்த அறைக்குள் எட்டிப் பார்த்தான்.

ஏதோ ஓர் அறையில் பாத்திரம் ஒன்று கீழே விழுந்ததுபோல் சத்தம் கேட்டது.

சரிதான் கமலம் சமையல் கட்டில் ஏதோ செய்கிறார் போலும் என்று அவன் எண்ணிக் கொண்டான். ஆனால் அங்கேயும் இருட்டாக இருக்கிறதே. இருட்டில் என்ன செய்கிறார்கள் என்று குழம்பினான்.

முதியவர் மேலும் என்னவோ சொல்லிக் கொண்டேயிருந்தார். எந்த அறையிலிருந்தும் எந்தப் பதிலும் வரவில்லை. இங்கே இப்படி இருப்பதில் எந்தப் பிரயோஜனமும் இல்லை என்றெண்ணி ''நான் போறேன்'' என்று சொல்லி எழப்போனான்.

முதியவர் கைத்தடியை தரையில் தட்டி, ''உட்காரு, எங்கே போறே, போக எங்கே இடமிருக்கு'' என்று கேட்டுப் பெரிதாகச் சிரித்தார். அந்தச் சிரிப்பு அச்சமூட்டுவதாக இருந்தது. தனக்கு இடமில்லை என்று இவருக்கெப்படி தெரியும் என்று யோசித்தான். சட்டென்று எழுந்து ஓடிவிடலாம்தான். இந்த முதியவருக்கு பிடிக்க ஒன்றும் முடியாதுதான். ஆனால் ஓடி எங்கே போக! இங்கேயே அவரிடம் கேட்டுத் திண்ணையில் பெஞ்சு மேல் படுத்துக் கொள்ளலாம் என்று நினைத்தான்.

அடுத்த அறையில் பாத்திரம் விழுந்த சத்தம் கேட்ட பின் மிகவும் அமைதியாக இருந்தது. அங்கிருந்து வெள்ளையில் சாம்பல் நிற கோடு கள் போட்டுள்ள பூனை ஒன்று மெதுவாக வந்து முதியவரின் காலடியில் உட்கார்ந்து கொண்டது.

சிவாவுக்கு மறுபடியும் பயம் வந்தது. சமையல் கட்டில் யாரும் இல்லை, பூனை தான் ஏதோ பாத்திரத்தை உருட்டியிருக்கிறது.

முதியவர் தலைகாணியைச் சாய்த்து வைத்து சாய்ந்து உட்கார்ந்து கொண்டார். ''ஏன் மக்கா கமலம், தோட்டத்தையும் வீட்டையும் உன் பேருக்குத்தானே எழுதி வச்சேன். இந்த வீட்டை மட்டும் தானே கேச வனுக்குக் கொடுத்தேன். சரி சரி கிளம்பு, இன்னமும் நிக்காதே. அவன் வந்தான்னா சண்டை போடுவான். நீ சீக்கிரமா வீடு போய் சேரு'' இருட்டான அறை நோக்கி முதியவர் சொல்ல அங்கே போய் பார்த்தால் தான் என்ன என்ற எண்ணத்தில் சிவா சற்றே நகர்ந்து எட்டிப் பார்த்தான்.

முதியவர் கவனித்து விட்டார். ''அவ அங்கதான் நிக்கா, உனக்குத் தெரியல்லயா, நல்லா பாரு. பச்ச சேலை கட்டிக்கிட்டு நிக்கால்ல அவதான் கமலம். அவளுக்குப் பச்ச கலர்தான் பிடிக்கும்'' என்றார். யாரையும் காணாமல் சிவா இருட்டில் துழாவினான். ''அவனுக்குக்

கட்டம் போட்ட சட்டை தான் பிடிக்கும். கலர் கலரா கட்டம் போட்ட சட்டை வச்சிருக்கான். அங்கு இருக்கிறான் பாரு. தெரியலையா? அந்தக் கட்டிலில் உட்கார்ந்து காலை ஆட்டிக்கிட்டு இருக்கிறான் பாரு. அவன் தான் கேசவன். காலை ஆட்டாத கடன் வரும்னு சொன்னா கேக்கமாட்டான்'' சொல்லிவிட்டு பெரிதாகச் சிரித்தார் முதியவர்.

சிரித்து முடித்துவிட்டு, ''உனக்குப் பசிக்குதா, கொஞ்சம் இரு. இப்பச் சாப்பிடலாம்'' என்றார். யார் சாப்பாடு தருவார். எங்கும் இருள். அவன் பேசாமல் இருந்தான்.

''பசிக்குதா, இப்பச் சாப்பாடு வந்துடும்'' என்று மறுபடியும் சொன்னார்.

வீட்டில் ஒரே இருட்டாக இருக்கிறது. ஒரே ஒரு அறையில் மட்டும் மங்கலான குண்டு பல்பு எரிகிறது. மற்ற அறைகளில் உள்ளவர்கள் ஏன் வெளியே வர மறுக்கிறார்கள். ஏன் அந்த வீடு மிகவும் அமைதியாக இருக்கிறது என்றெல்லாம் நினைத்து அவன் குழம்பினான்.

சட்டென்று முதியவர் நெஞ்சைப் பிடித்துக் கொண்டு இரும ஆரம்பித்தார். மெதுவாக எழுந்து மேஜை மீதிருந்த பிளாஸ்க்கை எடுக்கப் போனார். அவர் கை நன்றாக நடுங்கிக் கொண்டு இருந்தது. தலை கூட லேசாக ஆடுவது போல் அவனுக்குத் தோன்றியது. அவன் அவசர அவசரமாக எழுந்து பிளாஸ்க்கிலிருந்த வென்னீர் ஒரு டம்ளரில் ஊற்றி அவரிடம் தந்தான்.

முதியவர் கையில் வாங்கிக் குடிக்கும் போது நடுக்கத்தால் நீர் தெறித்து விழுந்தது. அவன் அவர் தண்ணீர் குடிக்க உதவினான். பின்னர் டம்பளர் வாங்கி மேஜைமீது வைத்தான். அவர் சற்று ஆசுவாசமானது போல் அவனைப் பார்த்து புன்னகைத்தார். அதில் அன்பு கலந்திருந்தது. அவன் புன்னகைத்தான். சில நாட்களுக்குப்பின் இன்று தான் புன்னகைக்கிறோம் என்று நினைத்துக் கொண்டான். சற்று நேரம் இருவரும் இருட்டையும் வெற்றுச்சுவர்களயும் பார்த்துக் கொண்டிருந்தார்கள். தெருவில் ஒருவர் செல்போனில் சத்தமாக ஏதோ பேசிக்கொண்டு நடந்து சென்றார். மணி என்ன என்று கணிக்கவும் முடியவில்லை.

சுவரில் ஒரு காலண்டர் தவிர வேறொன்றுமில்லை. மத்தியானம் கோயிலில் சாப்பிட்ட பின் தண்ணீர் கூட குடிக்கவில்லை என்பது அவனுக்கு நினைவில் வந்தது.

நேரம் நகர்ந்து கொண்டே இருந்தது. சிவா தன்னுடைய கவலைக்குள் விழுந்து கிடந்த போது முதியவர் அவனிடம், ‘‘சொல்லு, எங்கேயிருந்து வர்றே’’ என்று கேட்டார் அவனுக்கும் யாரிடமாவது சொல்ல வேண்டும் போல் தோன்றியது.

கொஞ்ச வருடங்களுக்கு முன்னர் இறந்து போன அப்பாவைப் பற்றியும் இரண்டு மாதம்முன்னர் இறந்து போன அம்மாவைப் பற்றியும் குரல் கம்மச் சொன்னான்.

‘‘இந்த ரெண்டு மாசம் நீ எங்கே இருந்தே?’’ என்று கேட்டார் முதியவர்.

‘‘என் மாமா பட்டாளத்தில் இருக்காரு, அம்மா இறந்தப்ப வந்தவரு லீவு முடிச்சுப் போறப்ப நான் எல்லையில் இருக்கிறேன். நீ இங்க அத்தை வீட்டில் இரு. அடுத்த லீவுல வரப்போ கொண்டுப் போறே’’ன்னு சொல்லி அத்தை வீட்ல விட்டாரு. அங்கே அத்தை, அவங்க அம்மா, அப்பா, தம்பி குடும்பம் எல்லாம் இருந்தாங்க. சின்னவீடு. எனக்கு ஸ்டோர் ரூமில் கொஞ்சூண்டு இடம் கொடுத்தாங்க. ராத்திரி எல்லாம் பெரிய பெரிய எலி குறுக்கும் நெடுக்கும் ஓடும். மேலே எல்லாம் ஏறும். அங்கே லைட்டும் கிடையாது. எப்படியோ அங்கிருந்து ஸ்கூல் போய் படிச்சி ஒரு வழியா ஒன்பதாவது பரீட்சை எழுதிட்டேன்’’ என்றான்.

சற்று நேரம் பேசாமல் இருந்து விட்டு, பரீட்சை முடிந்த பின் அந்த வீட்டின் பல வேலைகளும் அவன் செய்ய வேண்டியதாயிற்று என்றும் அதைவிட அத்தையின் அப்பா மிகுந்த போதையில் ‘‘நீ ஏன் இங்கே இருக்கே, உன் சாப்பாட்டிற்கு உங்கப்பன் தந்து வச்சிருக்கானா?’’ என்று திட்டுவதையும் அவரு போதையில் சொல்லுறத கண்டுக்காதே என்று அத்தை சொன்னதையும் சொன்னான்.

உன் பேரில் தானே வீடு இருக்கு. அதை வித்துரு. எனக்குக் கொஞ்சம் பணம் குடுன்னு தினமும் கேட்டுக்கிட்டிருப்பாரு. ராத்திரில கஞ்சி குடிக்கிற போது தான் ரொம்பத் தொல்லை கொடுப்பாரு. நிறைய கெட்ட வார்த்தை சொல்லி என்னைத் திட்டுவாரு. எங்கம்மா என்னை, ‘‘சிவா, கண்ணே, ராசான்னு தான் கூப்பிடுவாங்க’’ என்று சொல்லி முடிக்குமுன்னே அவன் அழுது விட்டான்.

முதியவர் எழுந்து வந்து ஒரு கை அவன் முன் நீட்டினார். அவன் எழுந்து கொண்டான். தாத்தா அவனைக் கட்டிலில் பக்கத்தில் உட்கார

வைத்தார். அவன் அவரது ஒல்லியான கையிலும் தோளிலுமாக சாய்ந்து கொண்டான்.

சற்று நேரம் இருவரும் ஒன்றும் பேசாமல் இருந்தனர்.

முதியவர் எழுந்து கைத்தடி ஊன்றி அடுத்த அறைக்கு நடந்தார். அவன் சற்று தயங்கி கூடவே போனான். அவரும் அதை விரும்பினார் என்றுதான் அவனுக்குத் தோன்றியது. அவன் வேகமாக நடந்து அடுத்த அறைக்குள் நுழைந்து அரையிருட்டில் தெரிந்த சுவரில் கண்ட ஸ்விட்சைப் போட்டான். அங்கே வெளிச்சம் பரவிற்று. முதியவர் புன்னகைத்துக் கொண்டு அந்த அறையில் இருந்த பாத்ரூமுக்குள் நுழைந்தார். அவன் கைத்தடியை வாங்கிக் கொண்டு வாசலில் நின்றபடியே அடுத்த அறைகளைப் பார்த்தான். எங்கும் யாருமில்லை. வீடு அமைதியாக இருந்தது. பாத்ரூமில் தண்ணீர் விழும் சத்தம் தவிர வேறொன்றுமில்லை.

முதியவர் வெளியே வந்ததும் கைத்தடியை கொடுத்து விட்டு அவரது இன்னொரு கையில் பிடித்து நடக்க உதவினான்.

''இன்னிக்கு மட்டும் நான் இந்தத் திண்ணையில் படுத்துக்கவா'' என்று கேட்கலாமென்று மனசுக்குள் நினைத்துக்கொண்டு அவர் முகத்தைப் பார்த்தான். அவர் வேறு ஏதோ உலகத்தில் இருப்பது போல அந்த அறை இருட்டை வெறித்துப் பார்த்துக்கொண்டு இருந்தார். பாதி திறந்து கிடந்த வாசல் கதவு வழியாக குளத்தைப் பார்த்துக்கொண்டு அவனும் பேசாமல் இருந்தான். நேரம் நகர்ந்து கொண்டேயிருந்தது. மணி பார்க்கவும் எந்த வழியுமில்லை என்று அவன் அலுத்துகொண்டபோது கோயில் மணி அடித்தது. அதிலிருந்து அவனுக்கு மணி எத்தனை என்று புரியவில்லை.

அவன் வாசல் வழியே தெருவைப் பார்த்தான். வெறிச் சோடிக் கிடந்தது. சட்டென்று ஒரு ஆட்டோ வாசலில் வந்து நின்றது. அதிலிருந்து ஓட்டுநர் இறங்கி, ''தாத்தா இன்னிக்கி தூரமா ஒரு சவாரிக் கிடச்சுது. அதான் லேட்டாச்சு'' என்றபடி ஏதோ பொட்டலம் வைத்தப் பை ஒன்றை மேஜைமேல் வைத்தான். உடனே அந்த அறைக்கான லைட்டையும் போட்டான். பளிச்சென்று வெளிச்சம் பரவினதைக் கண்டு சிவா என்ன செய்வதென்று தெரியாமல் நின்றான்.

''யாரு தாத்தா இது?'' என்று கேட்டு ஆட்டோக்காரன் சிவாவைக் கூர்ந்து பார்த்தான். சிவா தாத்தாவைப் பார்த்துவிட்டு தனது பையை

எடுத்தான். தாத்தா சத்தம் போட்டுச் சிரித்தார். "இது என் சொந்தத்தில் உள்ள ஒரு பேரப் பிள்ளை. ஊரிலிருந்து வந்திருக்கான். இனிமே இவன் இங்க நின்னுதான் படிக்கப் போறான், என் மகன் ஏற்பாடு" என்றார்.

"நல்லது, நல்லது. உங்களுக்கும்தான் பென்ஷன் வருதே. இங்கே நின்னுப் படிக்கட்டும். உங்களுக்குத் துணையுமாச்சு" என்று சொல்லிச் சிரித்தான் ஆட்டோக்காரன்.

"ஆமாமா, இனிமே மூன்று வேளைக்கும் ரண்டு, ரண்டு பொட்டலமா கொண்டு வரணும்" என்றார் முதியவர்.

"அதுக்கென்ன, கொண்டு வந்தாப் போச்சு. காசு நீங்க தானே தர்றீங்க" என்று சொல்லிச் சிரித்தபடியே அவன் படியிறங்கிச் சென்றான். குழம்பியபடியே நின்ற வாவிடம், "வா சாப்பிடலாம்" என்றார் தாத்தா.

வாசல் வழியாக உள்ளே நுழைந்த காற்று அவர்கள் இருவரையும் தழுவிக் கொண்டுச் சென்றது

●

சின்ன மீன்கள்

மெல்ல மெல்ல இருள் பரவி வருவதை கவனித்துக் கொண்டே முத்தையன் விளக்குக் கம்பத்தின் மேல் சாய்ந்தவாறு உட்கார்ந் திருந்தான். விளக்குக் கம்பத்தின் கீழ் அவன் உட்கார வசதியாக பழைய ஆட்டுக் கல் ஒன்று கவிழ்த்திப் போடப்பட்டிருந்தது. வேலையில்லாத நேரமெல்லாம் அவன் அங்கே தான் உட்கார்ந்திருப்பான். தனது மனதில் தோன்றுவதை அந்த விளக்குக் கம்பத்திடம் முணுமுணுப்பாகச் சொல்வான். சின்னத் தெருவின் கடைசி விளக்குக் கம்பம்தான் தன்னுடைய நண்பன் என்று முத்தையன் நினைத்துக் கொள்வான்.

பெரியத் தெருவின் நடுவிலிருந்து சின்னத் தெரு பிரிந்திருந்தது. சின்னத் தெருவின் இரு பக்கவுமாக கிட்டத்தட்ட இருபது வீடுகள் போல் இருந்தன. கடைசி இரு வீடுகளுக்கு மத்தியில் சற்று உள்வாங்கி இருந்தது அந்த வீடு. அதன் பக்கத்தில்தான் விளக்குக் கம்பம் இருக் கிறது. விளக்கொளி கொஞ்சமாக அந்த வீட்டுத் திண்ணயில் அவன் படுக்கும் பெஞ்சில் கம்பிகளின் இடைவெளி வழியே விழுந்து கிடக்கும்.

அந்த வீட்டின் பின்பக்கம் பரந்த வெளி. முன்னர் பச்சைப் பசேல்ன்னு கிடந்த நெல்வயல் இப்போது கொஞ்ச காலமாக சும்மா கிடக்கிறது. சின்னத் தெருவை சுற்றிக் கொண்டு போனால்தான் அந்த நிலத்துக்குப் போக முடியும். மற்றபடி அந்த வீட்டின் பின்பக்கம் கொல்லை வாசலைத் திறந்தால் அங்கே போய்விடலாம். பெரிய அம்மாவும் சாலா அம்மாவும் பின்பக்க வராந்தாவில் சில நேரம் உட்கார்ந்திருப்பார்கள். கோலப்பாட்டியும் முத்தையனும் கூட சில நேரம் உட்கார்ந்திருப்பார்கள். பேசுவதற்கு எதுவுமில்லாததுபோல் அந்தப் பரந்த வெளியில் என்னென்னவோ காட்சிகளை அவரவர்களுக்குத் தகுந்தது போல் எண்ணவோட்டத்தின் அடிப்படையில் கண்டு கொண்டிருப்பார்கள்.

முத்தையன் சற்றே திரும்பி வீட்டைப் பார்த்தான். திண்ணைப் பக்கத்துச் சுவர் மேல் பெரிய பழைய கடிகாரம் இருக்கிறது. அது கொஞ்ச நாட்களாக ஓடாமல் நிற்கிறது. ஓடாத கடிகாரம் முத்தையனை பயமுறுத்தும். ஓடாத முட்கள் அவனை நிம்மதியற்றவனாக்கி விடுகின்றன.

அதை எடுத்து சரி செய்யலாமென்றால் அது மிகவும் உயரத்தில் உள்ளது. முத்தையனால் எட்டி எடுக்க முடியாது. பெரிய ஐயா யாரையோ அழைத்து அங்கே பொருத்தி வைத்தார் போலும். ஓடாத கடிகாரத்தைப் பார்க்காமலிருக்க அவன் முயற்சித்தான். முகத்தைத் திருப்பி கொண்டு, 'முருகா' என்று வாய்விட்டுச் சொல்லிக் கொண்டே தெருவைப் பார்த்தான்.

பெரிய தெருவிலிருந்து பிரியும் சின்னத் தெருவின் ஆரம்பத்தில் மூன்று பேர் நிற்பது அவன் கண்ணில் பட்டது. முத்தையனுக்கு இப்போதெல்லாம் கண்கள் நன்றாகத் தெரிவதில்லை. பக்கத்தில் வந்தால் தான் ஆட்கள் யாரென்று தெரிகிறது. "கண் டெஸ்ட் பண்ணி கண்ணாடி வாங்கிப் போட்டுக்கோங்க முத்தண்ணே" என்று சாலாம்மா அடிக்கடி சொல்கிறாள். "என்னத்துக்கிப்ப" என்று முணுமுணுப்பாக சொல்லிக்கொண்டு முத்தையன் நகர்ந்து விடுவான். இப்போது கண்களைச் சுருக்கிக் கூர்ந்து பார்த்தான். அந்த மூன்று பேர் தான் போலிருக்கிறது. அவனுக்கு மிகுந்த பயம் தோன்றியது. கண்களில் இருட்டுப் பரவியது. மனது படபடக்க அவன் சற்றே திரும்பி வீட்டைப் பார்த்தான்.

அங்கே வீடே இருக்கவில்லை. மொத்தவும் இருட்டாக இருந்தது. மரங்களோ அதில் கூடு கட்டியிருந்தப் பறவைகளோ இல்லை. பறவைக் குரல்கள் ஒன்றும் கேட்கவில்லை. மெல்லிய இருளில் ஒரு பாதைத் தென்பட்டது. அந்தப் பாதையின் முடிவில் பாய்ந்து கிடக்கும் நிலப்பரப்பு காணப்பட்டது. ஆங்காங்கே சதுரம் சதுரமாக வெளிச்சம் நிறைக்கப்பட்ட வீடுகளும் காணப்பட்டன. பாதை வழியாக பல நிறங்களில் உடுத்திக்கொண்ட மக்கள் சிறிய, பெரிய வாகனங்களில் அங்குமிங்கும் போய்க் கொண்டிருந்தனர். விளக்குக் கம்பமும் அதில் சாய்ந்து உட்கார்ந்திருக்கும் முத்தையனும் அந்த இடத்துக்குப் பொருத்தமற்றதாக தோன்றியது. யாரும் அவனைக் கவனிக்கவில்லை. கவனித்தவர்கள் பொருட்படுத்தவுமில்லை. 'இது ஏன் இங்க அபசகுணம் மாதிரி உட்கார்ந்திருக்கு' என்று ஒரு வேளை நினைத்துக் கொண்டு. 'ஏன் இங்க இருக்கே, வேறெங்காவது போ' என்று துரத்திவிடும் கட்டம் வந்ததும் முத்தையன் உடம்பு தூக்கிவாரிப் போட தலையை உலுக்கிக் கொண்டான்.

கண்களை அழுத்தி மூடித்திறந்து மறுபடியும் உற்றுப் பார்த்தான். வெளிச்சம் இன்னும் மீதமிருக்க அவனுக்கு வீடு நன்றாகப் புலப்பட்டது.

இரு பக்கமும் பெரிய திண்ணைகள் கொண்ட வீடு. பெரிய ஐயா இருந்த போது யாராவது உறவு ஜனம் வந்து சில நாட்கள் தங்கி விட்டுப் போவார்கள். உள்ளே நிறைய அறைகள் இருந்தாலும் எல்லோரும் திண்ணையில் உட்கார்ந்து தான் கதை பேசுவார்கள். அப்போதெல்லாம் சின்னப் பெண்ணான விசாலாட்சி எனும் பெயர் கொண்ட சாலா அவர்களுக்கிடையே ஓடிக்கொண்டிருப்பாள். ஒரு தரம் அப்படி விளையாடிக்கொண்டிருந்த பொழுது சட்டென்று திண்ணை விளிம்பிலிருந்து கால் தவறி விழப் போய்விட்டாள். ஒரு மாமா பிடித்துக் கொண்டதால் அடிபடவில்லை அவளுக்கு. ஆனால் பெரிய ஐயா உடனேயே இருபக்கத் திண்ணைகளுக்கும் கம்பிகள் போட்டு அறைகள் போல் செய்து விட்டார்.

அது முத்தையனுக்கு ரொம்ப வசதியாயிற்று. ஒரு பக்கத் திண்ணையின் ஓரத்தில் சுவரோடு சேர்த்து பெரிய ஐயா கொடுத்த மரபீரோவில் துணிகள் வைத்துக் கொண்டு அதன் பக்கத்தில் ஒரு பெஞ்சு போட்டு படுக்க வழி செய்து கொண்டான். ஸ்டோர் பக்கத்து அறையை காலி செய்து விட்டுத் திண்ணையில் வந்தபோது பெரிய அம்மா ‘‘ஏன்டா’’ என்றார். ‘‘அவன் இஷ்டப்படி இருக்கட்டும்’’ என்று பெரிய ஐயா சொல்லிவிட்டார். ஒரு திரை ஒன்றையும் போட்டுக் கொண்டான். நல்ல மழை நேரங்களில் பெரிய ஐயா அவனை உள்ளே போய்ப் படுத்துக் கொள்ளச் சொன்னாலும் அவன் மறுத்து விடுவான். வானத்தையும் நட்சத்திரங்களையும் பார்த்துக் கொண்டு படுத்துக் கிடப்பான். குச்சி குச்சியான கைகளையும் சூம்பிப்போன ஒரு காலையும் வாழ்க்கையின் போக்கையும் குறித்துக் கவலை வரும் போது வேலையும் சாப்பாடும் படுக்க இடமும் அன்பும் கொடுக்கும் பெரிய ஐயா குடும்பத்தினருக்கும் கடவுளுக்கும் மனத்துக்குள் நன்றி சொல்லி தூங்கிப் போவான்.

கோலப்பாட்டிக்கும் அது வசதியாகப் போயிற்று. மறுபக்கத் திண்ணையின் ஓரத்தில் ஒரு சிறு பலகை வைத்து வேலையில்லாத நேரம் உட்கார்ந்து கொள்வான். மூன்று நான்கு வீடுகளில் வாசல் தெளித்துக் கோலம் போட்டு மீதி நேரமெல்லாம் பெரிய ஐயா குடும்பத்தில் தன்னால் இயன்ற வேலைகளைச் செய்து கொண்டிருந்த உறவுகளற்ற கல்யாணமும் பண்ணிக் கொள்ளாத கோலம்மை பாட்டியை அந்த வீட்டிலேயே தங்கிக் கொள்ள சொன்னார் பெரிய ஐயா.

பின்பக்க வராந்தாவை ஒட்டிய சிறு அறையில்தான் இரவில் படுத்துக் கொள்வாள். வேலை இல்லாத நேரம் முன்பக்கத் திண்ணையில் கால் நீட்டி சுவர் சாய்ந்து உட்கார்ந்திருப்பாள். அதுவும் பெரிய ஐயா

போன பிற்பாடுதான். திண்ணைக்குக் கீழே தவிட்டு நிறத்தில் நாய் ஒன்று படுத்திருக்கும்.

கறுப்பு வெள்ளை என்று ஏகப்பட்ட மாடுகள் நின்ற தொழுவத்தில் இப்போது ஒரே ஒரு மாடு நின்றது. ஆடுகள் ஒன்றுகூட இல்லை. ஒரு சில கோழிகள் மண்ணைக் கிளறிக்கொண்டு அங்குமிங்குமாய் திரிகின்றன.

வீட்டின் வலப்பக்கத்தில் இரண்டு மாமரங்களும் ஒரு வேப்ப மரமும் நிற்கின்றன. அங்கே எப்போதும் அணில்களும் மைனாக்களும் சத்தம் போட்டுக் கொண்டு அந்த இடத்தைக் கலகலப்பாக வைத்திருக்கும். பக்கத்தில் உள்ள பப்பாளி மரத்தில் புள்ளிக் குயில் ஒன்று அடிக்கடி வந்து போகும்.

முத்தையன் பழைய நினைவுகளில் மூழ்கி வீட்டை உற்றுப் பார்த்தான். அங்கே முற்றத்தில் பெரிய ஐயா, வைர மூக்குத்தி மின்ன சிரித்த முகத்துடன் பெரிய அம்மா, பட்டுப் புடவையும் நகைகளும் தலை நிறைய பூவுமாக சாலாம்மா, அவள் பக்கத்தில் மகாதேவன், குழந்தை ஹரி, பஸ் தொழிலாளர்கள் எனப் பார்க்க நிறைவாக சந்தோஷமாக இருந்தது. பெரிய ஐயா எப்போதும் புன்முறுவலுடனேயே தான் பேசுவார். எப்போதாவது தான் அவருக்குக் கோபம் வரும். நேர் எதிர்ப் பக்கத்தில் சாலா மோட்டார்ஸ் என்ற பெயரில் ஒரு பேருந்து இரவு நேரங்களில் வந்து நிற்கும். அங்கேயே சின்னதாய் ஒரு வீடும் உண்டு. பஸ் தொழிலாளர்கள் அங்கு தங்கிக் கொள்வார்கள்.

அந்தப் பேருந்தில் டிக்கட் எடுக்காமல் ஏறி வந்துவிட்ட பத்து வயதுச் சிறுவனான முத்தையனின் அழுகையை நிறுத்தி, பசிக்கு உணவு போட்டு யாருமற்றவன் என்றறிந்து அங்கேயே தங்க அனுமதி கொடுத்து குச்சி குச்சியான கைகளும் சூம்பிப்போன ஒரு காலுக்கும் வைத்தியம் பார்த்து, படிக்க வைத்து, எல்லாம் செய்த பெரிய ஐயா கண்ணிலேயே நிற்கிறார். ஒன்பதாவது படித்து முடித்தவுடன், 'இனிமே படிக்கலே' என்ற போதும் ஐயா 'உன் இஷ்டம்' என்றார். ஆடு, மாடு, கோழிகள், வெளி வேலை என்று எல்லாவற்றையும் இழுத்துப் போட்டுக் கொண்டான் முத்தையன்.

சாலாம்மாவுக்கும் மகாதேவனுக்கும் கல்யாணம் நடந்தப் பின், 'உனக்கொருத் துணை வேண்டாமா' என்ற பெரிய ஐயாவிடம் வேண்டவே வேண்டாம் என்று மறுத்து விட்டதும் அவனுக்கு நினைவில் வந்தது.

தெளிந்த நீரோடை போல போய்க்கொண்டிருந்த வாழ்க்கை மாறிப்போனதும் அவன் கண்ணில் வந்தது.

பெரு மழை பெய்த ஓர் இரவில் பயணிகளை இறக்கி விட்டு விட்டு ஷெட்டுக்குத் திரும்பிக் கொண்டிருந்த சாலா மோட்டார்ஸ் ஆற்றுப் பாலத்தின் கைப்பிடி சுவரைப் பெயர்த்துக் கொண்டு தண்ணீரோடு போனதும் தொழிலாளர்கள் மூவர் படுகாயமடைந்ததும் கடன் பெருகியதும் பெரிய ஐயா கண்ணை மூடினதும் எல்லாம் காட்சிகளாக அவன் கண்டான். ''வீடு தவிர மீதியெல்லாம் பறிபோன துக்கத்தில் இருந்த போது ஒரு விபத்துல மகாதேவன் காலமானதோட பதினெட்டு வயசு பையனையும் கூட்டிக்கொண்டு சாலாம்மா வீட்டோட வந்ததுதான் இன்னும் கொடுமை.'' யாரிடமோ சொல்வதுபோல் விளக்குக் கம்பத்திடம் முணுமுணுப்பாகச் சொன்னான் அவன். இன்று அவன் மிகுந்த கவலையோடிருக்கிறான்.

கலர் கலராகப் புடவை உடுத்தி, நகைகளணிந்து தலை நிறைய பூவுமாக வளைய வந்து கொண்டிருந்த சாலாம்மா வெளிர் நிறங்களில் உடுத்திக் கொண்டு அந்த வீட்டின் உள்ளே அடைபட்டிருக்கிறாள் என்பதை நினைக்கும் போது முத்தையனுக்கு மிகுந்த வேதனையாக இருந்தது.

'அந்த ஹரி தம்பி வேற வேலை பார்க்கப் போன இடத்துடல ஒரு வெள்ளைக்காரியைப் பார்த்து கல்யாணம் பண்ணிக்கிட்டது அதை விட வேதனையாச்சே' என்று மறுபடியும் முணுமுணுத்தான்.

இப்படி அடிக்கடி விளக்குக் கம்பத்திடம்தான் தன்னுடைய வேதனைகளையும் சொல்லுவான் முத்தையன். விளக்குக் கம்பம் எல்லாவற்றையும் கேட்டுக் கொண்டிருக்கிறது என்று அவன் நம்பினான். விளக்குக் கம்பம் கைநீட்டி அவனை அணைப்பது போல் அவனுக்குத் தோன்றியது.

தலையைத் திருப்பி வீட்டைப் பார்த்தான். வெளியே சின்ன மாடத்தில் விளக்கு வைத்திருக்கிறார்கள். அதன் சுடர் அழகாகத் தெரிகிறது.

பெரிய அம்மாவும் வெளியே வருவதேயில்லை. எப்போதாவது கோயிலுக்குப் போவார்கள். அதுவும் பெரிய அம்மா தான். சாலாம்மா அரிதாகத்தான் வெளியே வருவார்கள்.

முத்தையன் ஒரு தரம், ''ஏம்மா அந்த கணபதி மாமா வீட்டுக் கல்யாணத்துக்குப் போவலியா. நாளைக்கு எதுனாம் சொல்ல மாட்டாங்களா'' என்றான் சாலாம்மாவிடம்.

''எனக்குப் பெரிய பொட்டு வச்சு, நிறைய பூவு வச்சு, கையில வளையல் அடுக்கி, காலுல கொலுசு போட்டு, கடும் கலர்ல பட்டுப்புடவை உடுத்திக்கிட்டு கல்யாணத்துக்குப் போகத்தான் இஷ்டம்.''

அடுத்த அறைக்குப் போக இருந்தவள் என்னவோ நினைத்துக் கொண்டவள் போல் மேலும் ''முத்தண்ணே, சும்மா பேருக்குத்தான் கூப்பிட்டோம். வந்துட்டாங்களே. இப்ப என்ன பண்ணன்னு மேலத்தெரு லலிதாக்காவை சுட்டிக்காட்டி சுமதி அத்தை சொன்னதை நான் கேட்டிருக்கேன், ஒரு கல்யாணத்துக்குப்போன போது. இப்ப என்னையும் அப்படித்தானே சொல்லுவாங்க. காலம் மாறிப்போச்சுன்னு சொல்றதெல்லாம் சும்மா முத்தண்ணே'' சொல்லிக் கொண்டே அவள் அறைக்குள் சென்ற பின் அவன் கண்களை துடைத்துக் கொண்டான்.

அதுவும் சரிதான் என்று முத்தையனுக்குத் தோன்றியது. எதிர்த்தாற்போல் நாலாவது வீட்டில் குழந்தைக்குக் காதுகுத்து. இந்த வீட்டை விட்டு விட்டார்கள். மகிழ்ச்சியற்ற சூழலில் இருப்பவர்களையல்லவா விசேஷங்களுக்கு அழைக்க வேண்டும். சாத்தப்பட்ட கதவுகளுக்குள் இருள் சூழ்ந்த அறைகளில் வெளிர் நிற உடைகளணிந்து அங்குமிங்கும் உலவுகின்ற அவர்களை இப்படி ஒதுக்கி வைக்கலாமோ என்று முத்தையன் தன்னிடமே கேட்டுக் கொண்டான்.

பூட்டிக் கிடக்கும் பக்கத்து வீட்டுத் திண்ணையில் ஆளரவம் கேட்கிறது. முத்தையன் அசையாமல் உட்கார்ந்திருந்தான். அவன் உட்கார்ந்திருக்கிறானா என்று யாராவது எட்டிப் பார்க்கக்கூடும். அவனுக்கு அவர்களை காணும் போதே எரிச்சலாக இருக்கும். அந்த வேலுவும் கூட்டாளிகளும் வெட்டிப் பேச்சு பேசிக் கொண்டு சத்தம் போட்டு சிரித்துக் கொண்டு பொழுதைப் போக்க வருவார்கள். சில நாள் அவர்கள் கைகளில் சில பைகளும் எடுத்து வருவார்கள். அடுத்த நாள் காலையில் பார்த்தால் ஒரே குப்பையும் சாப்பாட்டின் மிச்சம் மீதிகளும் பாட்டில்களுமாக கிடக்கும். வாரம் ஒரு முறை உறவுக்காரர் ஒருவர் வேலுவையும் கூட்டாளிகளையும் கெட்ட வார்த்தைகளால் திட்டி, திண்ணையை சுத்தம் பண்ணிவிட்டு வீட்டு சொந்தக்காரருக்கு தொலைபேசியில் கூப்பிட்டு சொல்வார். இப்பொழுதெல்லாம் புதிதாக இரண்டு மூன்று பேர் வருவதாகத் தெரிகிறது.

மறுபக்கத்து வீடும் பூட்டித்தான் கிடக்கிறது. அதன் உரிமையாளர் மனைவி இறந்தப் பின் மகனுடன் சென்னை சென்று விட்டார்.

அடிக்கடி வந்து இரண்டு நாள் இருந்து விட்டுப் போவார். திருவிழா காலங்களில் பத்து நாட்கள் கண்டிப்பாக வந்து விடுவார். அவர் ஊரில் மிகுந்த செல்வாக்கு உள்ளவர். அங்கே பெரிய கேட் உள்ளது. உள்ளே திண்ணையுமில்லை.

முத்தையன் ஒரு பெருமூச்சுடன் தெருவைப் பார்த்தான். வந்துகொண்டிருந்த மூவரும் பாதி வழியில் நிற்கிறார்கள். என்னவோ பேசிக்கொள்கிறார்கள். அவர்கள் ஒரு நான்கு மாதம் முன்னர் இதுபோல் பேசிக்கொண்டு நின்றதை முத்தையன் நினைவு கூர்ந்தான். அன்று அவர்கள் விளக்குக் கம்பத்தின் எதிர் பக்கத்துத் தரிசைப் பார்த்துக் கொண்டிருந்தனர்.

காதில் வெள்ளை கடுக்கன் அணிந்து முட்டிக்கால் வரை உள்ள பெர்மூடாவும், என்ன வார்த்தையெல்லாமோ எழுதியிருந்த டீ ஷர்ட்டும் போட்டுக் கொண்டு ஆறரை அடி உயரமும் பருமனுமாக நின்ற அவன் பக்கத்தில் நின்ற இருவரைப் பார்த்து என்னமோ பேசிக் கொண்டிருந்தான். அடிக்கடி இந்தச் சந்து வீட்டையும் வீட்டின் இடப்பக்கத்தில் சின்ன இடைவெளி வழியாகத் தெரியும் பரந்து விரிந்த தரிசு நிலத்தையும் பார்த்துக் கொண்டதால் அது குறித்துத்தான் அவர்கள் பேசிக் கொள்கிறார்கள் என்று அவன் புரிந்து கொண்டான்.

மிகவும் கவனமாகக் கேட்டபோது வார்த்தைகள் அவன் காதில் விழுந்தன.

''இந்தப் பக்கம் ஓ.கே. ஃபேஸ் ஒன்னுன்னு வச்சுக்கலாம். அந்தப் பக்கம் வழி கிடைச்சா அதை ஃபேஸ் டூன்னு வச்சுக்கலாம். அந்த வீட்ல யாரிருக்காங்கன்னு தெரியணும்.''

''டூ விடோஸ்'' மிகவும் குண்டாக இருந்தவன் குரல்.

''தென் இட்டீஸ் ஈஸி'' என்று சொல்லிச் சிரித்தான் வெள்ளைக் கடுக்கன். மற்ற இருவரும் சிரித்தார்கள்.

முத்தையனுக்கு எரிச்சலும் கோபமும் வந்தது. ''இவனுக குடும்பத்தில் எல்லாம் இப்படி வராதோ'' என்று எண்ணியவாறே எழுந்து அவர்களை உதைக்க வேண்டும் என்று ஆசைப்பட்டான் முத்தையன். அடுத்த கணமே குனிந்து தனதுக் குச்சி குச்சியான கை களையும் சூம்பிப்போன காலையும் பார்த்துக் கொண்டான். சற்று தூரத்தில் பெர்மூடா போட்டவனின் கால்கள் இருபெரும் தூண்கள் போல் அவனுக்குத் தென்பட்டது. அவன் குறுகிப்போய் உட்கார்ந்து கொண்டான்.

இப்படித்தான் பலநேரம் எதுவும் செய்ய இயலாது இருக்க வேண்டி இருக்கிறது. அன்றொரு நாள் இதுபோல் விளக்குக் கம்பத்தில் சாய்ந்து உட்கார்ந்திருந்த போது பக்கத்துத் திண்ணையில் நடைபெற்ற சம்பாஷணைகள் அவன் காதில் விழுந்தன.

''என்ன ஒரு நாப்பத்தஞ்சு இருக்குமா''

''சும்மாயிருரா''

''அன்னிக்கு டாக்டர் மணி வீட்ல பாத்தேன்''

''சும்மாயிருரான்னா''

மேலும் அவர்கள் பேசியதொன்றும் அவன் காதில் சரியாக விழவில்லை. ஆனால் வீட்டுக்குச் செல்லும் மின்கம்பியை பழுதாக்கி விட்டு அதை ரிப்பேர் செய்யும் சாக்கில் அங்குப் போகலாமென்று ஏதோ பேசுவது போல் அவனுக்குத் தோன்றியது. அவன் அதை நினைத்துக் கொண்டு இரண்டு மூன்று நாட்கள் பயந்து கொண்டேயிருந்தான். வெளியே எங்கும் போகாமல் திண்ணையிலேயே இருந்தான். அப்போதெல்லாம் தனது கொஞ்சமான துணிகள் வைத்திருந்த சின்ன மரபீரோவின் கதவில் ஒட்டியிருந்த முருகன் படத்தில், ''ஐயா இருந்தால் இப்படியெல்லாம் பேச தைரியம் வருமா. முருகா நீதான் துணை'' என்றான்.

முந்தின நாள் இரவில் அவர்கள் பேசியதைக் கேட்டு அவனுக்குத் தூக்கமே போய்விட்டது.

''அங்க ரெண்டு பொம்பளைங்க மட்டும் தானே இருக்காங்க. அவங்களுக்கென்னத்துக்கு இவளோ பெரிய வீடு. பாதி முக்காவாசி இடிச்சுட்டா பெரிய லாறி போற வழியாயிடும். அப்ப என்ன வெல விக்கும்கறே. ஃபேஸ் ரண்டுன்னு போட்டுரலாம். இந்த வீடு தான் இப்ப இடைஞ்சலா இருக்கு, அப்படீன்னு அவன் சொல்றான்'' என்று வேலு யாரிடமோ சொல்லிக் கொண்டிருந்தான்.

அவன் என்பது வெள்ளைக்கடுக்கன் போட்டவன் தான் என்று முத்தையனுக்குப் புரிந்தது.

'அவனுகல்லாம் நெனச்சா நடத்தாம விடமாட்டாங்க' என்று வேறு யாரோ சொல்வது கேட்டது.

முத்தையன் நிலைகொள்ளாமல் தவித்தான். அன்று காலையில் பின்பக்கத்துத் திண்ணையில் கோழிகளுக்கு தீவனம் போட்டுக்

கொண்டிருந்த போது ஊரில் இந்தப் பேச்சிருப்பதாக கோலப்பாட்டி சொன்னாள். உடனே சாலாம்மா தொலைபேசியில் வெளிநாட்டில் இருக்கும் மகனிடம் பேசினாள். தொலைபேசியை கீழே வைத்துவிட்டு, ''நல்ல வெல கிடச்சா கொடுத்திரு. பெரிய தெருவில சின்னதா ஒரு வீடு வாங்கிரு. பணத்தில கொஞ்சத்தை பாங்கில போட்டுரு. மீதியை எனக்குக் கொடுத்திரு. எனக்குக் கொஞ்சம் பணம் வேண்டியிருக்குன்னு சொல்றான்'' என்றாள். அவள் குரல் கம்மியிருந்தது.

''யாரு கேட்டது அப்படி. அதெல்லாம் கொடுக்க வேண்டாம்மா. தாத்தாவோட வீடு. தாத்தா, பாட்டி, அப்பா எல்லாம் குடியிருந்த வீடு. அதெல்லாம் விக்க முடியாது. நீங்கக் கவலப்படாதீங்க. நான் பாத்துக்கறேன்'' என்றொரு பதிலுக்காகக் காத்திருந்த முத்தையனுக்கு மிகுந்த ஏமாற்றமாக இருந்தது. பெரிய அய்யா அமர்ந்திருக்குமிடம், சாப்பிடுமிடம் தூங்கும் அறை என்று ஒவ்வொன்றும் அவன் கண்முன்னே தெரிந்து கொண்டே இருந்தது.

''இங்கே வந்து எங்கிட்ட கேக்கட்டும் சொல்றேன்'' என்று பெரிய அம்மா சத்தமாகச் சொன்னாள். அது கூட மிகவும் பலவீனமான குரலாகத்தான் அவனுக்குக் கேட்டது.

பெரிய தெரு, தெரு தான் பெரியது. வீடுகள் பலவும் அகலமில்லாத நீள நீள வீடுகள். இரண்டு வீடுகளுக்கு ஒரு சுவர் என்ற பண்டைய வீடுகள். நிறைய வீடுகள் மாடிமேல் மாடி வைத்துக் கட்டி அவரவர் சவுகரியம் பண்ணிக் கொண்டுள்ளார்கள். சில வீடுகள் விரிவுப் படுத்த முடியாதபடியே இன்னமும் இருக்கின்றன. அவைகளில் ஏதாவது ஒன்றுதான் வாங்கக் கிடைக்கும்.

அங்கே பெரிய திண்ணை இருக்குமா, கம்பிப் போட்டு நாய் ஒன்றும் உள்ளே வந்துவிடாதபடி பாதுகாப்பான திண்ணை இருக்குமா. இருக்காது என்று அவன் தலையாட்டிக் கொண்டான். மிகவும் அகலம் குறைந்த வீடுகளை அவன் பார்த்ததுண்டு. அகலமான வீடு வாங்கினால் மொத்தப் பணமும் வீட்டுக்குப் போய்விடும். பின்னர் சாப்பாட்டுக்கு என்ன செய்வது, சின்னதாக வீடு வாங்கிப் பணத்தை வங்கியில் போடுவதுதான் சரி என்று எண்ணிக் கொண்டான்.

கோலப்பாட்டிக்கு உள்ளே எங்காவது இடம் கிடைக்கலாம். சின்ன வராந்தா, சின்ன அறை. பிறகு நீளமான ஓர் அறை. பின்னர் நீளமாக சமையலறை, பின் கட்டு என்று தான் வீடுகள் இருக்கும். காற்று முன்வாசல் வழியாக நுழைந்து பின்வாசல் வழியாகப் போய்விடும்.

முத்தையன் தனியாக உணர்ந்தான். காலம் போய்க்கொண்டே இருக்கும். குச்சி குச்சியான கைகளும் சூம்பிப்போன காலும் மேலும் தளர்ந்து போகலாம். அப்போது ஒண்டிக் கொள்ள ஓரிடம் எங்கே கிடைக்கும்.

ஒற்றையடிப் பாதை வழியாகக் கால்களை இழுத்திழுத்து நடப்பதும் இருள் வந்து கவிழ்ந்து அவனது வழியை மறைத்துக் கொள்வதுமாக அவன் உணர்ந்தான். அடுத்த அடி எடுத்து வைக்க நிலமுண்டா என்று தேடினான். என்றும் படுத்துத் தூங்கும் மரபெஞ்சு எங்கே வைக்கப்படும். தூக்கி வெளியே எறியப்படுமோ என்று பயந்தான்.

வாலாட்டி எனும் பெயர் கொண்ட தவிட்டு நிற நாய் துரத்திவிட்டாலும் மறுபடியும் வந்து பெரிய தெரு வீட்டின் சின்னப் படிக்கட்டில் படுத்துக் கொள்ளுமாயிருக்கும்.

வண்டிகள் போகவர வசதிக்காக மாமரத்தையும், வேப்ப மரத்தையும் வெட்டிவிட்டால், ஒன்றையொன்று துரத்திக்கொண்டு சத்தம் போட்டுக் கொண்டு மரத்தில் ஏறி இறங்கி விளையாடும் அணில்கள், குதூகலமாக பறந்து திரிந்து கூட்டுக்குத் திரும்பும் மைனாக்கள், மற்றும் பறவைகள் எல்லாம் வீட்டைத் துறந்து விட்டு எங்கே போகும்.

கோமதி எனும் பெயர் கொண்ட பசுமாட்டை அங்கே கொண்டு போக முடியாது. கோழிகளையும் கொண்டு போக முடியாது.

வெள்ளை நிறத்தில் நெற்றியிலும் வாலிலும் மட்டும் கறுப்பு நிறமுள்ள கிற்றி என்ற பூனையைக் கொண்டு போகலாம் என்று தோன்றுகிறது.

அவன் பெருமூச்சுடன் சற்றே அசைந்து உட்கார்ந்தான். பக்கத்துத் திண்ணையின் அரை இருட்டில் இப்போது நிறைய சத்தங்கள் கேட்கின்றன. பகல் நேரத்திலும் சில பேர் வருகிறார்கள் என்று தெரிகிறது. வீட்டுக்கும் சுற்றுச் சுவருக்குமிடையே உள்ள சின்னவழி வழியாக அவர்கள் பின்கட்டுக்கு வருகிறார்கள். அங்கேயிருந்து இந்த வீட்டுக் கொல்லை பக்கம் பார்ப்பதும் அரட்டையடிப்பதுமாக இருக்கிறார்கள். சாப்பாட்டு மிச்சங்களை இந்த கொல்லையில் எறிகிறார்கள்.

சென்ற வாரம் மஞ்சள் நிறத்தில் ஒரு பாம்பு இந்த வீட்டுக் கொல்லைச் சுவரோரமாக ஊர்ந்து தரிசு நிலத்தைப் பார்க்கப் போயிற்று. முத்தையன் பயந்து போனான். அவன் யாரிடமும் அதைப் பற்றிச்

சொல்லவில்லை. பக்கத்துக் கொல்லையிலிருந்து அதை யாரோ இங்கே போட்டது என்று அவனுக்குத் தோன்றியது.

ஒரு வாரமாகவே அந்த வீட்டிலிருந்து சதங்கைச் சத்தம் கேட்கிறது. முத்தையன் கவனித்து விட்டு இன்று யாரிடமும் ஒன்றும் கூறவில்லை. அவனுக்கு நிறைய சந்தேகங்கள் இருந்தன. அது பேய்களாயிருக்கும் பட்சத்தில் இது நாள் வரை எங்கே இருந்தன. பேய்கள் கொலுசு போடுமா, சதங்கைக் கட்டுமா, நடனமாடும் போது ஏன் தாளமில்லாமல் தொம் தொம் என்று குதிக்கின்றன. மெலிதாக பாட்டுக் கூட கேட்கிறது. கரகரவென்று குரலா பேய்களுக்கு. ஒரு கட்டையால் தரையில் தட்டுவது தான் பின்னணி இசைக்காக இந்த பேய்கள் செய்வதா. அவனுக்குச் சிரிப்பு தான் வந்தது.

ஆனால் இன்று காலை இதைக் குறித்து பெரிய அம்மாவும் சாலாம்மாவும் கோலப்பாட்டியும் அம்மன் கோயிலுக்குப் பொங்கல் போட்டு நீண்ட நாட்களாயிற்று என்று சொல்லி சதங்கைச் சத்தம் குறித்துச் சொன்ன போது முத்தையன் பேசாமலிருந்து விட்டான். அவர்களும் எதற்கோ எதுவோ சொல்வது தெரிந்து தான் சொல்கிறார்கள் என்று அவனுக்குப் புரிந்தது. இதற்கெல்லாம் என்ன செய்வது என்பது அவனுக்குச் புரியவேயில்லை.

பின் திண்ணையில் மேலே இரண்டு ஓடுகள் உடைந்திருக்கின்றன. அதைக் கழற்றி வைத்து விட்டு அது வழியாக உள்ளே நுழைவார்களோ என்று கூட முத்தையன் பயந்தான்.

அவன் மனசுக்குள் குமுறிக்கொண்டே இருந்தான். மனசு ஒரு நிலையில் இல்லாமல் தவித்துக் கொண்டே இருந்தது.

அவன் ஒரு பெருமூச்சுடன் எழுந்தான். ஆள் முகம் தெரியாத அளவுக்கு இருட்டி விட்டது. விளக்குக் கம்பத்து வெளிச்சம் மெலிதாக பரவிக் கிடந்தது. அவன் கண்களைச் சுருக்கிக் கொண்டு பார்த்தான்.

அந்த மூவரும் பக்கத்தில் பூட்டிக் கிடக்கும் வீட்டின் முன் நின்று கொண்டிருந்தார்கள்.

●

மூவர்

இந்தக் காலை வேளை ரம்மியமாக இருக்கிறது. ஜன்னல் வழி வெளியே பார்த்துக் கொண்டு யோசனை பண்ணிக் கொண்டிருப்பதும் நன்றாகத்தான் இருக்கிறது.` வெளியே வெயில் பரவிக்கொண்டிருக்கிறது. எதிர் வீட்டின் ஒரு பக்கத்தில் நிற்கும் பெரிய மரத்தின் இலைகள் அசையாமல் நிற்கின்றன. எங்கோ ஒரு பறவைக் குரல் கேட்கிறது.

வேதா சற்றே நகர்ந்து கண்ணுக்குத் தெரிந்த வரை தெருவையும், வீடுகளையும் பார்த்தாள். அநேகமாக எல்லா வீடுகளும் பெரிய பங்களாக்களைபோலவே இருக்கின்றன. வீடுகள் அதன் சொந்தக்காரர்கள் வருகைக்காக காத்துக்கொண்டு நின்றன. சொந்தக்காரர்கள் வரவில்லை என்றால் வேறு யாராவதேனும் வரவேண்டும் என்று நினைத்தன. பேச்சு, சிரிப்பு அழுகை என வாழ்க்கையின் பல நிகழ்வுகளையும் காண அவைகள் ஆசைப்பட்டன. கதவு, ஜன்னல்கள் திறக்கும் அடைக்கும் ஓசைகள் கேட்க வேண்டும் எனும் ஆசைகளும் அவைகளுக்கு இருக்கக்கூடும். வெறும் கட்டடங்களை வீடுகளாக மாற்றுவதற்காக யாராவது வாருங்கள் என அழைத்துக் கொண்டு வீடுகள் தெருவின் இருபக்கங்களிலும் நின்றன.

சில வீடுகள் காலையில் பூட்டப்பட்டு ஓரளவு கலகலப்புடன் நின்றன. அதைப் பார்த்து எப்போதும் பூட்டப்பட்டிருந்த அல்லது இரண்டு மூன்று வருடத்துக்கு ஒருமுறை சில நாட்கள் திறக்கப்படும் வீடுகள் ஏக்கத்துடன் தனக்குத்தானே பேசிக்கொண்டன.

ஏதோ ஒரு சூனியக்காரக் கிழவி மந்திரம் சொல்லி இந்தத் தெருவை கலகலப்பற்றதாக ஆக்கிவிட்டு போய்விட்டாளோ என்று வேதாவுக்கு அடிக்கடி தோன்றும்.

சில நேரங்களில் சில கார்கள் தெரு வழியாகப் போகும். உள்ளே இருக்கும் மனிதர்களின் முகங்கள் மிகவும் இறுக்கமானவைகளாவும் அவர்களை மற்றவர்கள் கவனித்து விட்டால் பெரிய அசம்பாவிதம் நடந்துவிடும் என்று பயப்படுகிற மாதிரியும் தென்பட்டார்கள்

சிலபேர் காலையில் தெருவில் நடைப்பயிற்சியில் ஈடுபட்டிருப்பார்கள். அப்போதும் ஒருசிலர் தவிர மீதம் பேர் மௌனமாகவும் இந்த உலகத்தில் அவர்கள் மிகவும் வித்தியாசமானவர்கள் போலும் போன்ற பாவனையுடன் யாவரையும் கவனிக்காது செல்வார்கள்.

விடியற்காலையில் பெரிய ஜன்னலின் உள்படி மேல் உட்கார்ந்து இவையெல்லாம் பார்த்துக் கொண்டிருக்கும் வேதா மிகவும் வெறுமையாக உணர்வாள். அந்த உணர்வை விரட்டியடிப்பதற்காகவே சில வீடுகளில் சிறைப்பட்டிருக்கும் பலதரப்பட்ட ஆன்மாக்கள் பற்றி யோசித்துக் கொண்டிருப்பாள். ஆள் ஆரவமற்ற வீட்டில் ஆன்மாக்கள் கவலையின்றி வாழ்வார்கள் போலும் என்கிற மாதிரி சிந்திப்பாள்.

இந்த வீட்டில் விடியல் வருவது ஏறக்குறைய எட்டரை அல்லது எட்டே முக்கால் மணி ஆகும் போது தான். அப்போது தான் சாமி எனும் பெரியவர் விழித்துக் கொள்வார். அவர் படுக்கைப் பக்கத்து மணியடித்து அவளை அழைத்தப் பின்னர் தான் வேதா அங்குச் செல்ல வேண்டும். அதற்கு முன் அவள் சும்மா சாத்தப்பட்டிருக்கும் கதவை அடிக்கடி திறந்து பார்த்து விட்டு வந்து விடுவாள். மற்றபடி வேலை எதுவும் கிடையாது. அவர் விழித்தப் பின் அவருக்கு வேண்டிய உதவிகள் செய்துத் தர வேண்டும். அநேகமாக ஓட்ஸ் கஞ்சி, ராகி கூழ், சில நாள் இட்லி, தோசை இப்படி ஏதாவது அவருக்குச் செய்வதையே வேதாவும் பகதூரும் கூட சாப்பிடுவார்கள். எட்டரையாவதற்கும் இன்னும் நேரமிருக்கிறது.

வேதா உட்கார்ந்த இடத்தில் இருந்தே சுற்றும் முற்றும் பார்த்தாள். என்றும் கண்ணில் படுவது தான். எந்த மாற்றமுமில்லாமல் இன்றும் அப்படியே இருக்கிறது. பார்ப்பதற்கு பிரத்யேகமான சுவாரஸ்யம் எதுவுமில்லாத வழக்கமான காட்சிகள்தான்.

உட்கார யாராவது வருவார்கள் என்று காத்துக் கொண்டிருக்கும் விலையுயர்ந்த சோபாக்கள். அதன் எதிரில் டீ, ஸ்நாக்ஸ் போன்றவை வைக்கப்படும் என்ற எதிர்பார்ப்பில் இருக்கும் கண்ணாடி போட்ட டீபாய், திறக்கப்படாத கதவுகள் கொண்ட பெரிய பெரிய கண்ணாடி ஜன்னல்கள், என்றாவது அவைகள் திறக்கப்பட்டு சுத்தமான காற்றை உள்ளே நுழைய அனுமதிக்க வேண்டும் என்று ஆசைப்படும் ஜன்னல்கள், ஜன்னல்களுடன் உறவாடிக் கொண்டிருக்கும் கெட்டியானத் திரைச்சீலைகள், ஏதாவது ஒரு கை வந்து திரையை விலக்கி ஜன்னல்களைத் திறந்தால் உள் நுழையும் காற்றில் அசைந்தாடலாம் என்று எண்ணும் பூப்போட்ட திரைச்சீலைகள்.

இளம் நீலச்சாயம் அடித்த சுத்தமான சுவர்களில் வைக்கப் பட்டிருக்கும் பெரிய படங்கள், ‘இது யார் வரைந்தது’ என்று கேட்க வேண்டும் என நினைத்துக் கொண்டிருந்தன. முக்கியமாக சாம்பல்

கருப்பு மலையும், பச்சைக் காடும், ஒற்றையடிப் பாதையும் அதனருகே ஓடும் நீரோடையும், அதன் கரை வழியே தலையில் குடத்துடன் நடந்து செல்கையில் ஒரு கணம் நின்றுத் திரும்பிப் பார்க்கும் பெண்ணின் படம் பதில் சொல்லத் தயாராக நின்றது. வாசல் நிலையருகே காற்றில் அசைந்து நாதமிசைக்கும் விண்ட் சைம்கள், திறந்துவிடப்பட்ட வாசல் கதவின் முன் உள்ள க்ரில் கதவு பூட்டப்பட்டிருப்பதனால் காற்று உள்ளே வந்து விண்ட் சைமை ஆட்டிவிட்டுப் போகும். அது ஆனந்தமாகக் குரல் கொடுக்கும்.

ஒரு மனிதனுக்கு எதற்காக இவ்வளவு பெரிய வீடு என்று வேதா தனக்குத்தானே கேட்டுக்கொள்வாள். பத்து அறைகள் இந்த வீட்டில் இருக்கின்றன. ஆனால் புழங்குவதென்னவோ நான்கு அறைகள்தான். பெரிய கூடத்தின் இருபக்க அறைகளில் ஒன்றில் சாமி எனும் பெரியவர் படுத்திருக்கிறார். மறுபக்க அறையில் வேதாவும், அடுத்து ஒரு பெரிய அறையின் இருபக்க அறைகளில் ஒன்றை சமையலறையாக வைத்துள்ளாள் வேதா. மற்றொன்றில் பீரோ துணிமணிகள் இன்ன பிற. சமையலறைப் பக்கத்தில் பாதி சுவரும் மீதி க்ரில்லுமாக இருக்கும் விசாலமான ஒரு அறை பகதூருக்கு. எப்போதாவது பெரியவரின் மகன் வெளிநாட்டிலிருந்து வரும்போது மட்டும் மற்ற அறைகள் திறக்கப்படும். உள்ளே பெரிய காற்றோட்டமான சமையலறை உள்ளது. எப்போதாவது வேதா பகதூரையும் பால் கொண்டு வரும் முத்துவின் மனைவி இந்திராவையும் வைத்துக்கொண்டு அங்கெல்லாம் கூட்டிப் பெருக்கிச் சுத்தம் பண்ணி வைப்பாள்.

வெளிவேலைக்கு என்று அமர்த்தப்பட்டிருக்கும் பகதூர் சமையலறைக்கு வெளியே இருபக்கங்களிலும் க்ரில் அடித்த அறையில் எங்கேயாவது வெறித்துப் பார்த்துக் கொண்டு ஓய்வு நேரம் செலவிடுவார். வாய் திறவாது தனக்கிட்ட பணிகளைச் செய்வார். காய்கறி வாங்கி வருவது, தோட்டத்தைப் பராமரிப்பது, பெரியவர் பார்க்கும்படியாக வைக்கப்பட்டிருக்கும் பூ ஜாடியில் புதுப்புது மலர்கள் வைப்பது போன்ற வேலைகள் கர்மசிரத்தையாக செய்வார். வேலையில்லாத போது சில நேரம் பீடி கையில் புகைந்து கொண்டிருக்க வெளியே பார்த்துக் கொண்டிருப்பார். ராணுவத்திலிருந்து ஓய்வு பெற்று வந்தபோது சாமி எனும் பெரியவர் கூடவே பகதூரையும் கூட்டிக்கொண்டு வந்தாராம். இரு கிராமங்கள் நடுவே வந்த சண்டையில் சொந்தங்களை இழந்து விட்டாராம் பகதூர். முகம் கல்லால் செய்யப்பட்டது போல் உணர்ச்சியின்றி இருக்கும். பேச்சு தேவைக்கு மட்டும்.

வேதா பெரியவரை 'மாமா' என்றழைத்தாள். அவர் 'என்னை தாத்தா என்று கூப்பிடு. ஐ ஆம் றன்னிங் செவன்டி ஒன்' என்றார். 'தாத்தான்னா ரொம்ப வயசான மாதிரி இருக்கு. நான் மாமான்னே கூப்பிடறேன். எங்க அம்மாவோட அண்ணன்னு வெச்சுக்கறேன்' என்றாள். முதல் நாளே அவருக்கு அவளைப் பிடித்துப் போயிற்று. இதற்கு முன் இங்கே உதவிக்கு நின்றவர்கள் போல் அல்லாமல் நம்பிக்கையானவளாக இருப்பாள் போலும் என்று எண்ணிக் கொண்டார். அவளுக்கும் அந்த வீடு பிடித்துப் போயிற்று. புழுக்கம் நிறைந்த அறையிலிருந்து தாராளமாக காற்று வீசும் புல்வெளிக்கு வந்ததுபோல் உணர்ந்தாள்.

ட்ரைவர் வேலையில் அமர்த்தப்பட்டிருக்கும் நாகராஜன் அவ்வப்போது முணுமுணுப்பான். 'உங்க ரெண்டு பேருக்கும் நல்ல சம்பளம், சாப்பாடு, சுகமா இருக்கீங்க. நான் அப்படியா' என்பான். இரண்டு மனைவியருடன் அவன் படும் அவஸ்தையைக் கேட்டுக் கொண்டிருக்க வேதாவோ பகதூரோ நிற்பதில்லை என்பதிலும் அவனுக்கு மிகுந்த வருத்தம்.

வேதாவும் பகதூரும் கடுமையான வேலைகள் எதுவும் செய்யாமல் நல்ல சம்பளத்துடன், பழச்சாறு, உயர்தர காய்கறிகள் எல்லாம் சாப்பிட்டுக் கொண்டு குளிரூட்டப்பட்ட அறைகளில் சொகுசாக வசிக்கிறார்கள் என்றும் சொல்வான். பெரியவரைச் சக்கர நாற்காலியில் உட்கார வைத்து கேட் வரை வந்து, பின்னர் காரிலேற்றி ஆஸ்பத்திரிக்குச் சென்று அங்கே சற்று நேரம் காத்திருக்க நேரும் போது தான் இதையெல்லாம் அவன் சொல்வான். வேதா எதையும் கண்டு கொள்வதேயில்லை.

ஆஸ்பத்திரியிலிருந்து திரும்பியதும் டாக்டர் சொன்ன விஷயங்கள், மருந்து, மாத்திரைப் பற்றிய விபரங்கள் எல்லாம் ஒரு டயறியில் குறித்து வைப்பாள் வேதா. பெரியவரின் மகன் வெளிநாட்டிலிருந்து தொலைபேசியில் அழைக்கும்போது தெரிவிப்பதற்காக எல்லாம் தயாராக வைப்பாள்.

நாகராஜன், பெரியவரை சக்கர நாற்காலியிருந்து படுக்கையில் உட்கார வைக்க, படுக்க வைக்க எல்லாம் உதவி செய்து கொண்டிருந்தான். அப்போதெல்லாம் அவளை வெறித்துப் பார்ப்பான். ஒரு நாள் அவள் தோள் மேல் கை வைத்தான். அவள் அவன் கையைத் தட்டிவிட்டு கடுமையான ஒரு பார்வையுடன் வெளியே போ என்று கை காட்டினாள். அவன் மிகுந்த கோபத்துடன் என்னவோ வாய்க்குள் முணுமுணுத்துக்

கொண்டு வெளியே போய்விட்டான். அவளது மௌனமே அவனுக்குப் பயத்தைக் கொடுத்திருக்கும் போலும்.

அடுத்த தரம் ஆஸ்பத்திரி சென்ற போது யாரும் பக்கத்தில் இல்லாத தருணம் பார்த்து, 'என் வேலைக்கு உல வச்சிராதம்மா தாயீ' என்றான். கூடவே 'ஒவ்வொருத்தரோட லக்கு' என்று காதுபட முணுமுணுக்கவும் செய்தான்.

இது ஞாபகம் வந்ததும் வேதாவுக்குச் சிரிப்பு வந்தது. லக்காம் லக்கு. இது என்ன லக்கு. ராமநாதனும் அப்படியே தான் சொல்றான்.

''இது லக் தான்டீ வேதா. ஆனா போரும் இந்த லக் உனக்கு. அடுத்த ஞாயிறோட கடைசி. எல்லா சொகுசையும் உதறிட்டு அந்தக் கிழவனையும் விட்டுவிட்டு வந்துரு. நீ ஹோம் நர்சு வேல பாத்து கிழிச்சதெல்லாம் போரும்'' என்று எச்சரிக்கை விடுத்துள்ளான். அவன் சொன்ன கெடு இன்றோடு முடிவடைகிறது. அவனது தொலைபேசி அழைப்பு எப்போது வேண்டுமானாலும் வரலாம். இந்த நினைவு அவளுக்குப் பதற்றம் தந்தது.

ராமநாதன், அப்பாவுக்குத் தூரத்துச் சொந்தம். பக்கத்துத் தெருவில் இருக்கிறான். அடிக்கடி வீட்டுக்கு வருவான். பட்டணத்தில் வயதான ஒரு மனிதரை கவனித்துக் கொள்ளப் போகிறாள் என்று அறிந்ததும் எதிர்த்தான். 'கஞ்சியோ, கூழோ குடிச்சிட்டு இங்கேயே கெடந்தாப்போரும்' என்று சொன்னான். இங்கே கஞ்சிக்கும் கூழுக்கும் கூட கஷ்டமாக இருக்கிறது என்று அவனுக்குத் தெரிய வாய்ப்பில்லை.

ஒழுங்காக வேலை எதுவும் செய்யாமல் ஊரில் பெரிய பண்ணையாருக்கு உதவி என்று சொல்லி அடியாள் போல வேலை செய்கிறான். அவனுக்கு நிறைய பெரிய மனிதர்களைத் தெரியும் என்றும் வேதா பட்டணத்தில் ஒரு வீட்டில் ஹோம் நர்சாக இருக்கிறாள் என்று சொன்னால் நன்றாக இருக்காது, அவனுக்கு இழிவாக இருக்கும், வேலைக்குப் போக வேண்டாம், வீட்டோடு இருந்தால் போதும் என்கிற மாதிரி பேசினான்.

அப்பா எப்போதும்போல் வாயே திறக்காமல் இருந்தார். பன்னிரண்டாம் வகுப்பு முடித்ததும் பஞ்சாலையில் சில வருடங்கள் வேலை பார்த்தாள். பின்னர் அடுத்த ஊரில் ஒரு மழலையர் பள்ளியில் ஆயாவாக வேலைப் பார்த்தாள். சம்பளம் மிகவும் குறைவாக இருந்தது. பட்டணத்தில் மாதம் கிடைக்கும் எட்டாயிரத்தில் மாசா மாசம்

ஐந்தாயிரம் அனுப்பப்படும் என்று வேதா சொன்னபோது சித்தி மறுப்பு சொல்லாதது மட்டுமல்ல ஊக்குவிக்கவும் செய்தாள்.

பட்டணத்துக்கு வருவதற்கு முன் ஒரு நாள் மேலத்தெரு பெரியம்மா வந்து, "இவளுக்கு வயசு முப்பதாகப் போவுது. உங்களுக்குத் தெரியலயா?" என்று கேட்ட போதும் அப்பா சும்மா தரையில் பார்த்துக் கொண்டிருந்தார். பொதுவாகவே அப்பா பேசுவதில்லை. சித்தி அதிகமாகப் பேசுவதால் தான் அப்பா பேசாமல் இருக்கிறாரோ என்று வேதாவுக்குத் தோன்றும்.

பெரியம்மாவின் கேள்விக்கு சித்தி, 'எனக்கே முப்பத்திநாலுல தான் கல்யாணமாச்சு' என்றாள். இந்த 'எனக்கே' என்பது வேதாவுக்குப் புரியவில்லை. வேதாவுக்குப் பத்து வயதிருக்கும் போது ஜுரம் வந்து அம்மா இறந்து போய் விட துக்கம் கேட்டுவந்த சித்தி அங்கேயே தங்கிவிட்டாள். பின்னர் பெரியம்மா தான் கல்யாணம் பண்ணி வைத்தாள். சித்திக்குக் குழந்தைப் பிறக்காததாலோ அல்லது அக்காவின் குழந்தை என்பதாலோ சித்தி அன்பாகத்தான் இருக்கிறாள்.

காலையில் பாத்திரக் கடைக்கு எடுபிடி வேலைக்குப் போகும் அப்பா இரவில் வரும் வரை எதிர்ப்பக்கத்துப் பிள்ளையார் கோயில் சுவர் மேல் உள்ள காவி வெள்ளைப் பட்டைகளைப் பார்த்துக் கொண்டு ஏதாவது முணுமுணுத்துக் கொண்டே இருப்பாள் சித்தி. இப்போது கை வலி, கால் வலி, கழுத்து வலி என்று முனகிக்கொண்டு அடிக்கடி கடைக்கு மட்டம் போடும் அப்பா வீட்டிலேயே முடங்கிவிட்டால் வருவாய்க்கு என்ன வழி என்று சித்தி கவலைப்பட்டாள். அந்தக் கவலைக்கு முன் வேதாவின் கல்யாணம் என்பதெல்லாம் அடிபட்டுப் போயின. வேதாவுக்குக் கல்யாணம் என்பது நடக்காத விஷயம் என்று விட்டு விட்டாள் போலிருக்கிறது. தெருவில் அக்கம்பக்கம் யார் கேட்டாலும், 'நேரம் வந்தா தானே நடக்கும்' என்றாள். பெரியம்மாவிடம் பேச்சுவாக்கில், 'இவளை சும்மா யாராச்சும் கல்யாணம் பண்ணிக்கிட்டு போவாங்களா. நிறமில்லை. சொல்லும்படியா லட்சணமில்லை. பனிரெண்டாவது படிப்பெல்லாம் படிப்பா என்ன, சொத்தில்லை பணமில்லை, இங்க தெனக்கும் சாப்பாட்டுக்கே கஷ்டமாயிருக்கு. இதில நகையெல்லாம் எங்க வாங்க' என்று சித்தி சொன்னதாகப் புளிகுத்தப் போய்விட்டு வந்த ரஞ்சிதம் அக்கா வேதாவிடம் சொன்னாள்.

இதைக் கேட்ட போது வேதாவுக்குப் பெரிதாக வருத்தமொன்றும் தோன்றவில்லை. சித்தி சொன்னது சத்தியமான விஷயம் தான். இதில் கோபப்பட ஒன்றுமில்லை என்று விட்டு விட்டாள்.

ஆனால் அன்றே பெரிய தெரு சிவன் கோயில் போய்விட்டு வரும்போது ராகவன் வாத்தியார் அவரது அப்பாவின் நண்பர் உடல் நலமின்றி இருப்பதாகவும் உதவிக்கு ஆள் தேடிக் கொண்டிருப் பதாகவும் சொன்ன உடன் யாரிடமும் கேட்கமால் 'நான் வரேன் ஸார்' என்று சொல்லிவிட்டாள் வேதா.

வழக்கம் போல அப்பா தரையைப் பார்த்துக் கொண்டிருந்தார். சித்தி, 'மாசம் எவ்வளவு வரும்? செலவு போக அஞ்சாயிரம் அனுப்புவாயாடீ' என்று கேட்டாள்.

மூலக்கடை சந்தில் வழி மறித்து ராமநாதன், 'கல்யாணமாகப் போறதில்லைன்னுதான் நீ பட்டணத்துக்கு ஹோம் நர்சு வேலைப் பாக்கப் போறியா. வேண்டாம் போவாதே. நான் உன்னைக் கல்யாணம் பண்ணிக்கிறேன்' என்றான். 'அப்போது நீ அப்பப்ப கையை கோர்த்துக்கிட்டு சுத்துவேயில்லே மல்லிகா? அவளை என்ன பண்ணுவே?' என்று வெடுக்கென்று கேட்டாள் வேதா.

ராமநாதன் முகம் மாறினான். 'அது கெடக்கு' என்று முனகினான். அவன் தான் இப்போது ஒரு கெடு வைத்து 'வந்திரு... வந்திரு' என்கிறான். பண்ணை வீட்டில் ஆள் தேடுவதாகச் சொன்னார்கள் என்றான். ஊரோட இருக்கலாமே என்றான்.

வேதா ஒரு பெருமூச்சுடன் எழுந்து பெரியவரின் அறைக்கதவை திறந்து பார்த்தாள். அவர் இன்னும் கண் விழிக்கவில்லை. அவரது படுக்கைப் பக்கத்து மேஜைமேல் கலைந்து கிடந்த பாட்டு சி.டி.க்களை எல்லாம் அடுக்கி வைத்தாள். முந்தின நாள் இரவு அவர் வைத்தப் பாடல்களில் ஒன்று அவள் ஞாபகத்திலேயே இருந்தது. அவர் அடிக்கடி அந்தப் பாடல் போட்டுக் கேட்பார். நேற்று பகதூரும் சமையலறை வாசல் படியில் வந்து உட்கார்ந்து கொண்டார்.

யாருமற்ற இந்த வழியில் என் வீட்டை நோக்கி வருவதற்கு யாருமில்லை என்று எனக்குத் தெரியும். என்றாலும் கூட யாராவது வருவார்கள், வரக்கூடும் என்று நான் ஏங்கிக் கொண்டு பார்த்துக் கொண்டிருக்கிறேன் என்று அர்த்தம் வரும் திரைப்பாடல் கேட்கும் போது மனதை அழுத்திப் பிடித்துக்கொள்ளும்.

இது போன்ற சில பாடல்கள் கேட்கும் போது அங்கே கனமான மௌனம் அவர்களைச் சூழ்ந்து கொள்ளும். மூவரும் வேறு வேறு உலகத்தில் உழன்று கொண்டிருப்பார்கள்.

பாடல் முடிந்தப் பின்னாலும் எல்லோரும் அசையாது அப்படியே இருப்பார்கள். கண்மூடி பாட்டில் லயித்திருக்கும் பெரியவரின் கண்கோடியில் முத்து போல் ஒரு துளி தேங்கி நிற்பது போல் தோன்றும். பகதூரின் விழிகளில் ஆழமான சோகம் தென்படுவதுபோல் இருக்கும். அவளுக்குத் தொண்டையெல்லாம் அடைத்துக் கொள்ளும். பாடல் கேட்கவில்லை என்றாலும் சில நேரங்கள் இந்த மாதிரி தான் கடந்து போகின்றன.

தனிமை இருள் போல் சூழ்ந்து வரும் வேளையில் ஒரு கைவிளக்கின் ஒளி போல் யாராவது வரமாட்டார்களா என்று தோன்றும். ஒரு கையும் காலும் நல்ல சுவாதீனமில்லாமல் இருப்பதோடு பல விஷயங்கள் மறந்து போய் பாதி நேரம் மருந்தின் மயக்கத்திலே இருக்கும் பெரியவர் ஒரு பக்கம். பஞ்சடைந்த கண்களுடன் கடந்த கால இருட்டுக்குள் நுழைந்து வெளிவந்து கொண்டிருக்கும் பகதூர் ஒரு பக்கம். வாழ்க்கையில் எந்தப் பிடிப்புமில்லாது கண்ணாடி முன் நின்று பார்க்கும் போது வேதா வெறுமையாக உணருவாள்.

சிலநேரம் பெரியவரின் நெற்றியை வருடி போர்வையை சரியாகப் போர்த்தி, 'கவலைப்பட வேண்டாம்' என்கிற பாவனையில் ஒரு புன்னகையை கொடுத்து அவரைத் தூங்க வைக்கும்போது அவர் அன்போடு அவளது கையைப் பிடித்துக் கொள்வார். அவர் தூங்கும் வரை அங்கேயே இருப்பாள்.

பகதூரைப் பார்த்துக் கருணைப் பொங்கும் ஒரு புன்சிரிப்பு சிரித்து விட்டு ஒரு கை கொடுத்து தரையிலிருந்து அவரை எழுப்பி விடுவாள். தன் கண்களில் பொங்கும் நீரை தானே துடைத்துக் கொள்வாள்.

ஒருவாரமாக மிகவும் இறுக்கமாகத்தான் இருக்கிறது. ராமநாதன் போன வாரம் இங்கே வந்து, "வேல பாத்தது போரும். நம்ம கல்யாணம் பண்ணிக்கலாம் வா. இஷ்டமில்லன்னா வேண்டாம். அந்தப் பண்ணை வீட்ல வேலைக்கு ஆள் தேடறாங்க, நீ வந்துரு. இல்லைனா" என்று மிரட்டுவதுபோல சத்தமாகச் சொன்னான். 'அங்கே என்ன சத்தம்' என்று பெரியவர் கேட்ட போது அவளுக்குச் சொல்ல வேண்டியதாயிற்று.

பெரியவரின் முகம் விழுந்து விட்டது. மிகுந்த கவலையுடன் காணப்பட்டார். அவர் மகனிடம் தொலைபேசியில் என்னமோ சொன்னார்.

"என்ன முடிவெடுத்தேம்மா" என்று நேற்று கேட்டார்.

வாய் குழறி குரல் உடைந்து வந்த அந்தக் கேள்வி பதில் தேடி அறையில் கனமாக தங்கி நின்றது. பதில் சொல்லத் தெரியாமல் வேதாவும் நின்றாள்.

தனியாக எதுவும் செய்ய இயலாத நிலையில் இருக்கும் இந்தப் பெரியவரை 'தலைமுழுகி விட்டு வா' என்கிறான் ராமநாதன். சுயநினைவுடன் இருக்கும் போதெல்லாம் முடிந்த வரையிலும் தன் காரியங்களை தானே பார்த்துக் கொள்வார். ஆனால் சில நேரம் சாப்பாடு சாப்பிட மருந்து சாப்பிட எல்லாம் மிகவும் அடம் பிடிப்பார். சில நேரம் குளித்து விட்டு அது மறந்து போய், 'குளிச்சு எத்தனை நாளாச்சு, ஹீட்டர் போடு குளிக்கட்டும்' என்பார். மைசூர்பாகு வேண்டும் என்று அடம் பிடிப்பார். 'சுகர் உள்ளது சாப்பிட வேண்டாம்' என்றால் படுக்கையில் கிடக்கும் புத்தகங்களை வீசி எறிவார். சில நேரம் மிகவும் அன்பாக அனு சரணையாக இருப்பார். அப்போது ஒரு சிறு குழந்தையிடம் தோன்றும் அன்பும் பரிவும் வாத்சல்யமும் அவளுக்கு அவரிடம் தோன்றும். முந்தின நாள் இரவு தானாகவே எழுந்து வீல் செயரில் உட்கார்ந்து சுவாதீனமுள்ள கையாலும் காலாலும் நகர்த்தப் பார்த்தார். அவள் ஓடி வந்து, ''என்னை ஏன் கூப்பிடலே'' என்ற போது அவர் மிகவும் கவலையுடன் அவளைப் பார்த்துவிட்டு வெற்றுச் சுவரை வெறித்தார். அப்போது அவர் கண்களில் 'நீ எத்தனை நாள் இங்க இருப்பே' என்கிற மாதிரி ஒரு கேள்வி இருந்ததாக அவளுக்குத் தோன்றியது.

இங்கேயே இருந்தால் வாழ்க்கை எப்படி போகும், ராமநாதன் சொல் கேட்டால் வாழ்க்கை எப்படி போகும் என்றெல்லாம் அவள் யோசித்துப் பார்த்தாள்.

முன்னொரு தரம் ஆஸ்பத்திரியில் வைத்து நாகராஜனிடம் மருந்து வாங்கி வரச் சொல்லிக் கொண்டிருந்த போது ராமநாதனும் அங்கு வந்தான். பின்னர் ஊருக்குச் சென்ற பின் தொலைபேசியில் அழைத்து நாகராஜனிடம், என்ன பேசினாய் எதற்குப் பேசினாய் என்று கேள்விகள் கேட்டு கடைசியில் 'அந்த நாகராஜனுக்கு மூணாவது பொண்டாட்டியாப் போ. அதுக்குத்தான் நீ லாயக்கு' என்று கடுகடுத்தான்.

இப்போது இந்தப் பிரச்சினையில் அப்பா எப்போதும் போல் கண்டு கொள்ள மாட்டார். தான் திரும்பி வீட்டுக்குச் செல்வதை சித்தி விரும்ப மாட்டாள். ராமநாதன் ஏதோ சுயநலத்துக்காக கூப்பிடுகிறான். ராமநாதனைப் பற்றி நினைக்கும் போது எரிச்சலாக வருகிறது.

அவள் சுவர் கடிகாரத்தைப் பார்த்தாள்.

முந்தின நாள் ராமநாதன் போன் பண்ணி எட்டு மணிக்கு தொலைபேசியில் அழைப்பான் என்றும் நல்ல முடிவு சொல்லவில்லை என்றால் அவள் வாழ்வில் விடியலே கிடையாது என்றும் எச்சரிக்கை விடுத்திருந்தான். இப்போது மணி எட்டாகப் போகிறது.

வேதா எழுந்து கொண்டாள். தெரு இப்போதும் வெறிச் சென்றிருக்கிறது. வீடும் வெறிச்சென்று தான் இருக்கிறது.

பெரியவரை வேறு யாராவது பார்த்துக் கொள்வார்கள்.

வேதா இருந்தால் இருக்கட்டும், போனால் வேறு ஆள் வேண்டாம். பகதூர் போதும் என்று பெரியவர் ஒரு தடவை சொன்னார்.

வேதா வெளியே பார்த்தாள். மஞ்சள் நிறத்தில் பூக்கள் பூத்திருக்கும் மரத்தடியில் ஒரு கல் மேல் உட்கார்ந்து எங்கோ வெறித்துக் கொண்டிருக்கிறார் பகதூர். வேலையெல்லாம் முடிந்து செடிகளுக்குத் தண்ணீர் ஊற்றிய பின் சற்று நேரம் அவர் அங்கே இருப்பது வழக்கம்தான். ஆனால் இன்று சீக்கிரமே அங்கே வந்து விட்டார் போல் தோன்றுகிறது. பேச்சு தான் குறைவாக இருக்குமே தவிர செயல்களில் எப்போதும் அன்பும் கவனமும் இருந்து கொண்டேயிருக்கும்

பெரியவர் இன்னும் ஏன் அழைப்பு மணி கூப்பிடவில்லை என்று எண்ணிக் கொண்டு பெரியவரின் அறைக்குப் போய் பார்த்தாள். கண் விழித்து சுவரைப் பார்த்துக் கொண்டு படுத்திருந்தார். கண்ணோரம் சிறு நீர் துளி தெரிகிறது.

வேதா மறுபடியும் கூடத்துக்கு வந்து சும்மா சற்று நேரம் நின்றாள். பின்னர் தன் கைபேசியை அணைத்து வைத்தாள். டீபாய் மேலிருந்த தொலைபேசியில் மௌத்பீஸ் எடுத்துக் கீழே வைத்தாள். பெரியவரின் மகன் காலை நேரம் ஃபோன் செய்வதில்லை.

ஒரு பெருமூச்சுடன் அவள் பெரியவரின் அறைக்குச் சென்று அன்றாடப் பணிகளை ஆரம்பித்தாள்.

●

அங்கும் இங்கும் நடக்கின்ற பூனைகள்

அமராவதி இப்போது மஞ்சள் சாயமடித்த சுவருக்கும் பழங் காலத்து பெரிய தேக்கு மர பீரோவுக் கும் இடையில் நின்று கொண்டு இருக்கிறாள். அங்கே நிறைய ஒட்டடை படிந்திருக்கிறது. அதை எல்லாம் அடித்துக் கொண்டு இருக்கிறாள். பல மாத காலங்களாக சுத்தம் செய்யப்படாத வீடு போல் தெரிகிறது. அவளது புடவையில் எட்டுகால் பூச்சிகள் பறந்து விழுகின்றன. அதை எல்லாம் தட்டிவிட்டு தலை எங்கும் படிந்திருக்கும் தூசியுடன் ஒட்டடை அடித்துக் கொண்டிருக் கிறாள்.

அங்கிருந்து மூன்று கிலோ மீட்டர் தூரத்தில் உள்ள பட்டணத் தில் இருக்கும் ஒரு பெரிய கட்டிடத்தின் மூன்றாவது தளத்தில் உள்ள ஒரு அலுவலகத்தில் துப்புரவு பணியாளராக அவள் வேலை பார்க்கிறாள். அங்கே முதலாளியாக இருப்பவரின் பழைய வீடு தான் இது. பெரிய பங்களா, நிறைய அறைகள். எந்த அறைக்குள் நுழைந்து எந்த அறை வழியாக வெளியேறுவது என குழப்பம் ஏற்படுத்தும் விதமாக இந்தக் கட்டிடம் இருக்கிறது. அவளுக்குப் பயமாக இருக்கிறது. உயரமான ஜன்னல்களில் மேல்பக்கம் நீலம், பச்சை, சிகப்பு என பல நிறங்களில் கண்ணாடிகள் வைக்கப்பட்டிருந்தன.

தந்தை முதலாளி அவள் பின்னாலேயே வருகிறார். அவள் சரியாக வேலை செய்கிறாளா என்று பார்ப்பதற்காக இருக்கலாம் அல்லது இழுத்துச் செருகின சேலையின் கீழே தென்படும் வாளிப்பான கால்களையும், கையை தூக்கி ஒட்டடை அடிக்கும்போது தெரியும் இடங்களையும் பார்ப்பதற்காவும் இருக்கக் கூடும். கட்டிலுக்கு அடியில் கூட்டும்போது மிக அருகில் அவரது கால்கள் தென்படுகின்றன. போகுமிடமெல்லாம் அவரது கால்கள் தென்பட்டுக்கொண்டே இருக்கின்றன. அவர் தன் நரைத்தத் தலையை தடவிக்கொண்டே வெறித்து பார்த்தவாறு நின்றுகொண்டிருக்கிறார். அவரது மனைவி இறந்து போய்விட்டதாகச் சொன்னார்கள்.

இப்போது இன்னொரு அறையை கூட்டுகிறாள். அங்கே குனிந்து குப்பையை ஒரு பக்கமாக ஒதுக்கி வைக்கும்போது நான்கு கால்கள் தெரிகின்றன. நிமிர்ந்து பார்த்தால் தந்தை முதலாளியுடன்

மகன் முதலாளியும் நிற்கிறார்கள். தந்தை முதலாளியின் கம்பெனி போன்று மகன் முதலாளிக்கும் உண்டு. அது இங்கிருந்து முப்பது கிலோமீட்டர் தூரத்தில் உள்ளது. அங்கேதான் இடமாறுதல் கேட்டு விண்ணப்பித்துள்ளாள், அவள். நான்கு கால்கள் பின்தொடர்வதால் வேலை செய்யக் கஷ்டமாக இருக்கிறது அவளுக்கு.

ஆபிசில் ரயிலேறி வருபவர்கள் அநேகமாகக் குறிப்பிட்ட நேரத்தில் வந்துவிடுவார்கள். அப்படி மூன்று நான்கு பேர் வந்த பின் தான் அவள் செல்வாள். கூட்டிப் பெருக்கிக் குப்பைகளை ஒழித்து விட்டு தனது ஸ்டூல் மேல் உட்கார்ந்து கொள்வாள். பின்னர் ஒரு ரெஜிஸ்டர் எடுத்து இன்னொரு மேஜை மேல் வைக்க, ஒரு ஃபைலை எடுத்து இன்னொரு பக்கம் வைக்க, பீரோவிலுள்ள புத்தகங்களை தூசி தட்டி அடுக்கி வைக்க என்று ஐந்தரை மணிவரை அவளுக்கு வேலை இருக்கும். எங்கே நின்றாலும் சில கண்கள் வெறிப்பதை அவள் உணர்வாள். தரையில் உட்கார்ந்து தினசரிகள் மடித்து வைக்கும்போது கடந்து செல்லும் கால்கள் சற்றே நிதானிப்பதையும் அவள் கவனிப்பாள்.

இப்போது இருட்டான ஒரு அறைக்குள் நுழைந்து சுவரில் தடவி ஸ்விட்ச் போடுகிறாள். வெளிச்சம் பரவிய போது அங்கே பீரோ கண்ணாடியில் அவளைப் பார்த்துக்கொண்டிருக்கும் உருவத்தை அவளும் பார்க்கிறாள். கறுப்பு நிறம். சின்ன கண்களும் சற்றே தூக்கலானப் பற்களும் கொண்ட முகம், சாதாரண முகம். ஆனால் அந்த உயரமும் அதற்கேற்ற பருமனும் நீள நீள கை கால்களும் எல்லாம் வசீகரமாக இருக்கின்றன. அந்தப் பிரதி பிம்பத்தை உற்றுப் பார்க்கிறாள் அவள். அடிக்கடி கணேசன், ‘‘இதென்னடீ உடம்பு இப்படி இருக்கு. நீ சாப்பிடறதைத் தானே நாங்களும் சாப்பிடறோம். நீ மட்டும் எப்படி இப்படி இருக்கிற, காலை பாரு, கையை பாரு, என்னடீது கையும், காலும். புடவையை இழுத்துச் சொருகாதே. காலைக் காட்டாதே, இடுப்பைக் காட்டாதே. உடம்பு பூரா மூடுகிறமாதிரி நைட்டியை மாட்டிக்கிட்டு வெளியே போ. குனிஞ்சு நின்று கோலம் போடாதே,’’ என்றெல்லாம் சொல்லிக்கொண்டு ஒட்டடைக்குச்சி போலிருக்கும் தன் உடம்பைப் பார்த்துக்கொள்வான்.

சட்டென்று கண்ணாடியில் தந்தை முதலாளியின் உருவம் தெரிகிறது. ஒரே வாசல் தான் அறைக்கு உள்ளது என்றெண்ணிக்கொண்டே ஈரத்துணியால் கண்ணாடியை சுத்தம் செய்கிறாள். மகன் முதலாளியும் பக்கத்தில் நிற்பதைக் காண்கிறாள். வேலை முடிந்து திரும்பியதும்

அவர்கள் நகர்ந்து கொள்ள அவள் வெளியேறுகிறாள். இவர்கள் எதற்காக தன் பின்னாலேயே வருகிறார்கள். இவள் எதையாவது எடுத்துக்கொண்டு ஓடிவிடுவாள் என்று பயப்படுகிறார்களோ. அங்கே பெரிய, பெரிய பழங்காலத்து மரச்சாமான்கள் தான் இருக்கின்றன. வாசல்களில் பல கலர்மணிகளாலான திரைகள் தொங்குகின்றன. சுவரில் மிக உயரத்தில் படங்கள் மாட்டப்பட்டுள்ளன.

நரைத்தத் தலை தடவிக்கொண்டு நிற்கும் தந்தை முதலாளியும், சுவரைப் பார்த்துக்கொண்டு நிற்கும் மகன் முதலாளியையும் தாண்டி அவள் இன்னொரு அறைக்குச் செல்கிறாள். அங்கே குனிந்து, குனிந்து கூட்டுவதற்கு அவளுக்குக் கஷ்டமாக இருக்கிறது. என்ன தான் சேலையை இழுத்து மூடினாலும் போதாது போல் தோன்றுகிறது. கணேசன் சொல்வது சரிதான் போலிருக்கிறது. சற்றே லூசான நைட்டி ஒன்றை அணிந்து கொள்ளலாம். இப்போது மகன் முதலாளி மட்டும்தான் நிற்கிறார். அவளுக்குள் தோன்றிய பயத்தை அவள் விரட்டியடிக்க யோசிக்கிறாள்.

கொஞ்ச நாட்களாக அந்த மாதிரி பயம் குறைந்திருக்கிறது. காரணம் கணேசன் வெட்டரிவாள் போன்ற ஒன்றை வைத்துக் கொண்டு அதையே பார்த்துக்கொண்டிருக்கிறான் என்று பல பேருக்கு தெரிந்திருக்கிறது. அடிக்கடி ''ஒரே வெட்டு தான், ஒரே வெட்டு தான்'' என்பான் தனக்குத்தானே.

பக்கத்து ஊர் திருவிழாவுக்கு ராஜா, ராணி வேடம் போட வந்த ஆட்கள் தங்கியிருந்த வீட்டை அவர்கள் காலி செய்து போன பின் ரிப்பேர் பார்க்கப் போன கணேசன் அவர்கள் விட்டுச்சென்ற கிரீடத்தின் பாதியையும் இந்த வெட்டரிவாள் போன்ற ஒன்றையும் எடுத்து வந்தான். ஏதோ ஒரு மெலிதான உலோகத்தாலோ, கெட்டி அட்டையிலோ செய்யப்பட்டு வெள்ளிபோல் பளபள என்று வண்ணம் பூசிய அதை, பலமாக ஒடித்தால் ஒடிந்து போகும்போல் இருந்த அதை, அடிக்கடி எடுத்து வைத்துக்கொண்டு முனகுவான். ''ஒரே வெட்டு தான்.'' ''யாரை'' என்று கேட்டால் ஒன்றும் பதில் கூறாமல் வராந்தாவில் போட்டிருக்கும் நாடாக்கட்டிலில் தலையணைக்கடியில் பத்திரப்படுத்துவான். அது எந்த மாதிரி வெட்டரிவாள் என்று யாருக்கும் தெரியாது. ஆனால் கணேசன் வெட்டரிவாள் வைத்துள்ளான் என்று பரவலானப் பேச்சு உள்ளது என்று அவள் அறிவாள். அவன் அதை மறுக்கவுமில்லை. ஆனால் அவன் கேட்காமல் அட்டைக் கத்தி வீரன் என்று முணுமுணுப்பாள்.

பெரிய ஹாலில் இரண்டு பெரிய மரபீரோக்கள் வைக்கப் பட்டுள்ளன. அதன் பின்னால் சுத்தம் பண்ணு என்கிற மாதிரி மகன் முதலாளி கை காட்டுகிறார். அவள் அங்கே செல்லுகிறாள். அவளுக்குப் பயமாக இருக்கிறது. ஸ்விட்ச் எங்கே என்று தேடிப் போட்டாள். ஆனால் லைட் எரியவில்லை. மகன் முதலாளி சிரித்தமாதிரி அவளுக்குத் தோன்றுகிறது. தகப்பன் முதலாளியைக் காணவில்லை. ஒரே வாசல் தான் உள்ளது. பீரோவின் பின்பக்கம் சுத்தம் செய்யும்போது மகன் முதலாளி நடந்து வருவதுபோல் தோன்ற அவளது பயம் அதிகரித்தது.

பீரோ கதவைத் திறந்து கொண்டு, உள்ளே இருந்து நீண்டு வந்த கைகள் அவளைத் தொடுகிறது. அவள் சேலையைப் பிடிக் கிறது. நிலத்தில் ஒட்டிப்போன பாதங்களைப் பறித்தெடுக்க முயன்று முடியாமல் போக, குரல் தொண்டையிலிருந்து வெளிவராமல் போக, பீரோக்குள்ளிருந்து நீண்ட கைகளைத் தள்ளிவிட்டு ஓடவேண்டும் என்று தோன்ற, அவள் துடைப்பத்தால் பீரோவை ஓங்கி ஓங்கி அடிக்கிறாள்.

''என்ன செய்யறே அங்கே ? அது என்ன சத்தம்'' கேட்டுக்கொண்டே வந்தார் மகன் முதலாளி. அவள் சுயநினைவுக்கு வந்து, ''எட்டுக்கால் பூச்சி'' என்றாள். பின்னர் வேகவேகமாக வெளியேறி அடுத்த அறைக்குள் செல்கிறாள். அங்கே நீளமான மேஜையும் சுற்றி நாற்காலிகளும் கிடந்தன. மேஜையின் கீழே கூட்டும்போது நான்கு கால்கள் நிற்கக் காண்கிறாள். தகப்பன் முதலாளியும், மகன் முதலாளியும் போலிருக்கிறது. வேக வேகமாக அங்கே வேலை முடித்துவிட்டு இரண்டு அறைகளுக்கு இடையே உள்ள நீளமான ஓரிடத்தைக் கூட்ட துவங்குகிறாள். காலடி சத்தங்கள் மறைந்து போக அந்த அரையிருட்டில், தான் மட்டும் நிற்பதாக உணர்கிறாள். அவள் கீழே உட்காருகிறாள்.

கணேசன் போல ஒட்டடை குச்சி உடம்பு போதுமானதாக இருந்தது தனக்கு என்றெண்ணுகிறாள். சிறு வயதில் அம்மாவும் அப்பாவும் மெஸ்ஸில் வேலை பார்த்தபோது பள்ளிப் பக்கத்தில் இருந்ததினால் காலையும் மத்தியானமும் அங்கே சாப்பிடுவதை நினைவில் கொண்டு வருகிறாள். சாயங்காலம் அம்மா வீட்டில் சமைப்பதையும் சாப்பிடும்போது அப்பா சொல்லுவதையும் நினைத்துப் பார்க்கிறாள்.

''இதப்பாரு. பொண்ணுக்குத்தான் நல்ல ஆகாரம் கொடுக்கணும். பொண்ணுதான் பத்துமாதம் சுமந்து பெற்று இரவு பகலும் தூங்காது வளக்கிறா. புருஷனையும் குடும்பத்தையும், குழந்தையையும் பாடுபட்டு

பாத்துக்கற பொண்ணுக்கு உடம்புல தெம்பு வேணும். அவளுக்கு நிறைய உணவு, நல்ல உணவு கிடைக்கணும்.

அதனால, எனக்குக் கொடுத்திட்டு மீதி இருக்கிறதை ரெண்டு பேரும் கொஞ்சமா சாப்பிட்டுக்கலாம்னு நினைக்கக் கூடாது. நீங்க ரெண்டு பேரும் ஆரோக்கியமாகவும் சந்தோஷமாகவும் இருந்தா தான் நான் நல்லா இருக்க முடியும்'' என்று சொல்லும் அப்பா கண்ணில் நிற்கிறார். அம்மாவுக்கும் அப்பாவுக்கும் நல்ல உயரமும், அதற்கேற்ற பருமனும் இருந்தது என்று நினைக்கிறாள்.

அவள் மீண்டும் நினைவுகளில் அமிழ்ந்து போகிறாள். பத்தாவது முடித்த உடனே அம்மா வீட்டிற்குள் பூட்டி வைக்காத குறைதான். எப்போதாவது கோயிலுக்குக் கூட்டிக்கொண்டுப் போனால் உண்டு. எப்படியோ பதினெட்டு முடியட்டும் என்று காத்திருந்து அடுத்தத் தெருவிலுள்ள சொந்தகாரப் பையனும் பள்ளியில் கூடவே படித்தப் பையனுமான கணேசனை கல்யாணம் பண்ணி வைத்துவிட்டார்கள். கணேசன் தினமும் வேலைக்கெல்லாம் போவதில்லை. அவள் ஐந்து மணிக்கெல்லாம் வந்து விடுமுன் பைப்பிலிருந்து தண்ணீர் பிடித்து வைத்துவிட்டுக் காத்திருப்பான். சில நாட்கள் துணியெல்லாம் கூட துவைத்து காயப்போடுவான். ஒரு நாள் கணேசன் கத்தியைப் பார்த்துக்கொண்டு இருந்தபோது அவள் சிரித்தாள்.

''ஏன்டீ சிரிக்கிறே'' என்று அவன் கேட்டபோது, ''ஏன் அந்த அட்ட கத்திய வச்சுக்கிட்டு முனங்கிகிட்டு இருக்கீங்க. நானும் வச்சிருக்கேன், ஒரு கத்தி, ஒரே வெட்டுதான் '' என்றாள். கேட்டுக்கொண்டிருந்த பதிமூன்று வயதுப் பெண் கேட்டாள்.

''எங்கேம்மா கத்தி, காட்டு பார்க்கலாம்.''

அவள் பதில் சொன்னாள்.

''அவசியம் வர்றப்போ நம்மளே கத்தி மாதிரி செயல் பட்டுக்கணும்டீ, நம்மள நாமளே தான் காப்பாத்திக்கணும்.'' தனக்கு அம்மா அப்பா சொல்லித் தந்ததை அவள் மகளுக்கு எடுத்துரைத்தாள். ஒவ்வொன்றையும் நினைக்கையில் அவளுக்கு ஆயாசமாக இருந்தது. நான்கு பக்கங்களிருந்தும் கைகளும் கால்களும் நீண்டு வருகின்றன. சிறு சிறு சந்துகள் பயம் தருகின்றன. குறுகலானப் படிக்கட்டுகள் இருட்டான மூலைகள் எல்லாம் அச்சமூட்டுகிறன.

இப்போது இந்த வீட்டை சுத்தம் பண்ண வேண்டிய வேலையை வேண்டாம்,செய்ய முடியாது என்று மறுத்துவிடலாம்தான். ஆனால்

அடுத்த வருடம் பள்ளி திறக்கும் போது முப்பது கிலோ மீட்டர் தொலைவிலுள்ள பள்ளியில் மகளைச் சேர்க்க வேண்டும் என்று நினைக்கிறாள். அதற்காக தகப்பன் முதலாளியிடம் மாறுதல் தரச் சொல்லி கேட்டுள்ளாள். மகன் முதலாளியும் அவளுக்குத் தெரிந்தவர் தான். தகப்பன் முதலாளிக்கு அவ்வளவாக விருப்பம் இல்லைதான். அந்த பிரம்மாண்ட கட்டிடத்தில் மூன்றாவது தளத்தில் கீழேயிருந்து நல்ல தண்ணீர் பிடித்து மேலே கொண்டு வந்து வைக்க, அவள் வேண்டும். மேலும் முதல் தளத்தில் இருக்கும் கேன்டீன் போய் அவ்வப்போது காபி, டீ என்று வாங்கி வர வேண்டும். பல காரியங்களுக்காகப் பத்து தரம் ஏறி இறங்க அவள்தான் வேண்டும். லிப்ட் எந்தக் காலத்திலேயோ நின்றுவிட்ட அந்தக் கட்டிடத்தில் அவள் வேலை செய்யும் அலுவலகத்தில் சேரும் குப்பையை ஒரு சாக்குப்பையில் போட்டு அது நிரம்பியதும் சுமந்து கொண்டு போய் ரோட்டை கடந்து குப்பைப் போடும் இடத்தில் போட அவள்தான் வேண்டும். எரிச்சலை வெளிக் காட்டாது அவள் வேலை செய்வதனால் எல்லோருக்கும் அவளைப் பிடிக்கும். அங்கே இருப்பவர்களும், வருபவர்களும் அவள் வாளிப்பான உடம்பைக் கவனிப்பார்கள் என்றும் அவளுக்குத் தெரியும். தலை நரைத்த ஓரிரு பெரிய அதிகாரிகளும், மத்திய வயதைத் தாண்டி விட்ட, வயதைக் குறைத்துக்காட்ட முயற்சிக்கும், உடல்நலப் பிரச்சனை களுடன், குடும்பக் கவலைகளும் அழுத்தும் மனதோடு வேலைப் பார்க்கும் பெண்மணிகளும் ஒரு சில இளைஞர்களும் கொண்ட அந்த இடத்தில் அவள் ஒளி பரப்பி நடந்தாள்.

தனது ஒன்றுவிட்ட தங்கை ஒருத்தியை இங்கே ஏற்பாடு செய் வதாகச் சொன்ன பின்தான் தகப்பன் முதலாளி ஒத்துக்கொண்டார். மகன் முதலாளிக்கு மிகுந்த சம்மதமே. தனக்கு மாற்றல் வேண்டுமென்றால் இந்தப் பெரிய பங்களாவை சுத்தம் பண்ணும் வேலையை செய்தாக வேண்டும் என்று தகப்பன் முதலாளியும் மகன் முதலாளியும் நாசூக்காகச் சொல்லியுள்ளார்கள். அதுதான் இன்று அமரா இங்கே வேலை செய்கிறாள். மாற்றல் கிடைக்கவில்லையென்றால் தினமும் பெண்ணை அவ்வளவு தூரம் பஸ்ஸில் அனுப்ப முடியாது.

இந்த வீடு சுத்தம் செய்யும் வேலை அவ்வளவு கஷ்டமானதாக இல்லை. ஆனால் தகப்பன் முதலாளி, மகன் முதலாளி, தோட்டக்காரன், டிரைவர் என்று நால்வரும் பின்னால் வருவதுதான் கஷ்டமாக இருக்கிறது.

அமரா தலையைத் திருப்பிப் பார்க்கிறாள். வலப்பக்கம் சற்று தூரத்தில் வாயில் பக்கம் நால்வரும் நிற்கிறார்கள். இடப் பக்கம் பவளமல்லித் தோட்டத்திற்கு இறங்கும் வாசல் தென்பட்டது. அங்கே வாசலில் ஒரு கறுப்புப் பூனை உட்கார்ந்திருக்கிறது. வாசல் வழியாகத் தெரியும் மதில்சுவர் மேலும் வெள்ளையில் தவிட்டு நிறக் கோடுகள் போட்ட பூனை ஒன்று உட்கார்ந்திருக்கிறது. அவள் பார்த்துக் கொண் டிருக்கும்போதே மதில் சுவரின் கீழ்ப்பக்கமுள்ள ஒரு வளையில் எலி ஒன்று ஓடிப்போய் ஒளிந்து கொள்கிறது. பூனைகள் அங்கும் இங்குமாக நடந்து கொண்டிருக்கின்றன. ''சும்மா தானே இருக்கே கூட வாயேன்'' என்று கணேசனை கூப்பிட்ட போது ''நான் ஒரு ப்ளம்பர், வீட்டு வேலைக்கெல்லாம் வரமாட்டேன்'' என்று சொன்ன கணேசனை நினைத்துக்கொண்டே அவள் எழுகிறாள். சற்று தூரத்தில் எட்டுக் கால்கள் நிற்பதைக் காண்கிறாள்.

அமரா பவள மல்லி தோட்டத்துப் பக்கமாக இருந்த வராந்தா வழி முன்பக்கம் உள்ள ஓர் அறைக்கு வருகிறாள். அங்கே தோட்டக்காரன் நின்று கொண்டிருக்கிறான். அவள் அடுத்த அறைக்குச் செல்கிறாள். அங்கே டிரைவர் மட்டும் நின்று கொண்டிருக்கிறான். இவளைப் பார்த்து புன்னகைக்காமல் ஒருவிதமாக பார்த்துக்கொண்டு நின்ற அவனைப் புறக் கணித்து விட்டு அவள் பெரிய ஹாலுக்குள் நுழைகிறாள். அங்கே ஒரு மேஜை பக்கம் தந்தை முதலாளி நிற்கிறார். தந்தை முதலாளியின் பார்வை தவிர்த்து ஹால் வழியாக இன்னொரு சிறு அறைக்குள் செல்ல, அங்கே பீரோவின் அருகே மகன் முதலாளி நின்றுகொண்டிருக்கிறார். எல்லோர் முகங்களும் ஏனோ அவளுக்குப் பயத்தைத் தருகின்றன. சில நேரங்களில் தைரியமாக இருக்க முடிகின்றது. சில நேரங்களில் பயமாகத்தான் இருக்கிறது. மூன்று கிலோமீட்டர் தூரம் காலையிலும் சாயங்காலமும் நடக்கும்போது ரோடு திருப்பத்தில் டீக்கடை முன்னால் நிற்பவர்களில் ஒரு சில வருணனைகள் கமென்டுகள் அவள் கேட்பதுண்டு. சட்டை செய்யமாட்டாள். அவளது முகத்தை அவ்வளவாக யாரும் கூர்ந்து கவனிப் பதில்லை என்று அவளுக்குத் தெரியும். முன்னெல்லாம் காதில் விழுந்த அளவுக்கு இப்போது பாட்டோ, வருணணையோ இல்லைதான். கொஞ்சம் குறைந்துள்ளது. அதற்கு காரணம் கணேசனின் வெட்டரிவாள் மட்டுமில்ல. முன்னொரு நாள் சந்தையிலிருந்து வாழைத் தார்களை சைக்கிளின் பின்னால் வைத்துக் கட்டி உருட்டிக்கொண்டு வந்த சங்கரனுக்கு இவளை வைத்த கண்ணெடுக்காமல் பார்த்துக்கொண்டு நடந்ததில் பாலன்ஸ் கிடைக்காமல் போக, சைக்கிள் கீழே சரிய

யாருமற்ற அந்த ரோட்டில் அவன் தனியாக தவித்தபோது அமரா தான் பெரிய மனது பண்ணி மிகவும் அனாயாசமாக எடுத்து நிறுத்தி வைத்தாள். அவளது பலத்தைக் கண்டு சங்கரன் பின்னர் அவளைக் காணும்போது மதிப்புடன் பார்க்கிறான். காய பலம் மிகப்பெரியது என்று காட்டும் படியாக தேங்கா மூட்டையை கண்ணுசாமியின் தலையில் ஏற்றிவிடவும் அவள் உதவுவாள். என்னமோ இப்போதெல்லாம் கமெண்டுகள் குறைவு தான் என்பதில் அவள் நிம்மதியடைந்திருந்தாள். இருந்தாலும் அடிக்கடி பயம் வருகிறது.

அவள் அவசர அவசரமாக வெளியே செல்லும் வழித் தேடு கிறாள். ஜன்னல்கள் சாத்தப்பட்டதும், இருட்டானதும் அரைகுறை வெளிச்சமுள்ளதுமான ஏராளமான அறைகளில் புகுந்து, புகுந்து அவள் வெளிவருகிறாள். பிரதான வாயில் மட்டும் காணப்படவில்லை. அவளுக்கு வியர்வை ஊற்றெடுக்கிறது. மூளை வேலை செய்ய மறுக் கிறதுபோல் தோன்ற அவள் சற்றே நிதானித்து நிற்கிறாள்.

அந்த அறையில் யாருமில்லை, ஆளுயரக் கண்ணாடி ஒன்றிருந்தது. அவள் அதில் தன்னைப் பார்க்கிறாள். நீளநீளமான கால்கள் குனிய நிமிர ஒன்றும் பிரச்சனையில்லை. ஆரோக்கியமான இந்த உடல் நான் சொன்ன படி கேட்கும். என் உடம்பின் உடைமை நான்தான். நான் ஏன் பயப்பட வேண்டும். அவர்கள் ஆங்காங்கே நிற்பதால் நான் ஏன் பயப்பட வேண்டும். தனக்குத்தானே சத்தம் வராதவாறு முனகிக்கொள்கிறாள். இரண்டு மூன்று தரம் அதையே திருப்பி திருப்பிச் சொல்கிறாள். பின்னர் தைரியமாக நடக்கிறாள். அவள் பிரதான வாயில் பக்கம் வந்து விட்டாள். பளீரென வெயில் வாயிலின் முன்புறமுள்ள வராந்தாவில் அடிக்கிறது. "அக்கவுண்டண்ட் கிட்ட பணம் வாங்கிக்கோ", அடுத்த மாதம் ஒன்னாம் தேதியிலிருந்து அந்த ஆபிசுல சேந்துக்கோ" என்கிறார் தந்தை முதலாளி.

வெயிலும் வெளிச்சமும் அவளது பயத்தை விரட்டியடிக்க அவள் உற்சாகமாகச் சிரித்துக் கொண்டே தலையாட்டினாள்.

●

மாயனின் பாலை

இந்தப் பழைய வீட்டின் முன்னறையிலிருக்கும் இந்த ஜன்னல் படிதான் எனக்கு மிகவும் பிடித்த இடம். சற்றே அகலமான படி. காலை நீட்டி வைத்துச் சுவர் சாய்ந்து உட்காரலாம். கம்பிகளின் இடைவெளி வழியே வெளியே உள்ள சில வீடுகளும் மரங்களும் காணலாம். சற்று தூரத்தில் தார் ரோடில் வண்டிகள் போவது கூட லேசாகத் தெரியும். இந்த வீட்டின் பக்கமாகச் சாய்ந்து நிற்கும் வேப்ப மரத்தில் மைனாக்களும் காகங்களும் உட்கார்ந்து குரல் கொடுக்கும். சத்தம் போட்டுக் கொண்டு ஒன்றை ஒன்று துரத்திக் கொண்டு ஓடுகின்ற அணில்களைப் பார்க்கலாம். ஒரு மரம் கொத்தி கூட அடிக்கடி வருவதுண்டு.

இந்தத் தெருவிலிருக்கும் பல வீடுகளைப் போலல்லாது இந்த வீடு வேறுபட்டு இருக்கிறது. மற்ற வீடுகள் புதுவிதமாக கட்டப்பட்டிருந்தன. இது மட்டும்தான் பழங்கால வீடாகத் திண்ணையும் தூண்களுமாக இருக்கிறது. திண்ணையில் ஒரு பக்கச் சுவர்மேல் ஒரு சிறு கல் விளக்கும் இருக்கிறது. கார்த்திகை மாதம் என்றில்லாமல் நான் எனக்குத் தோன்றும் போதெல்லாம் அதில் விளக்கேற்றுவேன். முன்னெல்லாம் கால்நடையாகப் போகும் வழிபோக்கன் விளக்கு தென்படும் திண்ணையில் உட்காருவான் என்றும் அவனுக்குச் சாப்பாடு தர வேண்டுமென்று வழக்கம் இருந்ததாகவும் ராஜாராமன் சொல்வார். சில நாள் ராப்பிச்சைக்காரனும் வருவானாம். இப்போதெல்லாம் யாரும் வருவதில்லை.

ராஜாராமனுக்கும் இந்தப் பழைய வீடு பிடித்துத்தானிருந்தது. வீட்டின் ஒரு பக்கம் சற்று இடைவெளி விட்டு ஒரு ரப்பர் தோட்டம் இருந்தது. மறுபக்கம் சின்னதாக ஒரு அம்மன் கோயில். வெள்ளி செவ்வாய்களில் மட்டும் ஒருவர் வந்து விளக்கேற்றிவிட்டுச் செல்வார். கோயில் தாண்டினால் நிறைய வீடுகள், எதிர் வரிசையிலும் நிறைய வீடுகள். இதையெல்லாம் பார்த்து சித்திப் பையனான வெங்கடேசன், 'இதப் பாரு பாலாமணி, எனக்கென்னமோ இந்த வீடு பிடிக்கலே. ரப்பர் மரத்தில் சில சீசன்ல சின்னதா கருப்பா ஒரு வித வண்டு பெரும் கூட்டமாக வரும். பெரிய தொல்லையாயிருக்கும்' என்றான் தனது கறுப்பு வெள்ளை தாடியை தடவியபடி.

நான் ராஜாராமனுக்குப் பிடிச்சிருக்கு என்றேன். ராஜாராமன் பாலாவுக்குப் பிடிச்சிருக்கு என்றார். இது வரைக்கும் ஒன்னும் பிரச்ச னையில்லை என்றும் சேர்த்துக் கொண்டார். ஆறு அறைகள் கொண்ட வீடு நன்றாகத்தான் இருந்தது. அதில் சமையலறைப் பக்கத்தில் இருந்த சிறு ஸ்டோர் ரூம் நிறைய குப்பைகளுடன் இருந்தது. அந்தக் குப்பைகளிலிருந்து தான் எனக்கு ஒரு கறுப்பு நிற அட்டை போட்ட டயறி கிடைத்தது. எல்லாக் குப்பைகளையும் சேகரித்துப் பின்பக்கம் தொழுவம் போலிருந்த இடத்தில் போட்டு ராஜாராமன் கொளுத்தியபோது நான் அந்த டயறியைப் புரட்டிப் பார்த்து எடுத்து வைத்துக் கொண்டேன். ஓரங்கள் எரிந்து போனப் பக்கங்கள் வழியாகத்தான் எனக்கு மாயாவும் மாதவன் என்ற மாயனும் பழக்கமானார்கள்.

ஓரிருதரம் நான் அந்த டயறியைப் படித்து விட்டேன் என்றாலும் இன்று நான் அதை எடுத்து வைத்துக் கொண்டு மறுபடியும் படித்துக் கொண்டிருக்கிறேன். அவ்வளவாக சேதமாகாத ஒரு பக்கத்தை சற்று உரக்கவே படித்தேன்.

என்னுடைய பகல்களும் இரவுகளும் பயமுறுத்தலின் நிழலிலேயே இருக்கின்றன. மாயன் இதுவரை கண்டிராத ஆளாக மாறியுள்ளான். இந்தப் புது மாயன் யார் என்றே எனக்குப் புரிவதில்லை. சுருள் முடியும் வசீகரச் சிரிப்புமாக அன்பும் கரிசனையுமாக இருந்த மாயன் எப்படி மாறிப் போனான். இவனுக்காகவா நான் என் சொந்தங்களை உதறி விட்டு வந்தேன். பின்னர் சமரசமாகி விட்ட அம்மாவும் அப்பாவும் இப்போது இல்லை. அவனது அம்மா மட்டும் எப்போதாவது வருவார். இவனது மாறிய குணம் கண்டு வருத்தத்துடனேயே அவர் கிராமத்துக்குப் போய் விடுவார். நான் எங்கே போக?

அடுத்த பக்கத்தில் ஒரு கவிதை இருந்தது.

பழைய கண்ணாடி
சுவர் கண்ணாடியில் ரசம் போயிற்று
மங்கலாகத் தெரிகிறது என் முகம்
ஒளி குறைந்த கண்களும்
விரக்தி நிறைந்த பார்வையும்
காணப்பிடிக்கவில்லை தான்
கன்னத்தில் குழி விழச் செய்யும்
சிரிப்பைக் காணவேயில்லை
தெளிவாகத் தெரிய வேண்டாம்

போதும் இந்த பழைய கண்ணாடி
பழசாகி விட்டது மூக்குக் கண்ணாடியும்
காட்சிகள் மிகவும் மங்கல் தான்
கோபமும் ரௌத்திரமும்
நிறைந்த முகம்
மங்கலாகத் தெரிந்தால் போதும்
போதும் இந்த பழைய மூக்குக் கண்ணாடி

டயறியை ஜன்னல்படி மேல் வைத்துவிட்டு நான் எழுந்தேன். மெதுவாக நடந்து பெரிய நிலைக்கண்ணாடி முன் போய் நின்றேன். இடை இடையே கறுப்பு முடியுள்ள நரைத்த முடியுடன் சுருக்கம் விழுந்த முகத்துடன் தொள தொளவென்ற இரவு உடையில் என்னை உற்றுப் பார்த்துக் கொண்டிருந்த உருவத்தைப் புறக்கணித்துவிட்டு எனக்கு வேலைகளில் உதவ வரும் ரங்கநாயகி என்ன செய்கிறாள் என்று பார்க்க அடுத்த அறைக்குச் சென்றேன்.

ரங்கநாயகி தொலைக்காட்சிப் பெட்டியை உற்றுப் பார்த்துக் கொண்டிருக்கிறாள். இந்நேரம் அவளுக்கு வேறு எதிலும் கவனம் இருக்காது. அவளுக்கென்றே தனியாக ஒரு தொலைக்காட்சிப் பெட்டி வாங்கிக் கொடுத்துள்ளேன். அவள் கையில் பல வண்ணங்களில் உள்ள கயிறுகள் கட்டியுள்ளாள். எல்லாம் மந்திரித்த கயிறுகள் என்றாள். கழுத்தில் ஒரு கறுப்பு நூலில் வெள்ளியினாலான தாயத்து ஒன்றைப் போட்டுள்ளாள். இடுப்பில் கூட ஏதோ போட்டிருக்கிறாளாம்.

எங்களுடன் இந்த வீட்டில் தங்க பயமிருந்தாலும் நான் மாதா மாதம் தரும் எட்டாயிரம் ரூபாயை வேண்டாமென்று சொல்ல அவளால் முடியவில்லை போலும். அடிக்கடி அவளது பெண்ணை 'பணம் வாங்கி வா' என்று சொல்லி அவள் கணவன் வீட்டுக்கு அனுப்புவாராம்.

வந்த புதிதில் ரங்கநாயகி சொன்னாள், 'யாரோ நடமாடற மாதிரி இருக்கு பாலாக்கா. சமையலறையிலே பாத்திரங்கள் இடம் மாறின போல தெரியுது. அது கூட என் ஞாபக மறதின்னு வச்சுக்கலாம். ஆனால் மேல மாடில யாரோ நடக்குறாங்க.'

நான் முருங்கைக்காய்ப் பறிக்க வைத்திருந்த நீளமான குச்சி எடுத்து மரப்பலகை அடித்த சீலிங் மேல் இரவில் தட்டினேன்.

'மாடில தானே யாரோ நடக்கறாங்க. அவங்களைத் தொரத்தி விட்டிருவோம்' என்று வேடிக்கையாகச் சொல்லிக் கொண்டே

தட்டினேன். நானும் ரங்கநாயகியும் பார்த்துக் கொண்டிருக்கும்போதே இரண்டு பெரிய வவ்வால்கள் ஓடுகளின் இடைவெளி வழியே சிறகடித்துப் பறந்து வெளியே போயிற்று. ரங்கநாயகி ஆசுவாசமாகச் சிரித்தாள். இருந்தாலும் புதிது புதிதாக கயிறுகள் கட்டிக் கொண்டுதானிருக்கிறாள்.

ரெங்கநாயகி டி.வி.யிலிருந்து கண்ணெடுக்கவில்லை. என்னை கவனிக்கவுமில்லை. இப்போது ஏதாவது பேசினால் அவளுக்குப் பிடிக்காது. நான் திரும்பி வந்து ஜன்னல் படியில் உட்கார்ந்தேன்.

வெளியே இருள் நன்றாகப் பரவி விட்டது. நான் டயறியைப் படிக்க ஆரம்பித்தேன்.

'மாயன் இந்த வீட்டை பாலைவனமாக்குகிறான். நீரற்றப் பாலை போல அன்பற்றப் பாலை. அதனால் இந்த வீட்டுக்கு நான் மாயனின் பாலை என்று பெயர் போடுகிறேன். மாயன் வெளியே இருந்து வந்தவுடன் எல்லா அறைகளுக்குள்ளும் நுழைந்து தேடுகிறான். கட்டிலுக்கடியில் குனிந்து பார்க்கிறான்.

'என்ன தேடறே' என்று கேட்டால் 'உனக்குத் தெரியாதா? என்னை ஏன் கேக்கறே?' என்று எரிந்து விழுகிறான்.

நேற்று இவனை வீட்டில் கொண்டு வந்து விட வந்த ஆனந்தன் திண்ணைத் தூணில் கண்மூடி சாய்ந்திருந்த இவனைப் பார்த்துவிட்டு என்னைப் பார்த்தான். சற்றே குனிந்து இவனது தோளில் பிடித்துக் கொண்டு 'எழுந்திரு' என்று சொல்லிக் கொண்டு நின்ற என் முன் நெற்றியில் விழுந்து கிடந்த குழற் கற்றையை ஆனந்தன் ஒதுக்கி விட்டான். நான் சட்டென நிமிர்ந்து அவனைப் பார்த்தேன். அப்போது அவன் கண்களில் தெரிந்தது அனுதாபம்போல் தான் இருந்தது. இருந்தாலும் நான் பயந்தேன். அவன் கிளம்பிப் போய்விட்டான். சற்றுநேரம் கழித்து மாயன் எழுந்து உள்ளே வந்தான்.

காலையில் விழித்ததும் என்னிடம், 'எங்கே ஆனந்தன்?' என்று கேட்டான். அது மட்டுமல்லாமல் எல்லா அறைகளிலும் நுழைந்து தேடவும் செய்தான்.

'நான் என்ன செய்வேன்.'

நான் மறுபடியும் எழுந்தேன். சமையலறைக் கதவின் பின்பக்கம் ஆணிபோல் ஏதோ வைத்து செதுக்கியது போல் தெரிந்த 'மாயனின்

பாலை' என்ற பெயரைப் பார்க்க வேண்டும் போல் தோன்ற சமையலறைப் பக்கம் சென்றேன். கதவைத் திருப்பிப் பார்த்தேன். நன்றாகக் கூர்ந்து கவனித்தபோது 'மாயனின் பாலை' என்பதைக் கண்டேன்.

சட்டென்று யாரோ பேசுவதுபோல் எனக்குக் கேட்டது. மெலிதான அழுகுரல் ஒன்றும் கேட்டது. அவள்தான், மாயாதான் அழுகிறாள் போலும். எனக்கு வருத்தமாக இருந்தது. இந்த வருத்தத்தை யாரிடமாவது பகிர்ந்து கொள்ள வேண்டும் போல் தோன்றியது. ராஜாராமனிடம்தான் பகிர்ந்து கொள்ள முடியும். ரங்கநாயகியிடம் சொன்னால் அவள் பயந்துபோய் 'நான் இனிமே இங்க வேலைக்கு வரமாட்டேன்' என்று சொன்னாலும் சொல்லிவிடுவாள். ஆனால் ராஜாராமன் எதுவும் புரிந்து கொள்ளும் நிலைமையில் இல்லை இப்போது. வெளிநாட்டு வேலை முடித்து வந்த பின் 'நாம் கல்கத்தாப் போலாம், காசிக்குப் போலாம்' என்றெல்லாம் சொன்ன ராஜாராமன் திடீரென்று ஏற்பட்ட மூச்சுத் திணறலுக்கும் ஆஸ்பத்திரி வாசத்துக்கும் பின் ஏறக்குறைய படுக்கையில் ஆகிவிட்டார். சில நேரங்களில் அவருக்கு இன்னொருவர் உதவி வேண்டியிருக்கிறது. பார்வை மங்கிக் கேள்வி குறைந்து பாதி மறந்து பாதி புரிந்து ஒருவிதமாக இருக்கிறார். இருந்தாலும் நான் மாயாவையும் மாயனையும் குறித்துச் சொல்வேன். தலையை ஆட்டி கேட்டுக் கொண்டிருப்பார். உடனேயே மறந்தும் விடுவார் போலிருக்கிறது. சில நேரம் சம்பந்தமில்லாமல் ஏதாவது கேட்பார். மாத்திரைகள் சாப்பிடுவதால் தூக்கக் கலக்கத்திலேயே இருக்கிறார்.

நான் எங்கள் படுக்கை அறைக்குள் நுழைந்தேன். ராஜாராமன் தூங்குகிறார். இரவு ஒரு மணி இரண்டு மணிக்கெல்லாம் விழித்திருப்பார். நானும் விழித்திருப்பேன். ஆக எனக்கு இரவும் பகலும் தூக்கமற்ற தாகவே போகிறது. நானும் தூக்கக் கலக்கத்திலேயே இருக்கிறேன்.

வேலை பார்த்த இடத்தில் ஏதோ நாடகம் போட்டார்கள் என்று ஒரு புகைப்படம் ராஜாராமன் எனக்குக் காட்டினார். அதில் அவர் ஒரு வாளுடன் கறுப்பாக பளபள உடையுடன் நின்று கொண்டிருந்தார். அதைப் பார்த்து, நாங்கள் மட்டும் இருக்கும் தருணங்களில் ராஜாராமன் கருப்பசாமி என்று அவரை நான் அழைப்பதுண்டு. அதை நான் அடிக்கடி நினைத்துக் கொள்வேன். அந்தப் புகைப்படத்தைச் சென்ற வாரம் நான் ராஜாராமனிடம் காட்டிய போது அவர் சிரிக்கவேயில்லை. யோசித்துப்பார்த்தால் அவர் எப்போதாவதுதான் சிரிக்கிறார் என்று தோன்றுகிறது. நானும் அப்படித்தான் என்று நினைக்கிறேன்.

பேச்சும் குறைவுதான். இங்கே யாரும் வருவதில்லை பேசுவதற்கு. முன்பு ராஜாராமன் வெளிநாட்டிலிருந்து விடுப்பில் வரும்போது இங்கே நிறைய ஆட்களாக இருப்பார்கள். சென்ட் வாசனை காற்றில் கலந்து கொண்டே இருக்கும்.

நான் திரும்பவும் ஜன்னல்படியில் வந்து உட்கார்ந்து டயறியைப் படிக்க ஆரம்பித்தேன்.

'ஆனந்தனும் அசோகனும் மாயனுமாகத் திண்ணையில் உட்கார்ந்து பேசும்போது மது அருந்துவது மிகவும் மோசமான செயல் என்று கருத்துத் தெரிவிப்பார்கள். 'நான்லாம் தண்ணியே அடிக்கமாட்டம்பா' என்று மாயன் செல்வான். அப்படியானால் இந்த மூவரும் வேறு என்ன போதையில் இருக்கிறார்கள் என்று எனக்கு அவர்களிடம் கேட்கத் தோன்றும். ஆனால் நான் கேட்பதில்லை.

நேற்று நான் விளக்கேற்றிக் கொண்டிருக்கும்போது வெளியே இருந்து வந்த மாயன் எல்லா அறைகளிலும் புகுந்து வெளி வந்த பின் என்னிடம் யார் வந்தது என்று கேட்டான்.

'யாரும் வரல்லையே' என்றேன்

'பொய் சொல்லாதெ, யார் வந்தா ஆனந்தனா, அசோகனா, ராதாகிருஷ்ணனா, சுரேஷா, சொல்லு சொல்லு' என்றான், கடுமையாக முகத்தை வைத்துக் கொண்டு.

'ஏன் இப்படி எல்லாம் கேக்கற, நீ' என்றேன் நானும் கோபமாக.

'சிகரட் புகை வாசனை வருது பார். அதான்' என்றான் மிகவும் சீரியஸாக.

'உன் வாயிலிருந்துதான் வருது வாசனை' என்றேன் சிரிப்பை அடக்கியபடி.

உதட்டிலிருந்து சிகரட்டை எடுத்து விட்டு தரையை சுவரை எல்லாம் வெறித்துப் பார்த்து விட்டு என்னைப் பார்த்து அன்பு கனிய சிரித்தான். எனக்குப் பாவமாக இருந்தது. நான் பக்கத்தில் சென்றேன். ஆனால் திடீரென்று முகம் மாறி பல்லைக் கடித்துக் கொண்டு என் முழங்கைக்குக் கீழே பிடித்து அழுத்தினான். எனக்கு வலித்தது. முன்னொரு நாள் கண்ணாடி வளையல்களைச் சேர்த்து என் கையைப் பிடித்து அழுத்தி வளையல்கள் உடைந்து கையில் ரத்தக் கோடுகள் கண்ட பின்பு தான் விட்டான். இப்போதெல்லாம் நான் கண்ணாடி வளையல்கள் போடுவதில்லை.

என் கையில் வளையல் இல்லாதது கண்டு அவன் நகத்தால் கீறினான். ரத்தம் வந்தது. அத்துடன் திருப்தியான முகபாவத்துடன் அவன் என்னை விட்டுவிட்டு சிரித்துக் கொண்டே வெளியே போனான்.

நான் என்ன செய்வேன்.

பெங்களூரிலிருக்கும் என் மகனிடம் பேச வேண்டுமென்று எனக்குத் தோன்றியது. ஆனால் இதையெல்லாம் அவனிடம் பகிர்ந்து கொள்ள முடியாது. அவனுக்குக் கேட்கும் பொறுமையும் கிடையாது. இங்க அப்பாவோட நிலைமை கஷ்டமாயிருக்கு என்றால் அதுக்கென்ன பண்ண முடியும் என்பான்.

அவன் தனது இஷ்டப்படி ஒரு கன்னடப் பெண்ணைக் கல்யாணம் பண்ணிக் கொண்டு பெங்களூரில் இருக்கிறான்.

பொதுவாகவே அவனிடம் பேசிவிட்டு, 'சுவர்ணாவிடம் கொடு நான் பேசறேன்' என்றால் 'கிச்சனில் வேலையாயிருக்கிறாள்' என்று சொல்லி விடுவான். ஆனால் அடிக்கடி கூப்பிட்டுப் பேசுவான். எப்போதாவது குழந்தையை அழைத்துக் கொண்டு வருவான். சுவர்ணாவும் வருவாள்.

மற்றபடி நாட்கள் இப்படி போய்க்கொண்டே இருக்கின்றன. சில நாட்கள் மிகவும் வெறுமையாகக் கடந்து போகின்றன. ரங்கநாயகி அதிகம் பேச மாட்டாள். பேசினாலும் தொலைக்காட்சியில் தெரியும் சீரியல்களில் உள்ள கதாபாத்திரங்களின் செய்கைகளை நிஜமென்பதுபோல் கண்டு சில பேரை திட்டவும் சிலபேரை ஐயோ பாவம் என்று சொல்லவும் செய்வாள். அதில் எனக்குச் சுவாரசியமேதுமில்லை. ரங்கநாயகி ரொம்ப நேரம் தூங்கும் பழக்கமும் உள்ளவள். சமையல் வேலை முடித்துபின் சற்று நேரம் கிடைத்தால் அறைக்குப் போய் படுத்துத் தூங்கி விடுவாள். நான் பேச யாருமில்லாமல் தூக்கமும் வராமல் இந்த ஜன்னல்படி மேல் உட்கார்ந்திருப்பேன். எனக்கு மிகவும் கவலையாக இருக்கும்.

ஆனால் எனக்கு முன்பு போல் பயமில்லை. இங்கே வேறு யாரெல்லாமோ வசிக்கிறார்கள். அவர்கள் அங்குமிங்கும் நடமாடுகிறார்கள். அன்றொரு நாள் கீழே சிந்திய நீரில் என் கால் வழுக்கியபோது என்னை யாரோ பிடித்துக் கொண்டார்கள். ஒரு நாள் சோபாவிலிருந்து எழுந்ததும் தலை சுற்ற யாரோ என்னை மெதுவாக சோபாவில் உட்காரவைத்தார்கள். படுத்திருக்கும்போது என் பாதங்களையும் கால்களையும் யாரோ பிடித்துவிடுவதுபோல்

தோன்றுகிறது. இதையெல்லாம் நான் ராஜாராமனிடம் சொல்வதில்லை. பயப்படுவாரோ என்று எனக்குப் பயமாக இருக்கும்.

நான் இரண்டு தரம் ஆழமாக மூச்சுவிட்டு மறுபடியும் டயறியைப் புரட்டினேன்.

'நேற்று இரவில் என்னை மாயன், வா ஆற்றுக்குப் போய் குளிக்கலாம்' என்று அழைத்தான்.

எனக்குப் பயமாக இருந்தது. இவன் என்னை ஆற்றில் தள்ளிவிடப் போகிறான் என்றே நம்பினேன்.

'நான் வரலே, ராத்திரில ஆத்தில குளிச்சா எனக்குச் சளி பிடிச்சுக் கும்' என்றேன்.

இரண்டு நாட்களுக்கு முன்னர் அவனுடைய அம்மா வந்துள்ளார்கள். அவனை இந்த தரம் ஆஸ்பத்திரிக்கு அழைத்துச் செல்ல வேண்டும். எப்படியாவது என்று சொல்லிக் கொண்டார். அம்மா இனி இங்கேயே இருக்க வேண்டும் என்று, நான் அழுகையுடன் கேட்டுக் கொண்டேன். நான் எவ்வளவு வற்புறுத்தினாலும் ஆஸ்பத்திரிக்கு வர மறுக்கிறார் என்பதையும் நான் கூறினேன்.

'ராத்திரிலயா குளிக்கப் போறது ஆத்தில? போ, போய்த் தூங்கு எல்லாம் காலேல பாத்துக்கலாம்' என்று அம்மா அதட்டினதும் மாயன் பேசாமலிருந்து விட்டான்.

இன்று மதியம் மாயன் பக்கத்து வீட்டுக்குச் சென்று ஒரு மண் வெட்டி வாங்கி வந்து வீட்டின் பின் பக்கம் ரப்பர் தோட்டத்தின் அருகே ஒரு பள்ளம் தோண்ட தொடங்கினான். ஒவ்வொரு ஐந்து நிமிடத்திற்கும் என்னை முறைத்துப் பார்த்தான். கண்கள் மயக்க நிலையில் இருக்க அவன் வேறு ஏதோ உலகில் இருப்பதுபோல் தோன்றியது. 'இந்தப் பள்ளம் எனக்குத்தானா' என்று நான் கேட்கவில்லை.

ஆனால் அவன் சொன்னான், 'உன்னை நான் பாக்காம இருந் திருந்தேனா, மைசூர் தேசத்து இளவரசியை கல்யாணம் செய்திருந் திருப்பேன்.'

நான் புரியாமல் பார்த்தபோது, சிரித்துக் கொண்டே 'போன ஜன்மத்தில் அவள் தான் என்னுடன் இருந்தாள்' என்றான் மிகவும் சீரியஸாக.

பக்கத்து ஊர் கோயிலுக்குப் போய்விட்டு வரும் வழியில் கையில் ஒரு கோல் வைத்துக் கொண்டு 'கைரேகை பாக்கவா, முகம் பார்த்துக்

குறி சொல்லட்டுமா' என்று கேட்டுக்கொண்டு என் எதிரே வந்து நின்று என்னை வழி மறித்த ஒரு பெண் 'போன ஜன்மத்துப் பகையாளி, இந்த ஜன்மத்தில் உறவாக உள்ளான்' என்றதும் நான் அங்கிருந்து ஓடி வந்ததும் எனக்கு ஞாபகம் வந்தது.

அவன் சாப்பிடும் போதைப்பொருள் அவனுக்கு என்னென்ன காட்சிகள் காட்டித்தருகிறது என்பதைக் குறித்து நானும் அம்மாவும் பேசிக்கொண்டும் அவனை ஆஸ்பத்திரிக்கு அழைத்துச் செல்ல என்ன வழி என்று யோசனை செய்து கொண்டும் இருக்கையில் அவன் பள்ளம் தோண்டுவதை நிறுத்திவிட்டு மண்வெட்டியை பக்கத்து வீட்டில் திருப்பிக் கொடுத்து விட்டான்.

இரவு சாப்பிடும் போது இதுவரைப் பார்த்து வந்த வேலையை விட்டு விட்டான் என்றும் நாளைமுதல் ஒரு சூப்பர் மார்க்கட்டில் வேலைக்குப் போவதாகவும் சொன்னான்.

'ரொம்ப நல்லது' என்று சொன்ன அம்மா உபதேசித்தாள். 'ஊரில இருக்கிற வீட்டை வாடகைக்கு விட்டு அந்த வாடகையை நான் உங்களுக்குத் தந்தாலும், இவ அங்கன்வாடிக்கு வேலைக்குப் போயும் மீதி நேரம் பூ கட்டி கொடுத்தும் கிடைக்கிற காசு இருந்தாலும் எல்லாம் போராது. விலைவாசி அப்படி இருக்கு. நீ ஒழுங்கா வேலைக்குப் போணும். காசு சாம்பாரிக்கணும்.'

அவன் எல்லாம் கேட்டுத் தலையாட்டிக்கொண்டு இரவில் சீக்கிரமே படுத்து விட்டான். தூக்கத்தில் கைகளை அசைத்துப் பறவை பறப்பதைப்போல் பாவனை செய்தான்.

தூங்கியும் விழித்தும் கிடந்த இரவின் முடிவில் விடியற்காலையில் ஜன்னல் வழி பெரிதாக வெளிச்சம் தெரிய நான் பதறிப்போய் எழுந்து வெளியே போய் பார்த்தேன்.

அந்தச் சிறுபள்ளத்தில் ஒரு சில துணிகளைப் போட்டு கொளுத்திக்கொண்டிருந்தான், மாயன். குளியலறைக்கு வெளியே துவைக்க வைத்திருந்த துணிகள் அவை. அத்துடன் ரப்பர் மரத்தின் இலைகளையும் அள்ளி அள்ளிப் போட்டுக் கொண்டிருந்தான். நெருப்பு வெளிச்சத்தில் அவன் முகம் ஆனந்தமாக இருப்பதாகக் காணப்பட்டது.

என்ன செய்வது, இன்று இரவு ஏதாவது நடக்கும் என்றே தோன்றுகிறது.

நான் பக்கங்களைப் புரட்டினேன். அவசர அவசரமாக எழுதப்பட்டதுபோல் தோன்றிய பக்கம் படித்தேன்.

இன்று ஆறரை மணியிருக்கும்போது இருள் பரவும் முன்னரே அம்மாவைத் தலைவலி மருந்து வாங்கி வரச்சொல்லி வெளியே அனுப்பிவிட்டு மாயன் என்னை இழுத்துக் கொண்டு ஆற்றங்கரைக்கு ஓடினான். ரப்பர் தோட்டத்தில் கீழே கிடந்த இலைகள் மீது கால் பதித்து எனக்கும் அவனுடன் ஓட வேண்டியதாயிற்று. எப்போதும் நீர் குறைந்து காணப்படும் ஆற்றில் தூரத்து அணைக்கட்டிலிருந்து நீர் திறந்து விடும்போது இங்கே வெள்ளம் பாய்ந்தோடும். இப்போது நீர் வரத்துக் கூடியுள்ளது. சத்தம் பலமாகக் கேட்டது.

ஒரு கணம் ஆற்றில் குதிப்பதுதான் நல்லது என்று எனக்குத் தோன்றியது. எனக்கு மூச்சு வாங்கியது. நான் பலவந்தமாகக் கையை விடுவித்துக் கொண்டு ஒரு மரத்தைப் பற்றிக் கொண்டு நின்று விட்டேன். அவன் என்னை அன்பொழுகப் பார்த்தான்.

நான் அவன் கையைப் பிடித்து வீடிருக்கும் திசை நோக்கி இழுத்தேன்.

'வா வா. ஆறு நம் வீடு நோக்கி வருகிறது, ஓடி வா' என்று அவசரப்படுத்தினேன். அவனும் ஓடி வந்தான்.

அவனில்லாமல் நானில்லை. நானில்லாமல் அவனில்லை. நான்தான் அவன். அவன்தான் நான்

நாளை எப்படியோ?

அந்த டயறியில் மீதி பக்கங்கள் காலியாகக் கிடந்தன.

மாயனின் அம்மா இந்த வீட்டை எங்களுக்கு விற்றுவிட்டு கிராமத்துக்குப் போய்விட்டார்கள். மாயாவும் மாயனும் கிராமத்துக்குப் போனார்கள் என்றும் அப்படியெல்லாமில்லை என்றும் பலபேர் பலவிதமாக சொன்னார்கள். நான் அடிக்கடி எந்தத் தேவையுமில்லாமல் அவர்களைப்பற்றி நினைத்துக் கொண்டிருக்கின்றேன்.

நான் எழுந்திருக்க முயன்றேன். இன்று ராஜாராமனை பார்க்க மருத்துவர் வரும் நாள். அவரை செக்கப் செய்த பின் எனக்குக் கால் மரத்துப் போவது குறித்தும் இன்று அவரிடம் சொல்ல வேண்டும் என்று நினைத்துக் கொண்டேன்.

'ரங்கநாயகி கொஞ்சம் குடிக்கத் தண்ணீ கொண்டு வாயேன்' என்றேன் சத்தமாக. 'இதோம்மா' என்று பதில் கொடுத்தாள் அவள்.

ஆனால் இப்போதெல்லாம் வரமாட்டாள். சீரியல் இடைவெளி விட்டால் உடனே வருவாள்.

நான் ஒரு பெருமூச்சுடன் எழுந்தேன். அடுத்த அறைக்குள் நுழைந்தேன். ராஜாராமன் தூக்கத்தில் தான்.

சாயங்காலம் பையன் தொலைபேசியில் அழைத்து, 'கூடிய சீக்கிரம் மாற்றல் வாங்கிவிட்டு நாங்க அங்க வந்திருவோம்மா' என்றதை ராஜாராமனிடம் இன்னும் சொல்ல முடியவில்லை. நன்றாக விழித்து நல்ல உணர்வுடன் இருக்கும்போது தான் சொல்ல வேண்டும். அப்போதும் 'எவ்வளவு காலமா சொல்லிட்டிருக்கிறான்' என்கிற மாதிரி சிரித்தாலும் சிரிப்பார்.

நான் அடுத்த அறைக்குள் நுழைந்தேன். மேலே இருந்து மெதுவானப் பேச்சுக்குரலும் அழுகுரலும் கேட்டது போல் தோன்றியது. நான் கவனமாகக் கேட்டேன். மெலிதான அழுகுரல் விட்டுவிட்டுக் கேட்டது போல்தான் இருந்தது. இப்போதெல்லாம் எனக்கு காது மந்தமாகத்தானிருக்கிறது என்றெண்ணிக் கொண்டேன்.

'யாரையாவது கூப்பிட்டு ஒரு பூஜை செய்தால் எல்லாம் இங்கிருந்து போய்டுவாங்க' என்கிறாள் ரங்கநாயகி. அதை அடிக்கடி சொல்லி வலியுறுத்திக் கொண்டிருக்கிறாள்.

அவர்கள் இருந்து விட்டுப் போகட்டுமே என்றுதான் எனக்குத் தோன்றுகிறது. இந்த பூமி அரூபிகளுக்கும் சொந்தமானதுதானே.

'எங்கேயும் போகவேண்டாம். இங்கேயே இருக்கலாம். ஆனால் தொந்தரவுப் பண்ணக் கூடாது. துணையா இருக்கணும்' என்றேன் நான் மெதுவாக மேலே பார்த்து.

சட்டென்று அழுகுரல் நின்று விட்டது போல் தோன்றியது. எல்லா சத்தங்களும் அடங்கி விட்டது போல மின் விசிறி சுழலும் சத்தம். ரங்கநாயகியின் தொலைக்காட்சிப் பெட்டியிலிருந்து வரும் சத்தம் வெளியே ரப்பர் மரங்களின் இடைவெளிகளில் புகுந்து வெளி வரும் காற்றின் சத்தம் என எதுவுமற்ற ஒரு நிசப்தம் நான் உணர்ந்தேன். பொதுவாக என் காதில் ஏதாவது இரைச்சல் கேட்டுக் கொண்டே இருக்கும்.

'போறதுன்னாலும் போலாம். எல்லாம் உங்க இஷ்டம்' என்றேன் நான் மறுபடியும்.

குடிக்கத் தண்ணீர் எடுக்க மறந்து போய் நான் ஜன்னல் படிக்கு வந்து விட்டேன். ரங்கநாயகியிடம் தண்ணீர் கேட்டு எவ்வளவு நேரமாகிறது. கால் ரொம்ப வலிக்கிறது. ரொம்ப தாகமாகவும் இருக்கிறது.

ஜன்னல் வழி வெளியே தெரிந்த இருட்டையும் வெளிச்சத்தையும் பார்த்துவிட்டு திரும்ப உள்ளே பார்த்தேன். என் பக்கத்தில் நீர் நிரம்பிய டம்ளர் இருந்தது. வெளிர்நிற புடவையின் தலைப்புபோல் ஏதோ அடுத்த அறைக்குள் மறைந்ததுபோல் எனக்குத் தோன்றியது. பச்சைப் புடவையில் ரங்கநாயகி அவளது அறைக்குள் செல்கிறாள்.

●